വിശ്വോത്തര കഥകൾ

viswotharakadhakal

•

kamarudheen

•

first edition
march 2019

•

published
chintha publishers, thiruvananthapuram

•

typesetting
namasivaya communications, thirumala

•

cover
coverstory

വിതരണം

ദേശാഭിമാനി ബുക്ക് ഹൗസ്

H O തിരുവനന്തപുരം-695 035
phone: 0471-2303026, 6063026
www.chinthapublishers.com
chinthapublishers@gmail.com

ബ്രാഞ്ചുകൾ

ഹെഡ്ഡാഫീസ് ബ്രാഞ്ച് കുന്നുകുഴി • സ്റ്റാച്യു തിരുവനന്തപുരം • കെ എസ് ആർ ടി സി ബസ് സ്റ്റേഷൻ ആലപ്പുഴ • കെ എസ് ആർ ടി സി ബസ് സ്റ്റേഷൻ എറണാകുളം • ഐ ജി റോഡ് കോഴിക്കോട് • മാവൂർ റോഡ് കോഴിക്കോട് • എൻ ജി ഒ യൂണിയൻ ബിൽഡിങ് കണ്ണൂർ • സെൻട്രൽ ബസ് ടെർമിനൽ കോംപ്ലക്സ് താവക്കര കണ്ണൂർ

CO - 2695 / 4671
ISBN - 978-93-87842-44-1

വിശ്വോത്തരകഥകൾ

(കഥകൾ)

പരിഭാഷ:

കമറുദ്ദീൻ

ചിന്ത പബ്ലിഷേഴ്സ്
തിരുവനന്തപുരം-695 035

കമറുദ്ദീൻ

തൃശൂർ ജില്ലയിൽ മതിലകത്ത് ജനനം. പിതാവ്: എം വി കാദർ, മാതാവ്: പി കെ സൈനബ, മതിലകം സെന്റ് ജോസഫ് ഹൈസ്കൂൾ, കൊടുങ്ങല്ലൂർ എം ഇ എസ് അസ്മാബി കോളേജ് എന്നിവിടങ്ങളിൽ വിദ്യാഭ്യാസം. ഇരുപതിൽപ്പരം വർഷങ്ങളായി വിവിധ ആനുകാലികങ്ങളിൽ വിവർത്തന കഥകൾ പ്രസിദ്ധീകരിക്കുകയും, *മാധ്യമം* ആഴ്ചപ്പതിപ്പിൽ *വായന* എന്ന പംക്തിയിൽ എഴുതുകയും ചെയ്യുന്നു. ഇപ്പോൾ വയനാട് ഓറിയന്റൽ സ്കൂൾ ഓഫ് ഹോട്ടൽ മാനേജ്മെന്റിൽ ജോലി ചെയ്യുന്നു.

ഭാര്യ : നദീറ
മകൻ : നിയാസ് എം കെ
വിലാസം : മായംതരിയകത്ത് ഹൗസ്
മതിലകം പി ഒ
തൃശൂർ ജില്ല.

ഉള്ളടക്കം

പ്രസാധകക്കുറിപ്പ്

മഹത്തായ കഥകൾ ഭാഷകളുടെ അതിരുകൾക്കപ്പുറത്തേക്ക് സഞ്ചരിച്ചുകൊണ്ടിരിക്കുന്നവയാണ്. കാലദേശങ്ങൾക്കപ്പുറമാണ് അവയുടെ സഞ്ചാരം. ജീവിതത്തിന്റെ പുറമ്പോക്കുകളിലേക്ക് വകഞ്ഞുമാറ്റപ്പെട്ട ജീവിതങ്ങളിൽ നിന്നുള്ള ഏതാനും കഥകളാണീ സമാഹാരത്തിൽ. ഇന്ത്യൻ ചലച്ചിത്രകാവ്യങ്ങൾ എന്നു വിശേഷിപ്പിക്കപ്പെടുന്ന *ഘടശ്രാദ്ധ, തമ്പരാനകഥ, ഉസ്കിറൊട്ടി* എന്നീ ചിത്രങ്ങൾക്കാധാരമായ കഥകൾക്കൊപ്പം വിശ്വസാഹിത്യത്തിൽനിന്നും തെരഞ്ഞെടുത്ത കഥകളും ചേർത്തിരിക്കുന്നു. ശ്രദ്ധേയ ലോക കഥാകൃത്തുക്കളായ ഇസാക്ക് ബാബേൽ (റഷ്യൻ), ജോവന്നി വെർഗ (ഇറ്റാലിയൻ), മോസിർ സ്ക്ലെയർ (സ്പാനിഷ്), പോൾ ബൗൾട്സ് (ഇംഗ്ലീഷ്), ജറോം വീഡ്മാൻ (ഇംഗ്ലീഷ്), ഇറ്റാലോ കാൽവിനോ (ഇറ്റാലിയൻ), വൂൾഫ്ഗാംങ് ബോർഷർട്ട് (ജർമ്മൻ), സക്കറിയ താമർ (സിറിയൻ), കാദർ അബ്ദുല്ല (ഡച്ച്) എന്നവരുടെ കഥാ ലോകത്തേക്കുള്ള പ്രവേശന കവാടമായി ഈ കഥാസമാഹാരത്തെ കണക്കാക്കാം.

ചിന്ത പബ്ലിഷേഴ്സ്

ആമുഖം

രണ്ടായിരം മുതൽ 2015 വരെയുള്ള കാലഘട്ടത്തിൽ മലയാളത്തിലെ വിവിധ ആനുകാലികങ്ങളിൽ പ്രസിദ്ധീകരിച്ച ഇന്ത്യൻ ഭാഷകളിൽനിന്നും വൈദേശിക ഭാഷകളിൽനിന്നും പരിഭാഷപ്പെടുത്തിയ പതിനാല് ചെറുകഥകളാണ് തുടർന്നുള്ള താളുകളിൽ.

ജീവിതത്തിന്റെ പുറമ്പോക്കിനുള്ളിലേക്ക് വലിച്ചെറിയപ്പെട്ട, ദുഷിച്ച രാഷ്ട്രീയ സാമൂഹ്യവ്യവസ്ഥയുടെ ഇരകളായ സാധാരണക്കാരന്റെ സഹനത്തിന്റെ കഥകളാണ് ഇവയിൽ ഭൂരിഭാഗവും.

അനന്തമൂർത്തിയുടെ *ഉപനയനം* കന്നഡ സംവിധായകൻ ഗിരീഷ് കാസറവള്ളി *ഘടശ്രാദ്ധ* എന്ന പേരിൽ ചലച്ചിത്രമാക്കിയിട്ടുണ്ട്. കെ പി പൂർണ്ണചന്ദ്രതേജസ്വിയുടെ ചെറുകഥയും *തബരാനകഥ* എന്ന പേരിൽ അദ്ദേഹം തന്നെ സംവിധാനം ചെയ്തിട്ടുണ്ട്. മോഹൻ രാകേഷിന്റെ ചെറുകഥ *ഉസ്കിറൊട്ടി* എന്ന പേരിൽ സിനിമയാക്കിയത് മണികൗളാണ്. ഈ മൂന്ന് ചിത്രങ്ങളും ഇന്ത്യൻ സിനിമാരംഗത്തെ ക്ലാസിക്കുകളാണ്.

വിശ്വസാഹിത്യത്തിലെ ഏറ്റവും മികച്ച പത്ത് ചെറുകഥകളെടുത്താൽ അതിൽ ഉൾപ്പെടുത്താവുന്ന കഥയാണ് റഷ്യൻ എഴുത്തുകാരൻ ഇസാക്ക് ബാബേലിന്റെ 'ഗെയ് ദെ മോപാസാംങ്'. വ്യത്യസ്ത അർത്ഥതലങ്ങളുള്ള ഈ കഥ ഈ സമാഹാരത്തിൽ ഉൾക്കൊള്ളിക്കാൻ കഴിഞ്ഞതിൽ എനിക്ക് ഏറെ ചാരിതാർത്ഥ്യമുണ്ട്. ജർമ്മൻ എക്സ്പ്രഷണിസ്റ്റ് വൂൾഫ്ഗാങ് ബോർഷർട്ട് മുതൽ ലാറ്റിൻ അമേരിക്കൻ സാഹിത്യ ലോകത്തിലെ ഏറ്റവും പുതിയ തലമുറയിലുൾപ്പെടുന്ന മോമ്പിർബ് ക്ലെയർ വരെ ഈ കൊച്ചു സമാഹാരത്തിൽ ഉൾപ്പെടുന്നു.

ആദ്യമായി എന്റെ ഒരു ലേഖനം *വാരാന്ത്യമാധ്യമ*ത്തിൽ പ്രസിദ്ധീകരിക്കാൻ സൗമനസ്യം കാണിച്ച ശ്രീ. ജമാൽ കൊച്ചങ്ങാടിക്ക് ഞാനീ

ഗ്രന്ഥം സവിനയം സമർപ്പിക്കുന്നു. ഇത് പ്രസിദ്ധീകരിക്കാൻ ഏറെ ഉത്സാഹമെടുത്ത എന്റെ പ്രിയസുഹൃത്ത് ശ്രീ. ജലാലുദ്ദീനോട് നന്ദി പറയുന്നതിൽ അർത്ഥമില്ലെങ്കിലും ഞാനത് ഇവിടെ രേഖപ്പെടുത്തുന്നു. ഇംഗ്ലീഷിൽനിന്നുള്ള മൊഴിമാറ്റത്തിൽ കഴിവിന്റെ പരമാവധി നീതിപുലർത്താൻ ഞാൻ ശ്രമിച്ചിട്ടുണ്ട്. ബാക്കിയെല്ലാം സഹൃദയരായ വായനക്കാർക്കു വിടുന്നു.

സസ്നേഹം

കമറുദ്ദീൻ

ഉപനയനം

യു ആർ അനന്തമൂർത്തി

പുലർച്ചയ്ക്കു മുമ്പേ തന്റെ ഭാണ്ഡവും കക്ഷത്തിലിടുക്കിക്കൊണ്ട് ഉദുപ്പ മുറ്റത്ത് നില്പുറപ്പിച്ചു. "പോകുംവഴി ഞാൻ നിന്റെ അച്ഛനമ്മമാരെ കാണാം." അദ്ദേഹം പറഞ്ഞു. ഞാൻ കണ്ണുകൾ തിരുമ്മി. വീട്ടിലായിരുന്നെങ്കിൽ അമ്മയുടെ സാരിയും പുതച്ച് ഞാനിപ്പോഴും ഉറക്കത്തിലായിരിക്കും. അവർ എന്നെ വിളിച്ചുണർത്തി മേൽ കഴുകിപ്പിച്ച് കാപ്പി അനത്തിത്തരും. ഉദുപ്പ രണ്ടടി നടന്നശേഷം തിരിഞ്ഞുനിന്ന് മകളെ വിളിച്ചു. മുഖം പുറത്ത് പ്രദർശിപ്പിക്കാതിരിക്കാൻ ശ്രദ്ധിച്ചുകൊണ്ട് യമുന വാതിൽപ്പാളിക്ക് പിറകിലൂടെ ഒളിഞ്ഞുനോക്കി. പറ്റെ വെട്ടിയ ശിരസ്സിലേക്ക് അവർ സാരിത്തലപ്പ് വലിച്ചിട്ടു. "ഞാൻ യാത്രയാകുന്നു. അറിയാമല്ലോ. മൂന്നുമാസം കഴിഞ്ഞേ വരൂ. ചിലപ്പോൾ അതിലും വൈകും. ഗോഖർണയിലെ യോഗം കഴിഞ്ഞാൽ ഞാൻ നമ്മുടെ കുടുംബക്ഷേത്രം സന്ദർശിക്കും. കുട്ടികളുടെമേൽ കണ്ണുവേണം. അവരെ നീന്താൻ വിടരുത്."

ഉദുപ്പയെ എനിക്ക് ഭയമായിരുന്നു. അദ്ദേഹം അപൂർവ്വമായേ ഞങ്ങളോട് ചിരിക്കാറും സംസാരിക്കാറുമുള്ളൂ. വേദങ്ങൾ മനഃപാഠമാക്കിയ പരിശുദ്ധനാണ് അദ്ദേഹമെന്ന് അച്ഛൻ എന്നോട് പറഞ്ഞിട്ടുണ്ട്. അദ്ദേഹം കൺമുമ്പിൽനിന്ന് മറഞ്ഞപ്പോൾ വീട്ടിൽ പോകണമെന്ന് ശാഠ്യം പിടിച്ച് ഞാൻ ഉറക്കെ കരഞ്ഞു. ശാസ്ത്രിയും ഗണേഷും പുറത്തേക്കുവന്നു പരിഹസിച്ചു ചിരിക്കാനും കോക്രി കാട്ടാനും തുടങ്ങി. യമുന എന്റെ കവിളിൽ തലോടി മുഖം കഴുകി വരാൻ പറഞ്ഞു. കരച്ചിൽ നിറുത്തി ഞാൻ കുട്ടികളോടൊപ്പം കിണറ്റിൻ കരയിലേക്ക് ചെന്നു. തൊട്ടി കിണറ്റിലേക്കിട്ടുകൊണ്ട് ഗണേഷ് പറഞ്ഞു: "ശാസ്ത്രീ, നിനക്കറിയാമോ

ഉപനയനമെന്ന് വെച്ചാലെന്തെന്ന്? രാത്രി ഒരു ഭൂതം വന്ന് തുടയിൽ ഒരു തവളയെ പറ്റിച്ചുവെക്കും. ഈ കുട്ടി അത് വിശ്വസിച്ച് രാത്രി മുഴുവൻ കരച്ചിലായിരുന്നു." അവൻ ചിരിച്ചു. ഞാൻ തിരികെ അടുക്കളയിലേക്കു പാഞ്ഞു.

യമുന മോര് കടയുകയായിരുന്നു. "കരയാതെ" അവൾ പറഞ്ഞു. "ഞാൻ നിന്നെ കഴുകിച്ചുതരാം." ചുമപ്പ് നിറത്തിലുള്ള സാരി ധരിച്ചിരുന്ന അവർ നെറ്റിയിൽ ഭസ്മം പൂശിയിരുന്നു. കല്യാണം കഴിഞ്ഞ അവസരത്തിൽ തന്നെ ഒരു മൂർഖൻ പാമ്പിന്റെ കടിയേറ്റ് അവരുടെ ഭർത്താവ് മരിച്ചുപോയി. യമുന മുഖം കഴുകിച്ചു കഴിഞ്ഞപ്പോൾ ദേവന് ചാർത്താൻ ചെമ്പകപ്പൂ ശേഖരിക്കാനായി ഞാൻ ജോയ്സിന്റെ തോട്ടത്തിലേക്കു പോയി. ഒരു നീണ്ട വടികൊണ്ട് ഞാൻ പൂ ചാടിപ്പൊട്ടിക്കാൻ ശ്രമിക്കുന്നത് കണ്ട് ഗോദാവരാമ്മ (ജോയ്സിന്റെ സഹോദരി) പൂ പറിച്ചുതരാമെന്ന് പറഞ്ഞ് അടുത്തുവന്നു. അവരും വിധവയായിരുന്നു. യമുനയേക്കാൾ മൂത്തതാണെന്നേയുള്ളൂ.

"കഴിഞ്ഞ ദിവസം യമുനയെ അമ്പലത്തീ കണ്ടില്ലല്ലോ? അവൾക്ക് സുഖമില്ലാന്ന് കേട്ടു. കെടപ്പാണോ?"

"ഇന്നലെ കിടപ്പിലായിരുന്നു. തലകറക്കാന്ന് പറഞ്ഞ് മരുന്നു കഴിച്ചു."

"അതേയോ?" ഗോദാവരാമ്മ ചിരിച്ചു. പോകുംവഴി അവർ സഹോദരനോട് വിളിച്ചു പറഞ്ഞു:

"യമുനയ്ക്ക് തലകറക്കാത്രെ! പാവം പെണ്ണ്..... മലേറിയ അല്ലകേട്ടോ, അവളുടെ വയറ് അങ്ങനെ വീർത്തിരിക്കണത് കണ്ടപ്പോൾ ഞാൻ കരുതി മലേറിയയാണെന്ന്" അവർ ഇരുവരും ചിരിച്ചു.

തെരുവിന്റെ അറ്റത്തായിരുന്നു ആൽമരം. മൂർഖൻ പാമ്പിന്റെ രൂപം കൊത്തിവച്ച കൊച്ചു കൊച്ചു ശിലാഫലകങ്ങൾ അതിനുചുറ്റും സ്ഥിതിചെയ്തിരുന്നു. പതിവുപോലെ പത്ത് പ്രാവശ്യം ആൽമരത്തിന് ചുറ്റും വലംവെക്കാൻ നില്ക്കാതെ മൂന്ന് തവണയിലൊതുക്കി, നാഗദൈവത്തെയൊന്ന് വണങ്ങി ഞാൻ വിറകിൻകൊള്ളികൾ പെറുക്കിയെടുത്തു. പ്രഭാതപൂജയ്ക്ക് നെയ്യിൽ മുക്കിയ വിറകിൻ കൊള്ളികൾ ആവശ്യമായിരുന്നു.

ഉപാദ്ധ്യ (ഞങ്ങളുടെ പുതിയ അദ്ധ്യാപകൻ) ആകപ്പാടെ ദേഷ്യത്തിലായിരുന്നു. "ഇതുവരെ നീ ശരിക്കും മന്ത്രങ്ങൾ ഉച്ചരിക്കാൻ പഠിച്ചിട്ടില്ല." അദ്ദേഹം എന്റെ ചെവിയിൽ തിരുമ്മി. വൈകിയതിനാൽ പാഠങ്ങൾ രണ്ടാമതും എന്നെക്കൊണ്ട് അദ്ദേഹം ഉരുവിടുവിച്ചു. ശാസ്ത്രി, ഗണേഷിനെ നോക്കി പുഞ്ചിരിച്ചു. ഉദുപ്പ ഇത്രയ്ക്കും കഠിനഹൃദയനായിരുന്നില്ല. അദ്ദേഹം ഒരിക്കലും ശിക്ഷിച്ചിരുന്നില്ല.

അഗ്നിക്കു മുമ്പിലെ പ്രഭാതപ്രാർത്ഥനയ്ക്കു ശേഷം പ്രാതലിനായി വാഴയിലകൾ നിരത്തി. ഞങ്ങൾ ധൃതിയിൽ ഭക്ഷണം കഴിക്കാനിരുന്നു.

യമുന കഞ്ഞി വിളമ്പി. അച്ചാറും നെയ്യും മുകളിൽ ഒഴിച്ചുതന്നു.

ശബ്ദത്തോടെ ഞങ്ങളതു വലിച്ചുകുടിച്ചു.

"നാനീ, നീയെന്തേയിത്ര വൈകിയത്?" ഞാൻ തനിച്ചായപ്പോൾ യമുന ചോദിച്ചു. "നിനക്കറിയില്ലേ ഉപാദ്ധ്യ വഴക്കുപറയുമെന്ന്?"

ഗോദാവരാമ്മയുടെ വീട്ടിലെ സംഭവം ഞാനവരോട് പറഞ്ഞു. "ഇനി ആരെങ്കിലും നിന്നോട് ചോദിച്ചാൽ എനിക്ക് മലേറിയ ആണെന്നു പറഞ്ഞോളൂ" യമുന പറഞ്ഞു. പിന്നീട് സാരികൊണ്ട് മുഖം മറച്ച് അവർ പറഞ്ഞു.

അന്ന് രാത്രി, ശാസ്ത്രിയും ഗണേഷനും ഞാനും വരാന്തയിൽ ഉറങ്ങാൻ കിടന്നു. യമുന ഹാളിലും. ഉദുപ്പയില്ലായിരുന്നതിനാൽ എനിക്ക് ആകപ്പാടെ ഭയമായിരുന്നു. യമുനയുടെ അരികിൽ പോകണമെന്ന് ഞാൻ പറഞ്ഞപ്പോൾ ശാസ്ത്രി എന്നെ പരിഹസിച്ചു. എനിക്ക് ഉറങ്ങാൻ കഴിഞ്ഞില്ല. അമ്മയെക്കുറിച്ചുതന്നെ ഞാൻ ചിന്തിച്ചുകൊണ്ടിരുന്നു. എന്റെയൊപ്പം കിടന്നിരുന്ന ശാസ്ത്രി അല്പം കഴിഞ്ഞപ്പോൾ എന്നെ അരികിലേക്കണച്ച് എന്റെ മുണ്ടിനുള്ളിലേക്ക് കൈ പായിച്ചു. ഉച്ചത്തിൽ ശ്വസിച്ചുകൊണ്ട് അവൻ എന്റെ തുടകൾ തിരുപ്പിടിക്കാൻ തുടങ്ങി. ചകിതനായി ഞാനവനെ തള്ളിമാറ്റി. ഞാൻ എഴുന്നേറ്റപ്പോൾ അനുനയവാക്കുകൾ പറഞ്ഞ് അവനെന്നെ പിടിച്ചുനിർത്താൻ ശ്രമിച്ചെങ്കിലും യമുനയുടെ അരികിലേക്ക് ഞാൻ ഓടി. നടന്നത് അവരോട് പറയാനുള്ള ധൈര്യം എനിക്കുണ്ടായിരുന്നില്ല. എനിക്കു പേടിയാകുന്നു വെന്ന് പറഞ്ഞപ്പോൾ അവർ എന്നെ അരികിലേക്കണച്ച് അമ്മ ചെയ്യും പോലെ സാരികൊണ്ട് പുതപ്പിച്ചു.

അല്പസമയം കഴിഞ്ഞപ്പോൾ വീടിന് ചുറ്റും ആരോ നടക്കുന്ന തായി എനിക്ക് തോന്നി. വിറച്ചുകൊണ്ട് ഞാൻ യമുനയെ മുറുകെ കെട്ടിപ്പിടിച്ചു. പിൻവാതിലിൽ ആരോ രണ്ട് തവണ മുട്ടുന്ന ശബ്ദം കേട്ടു. കരിമ്പിൻ തോട്ടത്തിൽ കുറുക്കൻ ഓളിയിട്ടു... തേന്മാവിൻ ചില്ലകൾ കാറ്റിൽ ഉലഞ്ഞു....സാവധാനം എന്റെ പിടിത്തം വിടുവിച്ചുകൊണ്ട് യമുന എഴുന്നേറ്റു ഒപ്പം ഞാനും "നീ ഉറങ്ങൂ...." അവർ മന്ത്രിച്ചു: "അതൊരു ഭൂതമാണെങ്കിൽ ഞാനൊരു ചൂൽ ജനലിലൂടെ എറിയും. അതു പേടിച്ച് പൊയ്ക്കോളും" കണ്ണുകൾ മുറുകെചിമ്മി. ഇരുകൈകൾ കൊണ്ടും മുഖംപൊത്തി ദൈവനാമങ്ങളുരുവിട്ട് ഞാനിരിക്കെ, യമുന ധൈര്യപൂർവ്വം ഭൂതത്തെ ആട്ടിപ്പായിക്കുന്ന ശബ്ദം കേട്ടു.

പിറ്റേന്ന് പുലർച്ചെ ചെമ്പകപ്പൂ ശേഖരിക്കാൻ എനിക്ക് ഭയമാ യിരുന്നതിനാൽ മനമില്ലാമനസ്സോടെ ഞാൻ ശാസ്ത്രികളുടെ ക്ഷണം സ്വീകരിച്ച് അവന്റെ ഒപ്പം കൂടി. വഴിയിൽവെച്ച് പതിവുപോലെ അവൻ എന്നെ പരിഹസിച്ചില്ല. എന്നാൽ ഭൂതം യമുനയോടെന്താണ് പറഞ്ഞതെന്ന് അവൻ എന്നോടു ചോദിച്ചു. അത് വളരെ പ്രധാന കാര്യമാണ്. അവൻ ഊഹിച്ചതു പോലെയാണ് കാര്യമെങ്കിൽ എല്ലാവർക്കും തിരികെ വീട്ടിലേക്ക് പോകേണ്ടിവരുമെന്ന് അവൻ പറഞ്ഞു. "നിനക്കാഗ്രഹമില്ലേ?" മുഖക്കുരു നുള്ളി, കണ്ണിറുക്കിക്കൊണ്ട്

അവൻ ആരാഞ്ഞു. യമുന രഹസ്യമായി സൂക്ഷിക്കാൻ പറഞ്ഞ കാര്യങ്ങൾ ഞാനവനോട് പറഞ്ഞില്ല. "പൂച്ച കണ്ണടച്ച് പാല് കുടിക്കും" അവൻ ചിരിച്ചു. "നിനക്കറിയാമോ എന്തുകൊണ്ടാണെന്ന്? ശരി, നിനക്ക് മനസ്സിലായിക്കൊള്ളും. നീയിപ്പോൾ കുട്ടിയൊന്നുമല്ല. ഓർത്തോളൂ, നിന്റെ പ്രായത്തിൽ നിന്നേക്കാളും കാര്യങ്ങൾ എനിക്കറിയാമായിരുന്നു."

ഞാൻ നിശ്ശബ്ദത പാലിച്ചു. ആൽമരത്തിനടുത്തെത്തിയപ്പോൾ അവൻ പറഞ്ഞു:

"വരൂ! നീയൊരു മനുഷ്യനാണെന്ന് തെളിയിക്ക്, നാഗദൈവത്തെ തൊടൂ... എനിക്ക് പേടിയില്ല, നിനക്കോ?

ദേഹശുദ്ധി വരുത്താതെ, വിശുദ്ധ വസ്ത്രങ്ങൾ ധരിക്കാതെ നാഗദൈവത്തെ തൊട്ടാൽ അഞ്ചുതലയുള്ള നാഗരാജാവിന്റെ പ്രേതം നമ്മിലാവേശിക്കും എന്ന് അമ്മ പറഞ്ഞ് ഞാൻ കേട്ടിരുന്നു. ശാസ്ത്രി തമാശ പറയുകയാവുമെന്ന് ഞാൻ കരുതി. പക്ഷേ, തമാശയായിപ്പോലും ആരുമത് പറയാൻ പാടില്ല. ഞാൻ ഓടിപ്പോകാൻ ശ്രമിച്ചപ്പോൾ ശാസ്ത്രി എന്നെ കടന്നുപിടിച്ചു.

"നീയൊരു പെൺകുട്ടിയേക്കാൾ കഷ്ടമാ, നോക്കൂ, ഞാനതിനെ തൊടാം" ഞാൻ സകൗതുകം നോക്കി നില്ക്കെ അവൻ നേരെ ആൽമരത്തിന് താഴെ ചെന്ന് കൈകൾ ചിത്രക്കല്ലിൽ അർപ്പിച്ചു. ഓടിപ്പോയി യമുനയോട് പറയണമെന്നുണ്ടായിരുന്നുവെങ്കിലും ഭീതിമൂലം എനിക്ക് അനങ്ങാൻ കഴിഞ്ഞില്ല. അവൻ തിരിച്ചുവന്നു എന്നെ പരിഹസിച്ചു. "നാണമില്ലേ നിനക്ക്? നീയൊരിക്കലും വലുതാകില്ല" അവൻ എന്നെ നാഗവിഗ്രഹത്തിനടുത്തേക്ക് വലിച്ചിഴച്ചു. ഞാൻ ശക്തിയായി കുതറുകയും അവന്റെ കൈയിൽ കടിക്കുകയും ചെയ്തുവെങ്കിലും എന്നേക്കാൾ ശക്തനായിരുന്നു അവൻ. എന്റെ കൈകൾ നാഗദൈവത്തിന്റെ ചിത്രം കൊത്തിയ തണുത്ത കല്ലിൽ ബലമായി അമർത്തി. ഞാൻ കരച്ചിൽ തുടങ്ങി. "നോക്കൂ" തന്റെ കൈപ്പത്തി കാണിച്ചുകൊണ്ട് അവൻ പറഞ്ഞു: "തള്ളവിരലിനടിയിലെ രേഖ നോക്കൂ. അതു ഗരുഡരേഖയാണ്. അത് ഇവിടെയുള്ളപ്പോൾ പാമ്പല്ല, അഞ്ച് തലയുള്ള സർപ്പരാജാവിനുപോലും എന്നെ തൊടാനുള്ള ധൈര്യമുണ്ടാവില്ല. പക്ഷേ, നിന്റെ കാര്യമോ? വിഡ്ഢി!" അമ്മയെ വിളിച്ചു ഞാൻ കരഞ്ഞു, അല്പസമയം കഴിഞ്ഞപ്പോൾ അവൻ എന്റെയരികിലെത്തി. വളരെ സ്നേഹപൂർവ്വം എന്നോടു പറഞ്ഞു:

"നാനീ, ഇവിടെ നോക്കൂ, നീയെന്നെ അനുസരിച്ചാൽ ഈ ഗരുഡരേഖകൊണ്ട് നിന്നെ ഞാൻ രക്ഷിച്ചുകൊള്ളാം. പക്ഷേ, നമ്മൾ തമ്മിൽ നടന്ന കാര്യം യമുനയോട് ഒരിക്കലും പറയില്ലയെന്ന് അമ്മയെ പിടിച്ച് നീ ആണയിടണം. ഇപ്പോൾ മുതൽ നീ എന്റെ കീഴിലാണ്. ഞാൻ പറയുന്നപോലെ നീ പ്രവർത്തിക്കണം."കരച്ചിൽ നിറുത്താൻ എനിക്ക് കഴിഞ്ഞില്ല.

ഒരു വൈകുന്നേരം, ഗണേഷിന്റെ അച്ഛൻ മുറ്റത്തുവന്ന് നില്പുറ

പ്പിച്ചു. അദ്ദേഹം അകത്തേക്ക് പ്രവേശിക്കുകയോ, യമുന തയ്യാറാക്കിയ നാരങ്ങാവെള്ളം തൊടുകയോ ചെയ്തില്ല. വസ്ത്രങ്ങൾ പൊതിഞ്ഞെടുത്ത് തന്നോടൊപ്പം ഉടൻതന്നെ യാത്രയാകണമെന്ന് ഗണേഷിനോട് അദ്ദേഹം ആജ്ഞാപിച്ചു. യമുനയോട് ഒരക്ഷരം അദ്ദേഹം ഉരിയാടിയില്ല. അവർ സ്ഥലംവിട്ടപ്പോൾ യമുന ഒരു മൂലയിൽ ഇരുന്ന് കരഞ്ഞു. അന്നുരാത്രി ഭക്ഷണം കഴിഞ്ഞ് കൈകഴുകാനായി അടുക്കളമുറ്റത്ത് ചെന്നപ്പോൾ, മാഞ്ചുവട്ടിലെ ഉണക്കയിലകളിൽ ആരുടെയോ കാല്പെരുമാറ്റം ഞാൻ കേട്ടു. ഭയംകൊണ്ട് ഞാൻ ഉറക്കെ അലറി. യമുന ഓടിവന്നു. പിന്നാലെ ശാസ്ത്രിയും. തിടുക്കത്തിൽ പിൻവാങ്ങുന്ന ഒരു മനുഷ്യരൂപം ഞങ്ങൾ കണ്ടു. "കീഴ്ജാതിക്കാരൻ കാത്തര ഭക്ഷണം യാചിക്കാൻ വന്നതാവുമത്."

"പക്ഷേ, എനിക്ക് തോന്നുന്നത് ഇന്നലെ രാത്രിമുതൽ ഇവിടെ പറ്റിക്കൂടിയിരിക്കുന്ന ഭൂതമായിരിക്കുമതെന്നാണ്" - ശാസ്ത്രി പറഞ്ഞു. "വാ മൂട്" യമുന അവനെ ശാസിച്ചു. അച്ഛൻ വന്ന് എന്നെ കൊണ്ടുപോയിരുന്നെങ്കിൽ എന്ന് ഞാനാശിച്ചു. ഗണേഷ് ഭാഗ്യവാനാണ്.

പിറ്റേന്ന് വിചിത്രമായ ചില സംഭവങ്ങൾ നടന്നു. അസുഖവിവരമന്വേഷിച്ചുവന്ന ഗോദാവരാമ്മയെ കാണാൻ യമുന വിസമ്മതിച്ചു. യമുന തയ്യാറാക്കിയ നാരങ്ങാവെള്ളം കുടിക്കാൻ ഉപാദ്ധ്യയും തയ്യാറായില്ല. എന്തിനേറെ, എന്നെ ആശ്ചര്യഭരിതനാക്കിക്കൊണ്ട് അദ്ദേഹം ഞങ്ങളെ പഠിപ്പിക്കാൻ വരാതെയുമായി. ശാസ്ത്രിയും പുറപ്പെട്ടുപോയി. രാത്രിയിൽ യമുന എന്നെ അരികിലേക്കണച്ചുപിടിച്ച് സാരി താഴ്ത്തി ഇളംചൂടുള്ള മൃദുവായ അടിവയറ്റിൽ എന്റെ ചെവിയമർത്തി. "നാനീ നീയെന്തെങ്കിലും കേൾക്കുന്നുണ്ടോ?" അവർ തേങ്ങിക്കരയാൻ തുടങ്ങി. നഗ്നമായ മാറിലേക്ക് എന്റെ മുഖമമർത്തി, പുറത്ത് തലോടിക്കൊണ്ട് അവർ മൊഴിഞ്ഞു "പോകരുത് എന്റെ കുട്ടീ എന്നെ വിട്ട് പോകരുത്" ഞാൻ മറുപടിയൊന്നും പറഞ്ഞില്ല. എനിക്ക് വളരെ സന്തോഷമായി. അന്നു രാത്രി ഞാൻ സുഖമായി ഉറങ്ങി.

ഞങ്ങളുടെ വീടിന്റെ നിഴലിൽപോലും കാൽകുത്താൻ ആളുകൾ മടിച്ചു. കീഴ്ജാതിക്കാരൻ കാത്തരയോട് ആൾക്കാർ ഞങ്ങളേക്കാൾ ഭേദമായി പെരുമാറി. ചുരുങ്ങിയപക്ഷം അവർ അവനോട് സംസാരിക്കുക യെങ്കിലും ചെയ്തു. വീട്ടുവാതിൽ വൈകുന്നേരങ്ങളിൽപ്പോലും തുറന്നിരുന്നില്ല. ഒരാഴ്ച ഈ വിധം കടന്നുപോയി. യമുനയുടെ തലോടലും കരച്ചിലും പിഴിച്ചിലുമെല്ലാം എനിക്ക് മടുത്തു. അച്ഛൻവന്ന് എന്നെ കൊണ്ടുപോകണേയെന്ന് ഞാൻ പ്രാർത്ഥിച്ചു.

ഒരു വൈകുന്നേരം എന്റെ പ്രായത്തിലുള്ള കുട്ടികൾ പുറത്ത് പട്ടംപറപ്പിക്കുന്നത് ജനലിലൂടെ അസൂയയോടെ നോക്കിയിരിക്കുകയായിരുന്നു ഞാൻ. അപ്പോൾ ശാസ്ത്രി, ജന്മിയുടെ മകനോടൊപ്പം വന്ന് എന്നെ മാടിവിളിച്ചു. ഒപ്പംപോകാൻ ഞാൻ മടിച്ചപ്പോൾ അവൻ തന്റെ കൈപ്പത്തിയിലെ ഗരുഡരേഖ ചൂണ്ടിക്കാണിച്ചു. പുറത്തേക്ക് പോകാൻ

യമുനയുടെ അനുവാദം വാങ്ങാൻ അടുക്കളയിലേക്ക് ചെന്ന ഞാൻ അത്ഭുതപ്പെട്ടു. അവർ അവിടെയില്ലായിരുന്നു. ശാസ്ത്രിയോടൊപ്പ മാണെങ്കിലും പുറത്തേക്ക് പോകാൻ എനിക്കാഗ്രഹമുണ്ടായിരുന്നു. വീട് അത്രമാത്രം എനിക്ക് മടുത്തിരുന്നു.

ശാസ്ത്രിയോടും ജന്മിയുടെ മകനോടുമൊപ്പം ബ്രാഹ്മണ തെരുവിലുള്ള മൂന്ന് മുതിർന്ന കുട്ടികളുമുണ്ടായിരുന്നു. ഗ്രാമീണ സ്ത്രീകൾ തുണിയലക്കുകയും കന്നുകാലികൾ വെള്ളം കുടിക്കുകയും ചെയ്തിരുന്ന പൊയ്കയും പിന്നിട്ട്, വനങ്ങളും കുന്നുകളും കടന്ന് അവസാനം ഞങ്ങൾ ഗ്രാമത്തിന്റെ ഉൾപ്രദേശത്തെത്തി. വിറകുകൾ ശേഖരിക്കാൻ മുമ്പൊരിക്കൽ യമുനയോടൊപ്പം ഞാനിവിടെ വന്നിട്ടുണ്ട്. രാത്രിയിൽ ഇവിടം ഭൂതപ്രേതാദികളുടെ ആവാസകേന്ദ്രമാണെന്ന് കേട്ടിട്ടുണ്ട്. ഒരു ക്ഷേത്രവും അതിന് പിന്നിലായി പുഴയും പടർന്ന് പന്തലിച്ച് കിടക്കുന്ന കശുമാവിൻ തോപ്പും അവിടെ സ്ഥിതി ചെയ്തിരുന്നു. ക്ഷേത്രത്തിനുള്ളിൽ കൂറ്റൻ കടവാവലുകൾ തലകീഴായി തൂങ്ങിക്കിടക്കുന്ന കാര്യവും അതിനുള്ളിൽ സൂക്ഷിച്ചിരിക്കുന്ന നിധി ഭീമാകാരനായ ഒരു സർപ്പം കാത്തുസൂക്ഷിച്ചുകൊണ്ടിരിക്കുന്ന കാര്യവും യമുന എന്നോട് പറഞ്ഞിട്ടുണ്ട്.

വെള്ളം ഒഴുകുന്ന ശബ്ദം ഞാൻ കേട്ടു. അതെന്നെ സന്തുഷ്ട നാക്കി. പുഴക്കടവിൽ ചെന്ന് കാലുകൾ വെള്ളത്തിലിട്ട് ഇരിക്കുമ്പോൾ വിരലുകളിൽ മത്സ്യം ഇക്കിളിയിടുന്നത് എനിക്കിഷ്ടമായിരുന്നു. എന്നാൽ ശാസ്ത്രി ഞങ്ങളെ ഏകാന്തമായ, ഇടിഞ്ഞ് പൊളിഞ്ഞ ഒരു മതിലിനടുത്തേക്ക് കൊണ്ടുപോയി. അനങ്ങുകയോ ശബ്ദമുണ്ടാ ക്കുകയോ ചെയ്യരുതെന്ന് അവൻ പറഞ്ഞു. ചുവരിലെ ഒരു ദ്വാരം ചൂണ്ടിക്കാട്ടി അവൻ എന്നോട് അതിലൂടെ നോക്കാൻ പറഞ്ഞു. മറ്റൊരു ദ്വാരത്തിലൂടെ അവനും നോക്കിയിരിപ്പായി.

“അങ്ങോട്ട് നോക്കൂ” അടക്കിയ സ്വരത്തിൽ അവൻ പറഞ്ഞു. ഏതാനും വാരയകലെയായി, ഞങ്ങൾക്ക് പുറംതിരിഞ്ഞ് തലയ്ക്കു കൈ യും കൊടുത്ത് യമുന ഒരു കല്ലിൽ ഇരിപ്പുണ്ടായിരുന്നു. അവർ വിറകിൻ കൊള്ളികൾ ശേഖരിക്കാൻ വന്നതാവാമെന്ന് ഞാൻ സംശയിച്ചു. ശാസ്ത്രിയോടുള്ള ഭയംമൂലം അവരെ വിളിക്കാൻ ഞാൻ ശ്രമിച്ചില്ല

സമയം സന്ധ്യയാവാറായി. നാമജപത്തിനുള്ള സമയം. എന്നാൽ, ഉപാദ്ധ്യ വരവ് നിറുത്തിയതു മുതൽ ഞാനത് സസന്തോഷം ഉപേക്ഷിച്ചിരുന്നു. എന്നാലും വേഗംതന്നെ വീട്ടിലെത്തണമെന്ന് എനിക്ക് ആഗ്രഹമുണ്ടായിരുന്നു. ശാസ്ത്രി എന്റെ അടുത്തേക്ക് നീങ്ങിയിരുന്നു. “അതാ നോക്കൂ, വീട്ടിൽ വരാറുള്ള ഭൂതം വരുന്നു!” എന്നാൽ, ആ രൂപം ഗ്രാമത്തിലെ സ്കൂൾ അദ്ധ്യാപകനെപ്പോലെ തോന്നിച്ചു. അദ്ദേഹത്തിന്റെ സ്കൂൾ ഒരു ഹാൾ ആയിരുന്നു. അവിടെയായിരുന്നു അദ്ദേഹം ഭക്ഷണം പാകം ചെയ്തിരുന്നതും ഉറങ്ങിയിരുന്നതുമെല്ലാം. ചിലപ്പോഴെല്ലാം ജന്മിയുടെ വീട്ടിൽ നിന്നും ഇടയ്ക്ക് യമുനയും അദ്ദേഹത്തിന് ഭക്ഷണം

നല്കിയിരുന്നു.

"നോക്കൂ, നോക്കൂ കൊച്ചു സന്ന്യാസീ" ശാസ്ത്രി എന്റെ ചെവി തിരുമ്മി. കല്ലിൽ, യമുനയുടെ തൊട്ടടുത്ത് അദ്ദേഹം ഇരിക്കുന്നത് കണ്ടപ്പോൾ എന്റെ അത്ഭുതം വർദ്ധിച്ചു. അദ്ദേഹം അവളുടെ കൈകൾ കവർന്നെങ്കിലും അവർ അത് സ്വതന്ത്രമാക്കി. അവർ സംസാരിക്കുന്നത് മുമ്പും ഞാൻ കേട്ടിട്ടുണ്ട്. എന്നാൽ, അത് ഇത്തരത്തിൽ ആയിരുന്നില്ല. യമുന കരഞ്ഞുകൊണ്ട് അദ്ദേഹം പറയുന്നതിനെ ശക്തമായി എതിർക്കുന്നപോലെ തോന്നിച്ചിരുന്നു.

ദ്വാരത്തിലൂടെ നോക്കിക്കൊണ്ടിരുന്നപ്പോൾ ഒരു പാമ്പ് സാവധാനം ഇഴഞ്ഞുപോകുന്നത് ഞാൻ കണ്ടു. ഞാൻ കരച്ചിൽ തുടങ്ങിയെങ്കിലും അത് വിഷമുള്ള ഇനത്തിൽപ്പെട്ടതല്ല, തവളയെ പിടിച്ച് തിന്നുന്ന നിരുപദ്രവകാരിയായ ഒന്നാണെന്ന് പറഞ്ഞ് ശാസ്ത്രി എന്നെ സമാധാനിപ്പിച്ചു. ജന്മിയുടെ മകനും അത് ശരിവെച്ചു.

പാമ്പ് ചീറ്റിക്കൊണ്ട് യമുനയിരിക്കുന്ന സ്ഥലത്തേക്കിഴഞ്ഞു. തന്റെ നേർക്ക് വരുന്ന പാമ്പിനെ യമുന കാണാൻ ഇടവരുത്തണേ എന്നായിരുന്നു ഇപ്പോൾ എന്റെ പ്രാർത്ഥന. എന്നാൽ, സ്കൂൾ മാസ്റ്ററോടൊപ്പം പരിസരം മറന്നിരിക്കുകയായിരുന്നു അവർ. ഞാൻ നിസ്സഹായനായി നിശ്ശബ്ദം കരഞ്ഞു. എനിക്കൊന്നും ചെയ്യാൻ കഴിയുമായിരുന്നില്ല. കുട്ടികളിലാരോ പറഞ്ഞു: "ഈ നശിച്ച വിധവ അമ്പലത്തിലെ പ്രതിഷ്ഠ അശുദ്ധമാക്കി. പാമ്പ് അവളെ തേടിയെത്തിയതാണ്." സമ്മതാർത്ഥത്തിൽ തലയാട്ടി ശാസ്ത്രി എന്നോടു പറഞ്ഞു: "ദൈവത്തിന്റെ കണ്ണിൽ നിന്ന് ഒന്നും മറയ്ക്കാൻ കഴിയില്ല. പാമ്പിന്റേതുപോലുള്ള കണ്ണുകളാണ് അവന്റേത്." ഞാൻ ഭയത്തോടെ ചുറ്റുപാടും നോക്കി.

പാമ്പ് ഇഴച്ചിൽ നിറുത്തി നീണ്ട ശരീരം ചുരുട്ടി പത്തി വിടർത്തി. അതൊരു മൂർഖനായിരുന്നു. എനിക്ക് സഹിക്കാവുന്നതിലുമപ്പുറമായിരുന്നു ആ കാഴ്ച.

''ഹ! മൂർഖൻ, മൂർഖൻ'' താഴ്ന്ന ശബ്ദത്തിൽ എല്ലാവരും മൊഴിഞ്ഞു. ഞാനെഴുന്നേറ്റെങ്കിലും ശാസ്ത്രി എന്നെ പിടിച്ചിരുത്തി. ഒരാളും ശബ്ദിച്ചില്ല. ഞങ്ങൾ കണ്ട കാഴ്ച അത്ര ഭയാനകമായിരുന്നു. മൂർഖൻ യമുനയുടെ നേർക്കിഴഞ്ഞു. ഞാൻ പ്രാർത്ഥിക്കുവാൻ തുടങ്ങി. മറ്റുള്ളവരും അതുതന്നെ ചെയ്തു.

അദ്ധ്യാപകൻ യമുനയുടെ തോളിൽ കൈകളമർത്തി. യമുന അസഹ്യതയോടെ എഴുന്നേറ്റുനിന്നു. എന്നാൽ, അവർ തിരിഞ്ഞു നോക്കിയതേയില്ല.

മൂർഖൻ ഇപ്പോൾ കല്ല് മണക്കുകയായിരുന്നു. സന്ധ്യാപ്രകാശത്തിൽ അതിന്റെ ശരീരം നനവുള്ളതുപോലെ കാണപ്പെട്ടു. ഞാൻ കിടുകിടാ വിറച്ചു. ശാസ്ത്രിക്കുപോലും നാവനക്കാൻ കഴിഞ്ഞില്ല.

അദ്ദേഹം വീണ്ടും യമുനയുടെ തോളിൽ കൈയമർത്തി. പൊടുന്നനെ ആശയുടെ ഒരു കിരണം എന്നിലുണർന്നു. അവർ

പാമ്പിനെ കാണും. പക്ഷേ, ഇപ്പോൾ യമുന അയാളുടെ നെഞ്ചിൽ മുഖമമർത്തി നില്ക്കുകയാണ്.

ഞാനെഴുന്നേറ്റു എന്താണ് ചെയ്യുന്നതെന്ന് എനിക്കുതന്നെ ബോദ്ധ്യമുണ്ടായിരുന്നില്ല. എന്നെ അടക്കം പിടിച്ചിരുന്ന കൈകളെ, പല്ലും നഖവുമുപയോഗിച്ച് എതിർത്തുകൊണ്ട്, ഉറക്കെ വിളിച്ചുപറഞ്ഞ് ഞാൻ അവരുടെ അരികിലേക്കോടിച്ചെന്നു.

“അയ്യോ. യമുനാ.... ഒരു മൂർഖൻ, അതാ അവിടെയൊരു മൂർഖൻ.”

അദ്ധ്യാപകൻ പിടഞ്ഞെഴുന്നേറ്റ് ധൃതിയിൽ മുണ്ടുവാരിച്ചുറ്റി ഓടിപ്പോയി. കുട്ടികൾ കൂകിവിളിച്ചുകൊണ്ട് ഗ്രാമത്തിനുനേർക്ക് യാത്രയായി. യമുനയുടെ ചുമലുകളും മാറിടവും നഗ്നമായിരുന്നു. സാരിത്തലപ്പ് താഴെ വീണുകിടന്നിരുന്നു. വിറച്ചുകൊണ്ട് സ്തബ്ധയായി നില്ക്കുകയായിരുന്നു അവർ. ഞാനൊരു കല്ലിൻകഷണം കുനിഞ്ഞെടുത്ത് സർവ്വശക്തിയുമുപയോഗിച്ച് മൂർഖന്റെ നേർക്കെറിഞ്ഞു. കല്ല് അതിന്റെ വാലിൽ കൊണ്ടു. മൂർഖൻ രോഷത്തോടെ പത്തിവിടർത്തി. അനങ്ങാതെ അപ്പോഴും മരവിച്ചു നില്ക്കുകയായിരുന്നു യമുന. ഞാനവരെ തലകൊണ്ട് ഒരു ഉന്ത് കൊടുത്തു. അല്പദൂരം ഓടിയശേഷം കിതപ്പടക്കാനായി ഞങ്ങൾ നിന്നു: മൂർഖൻ ഞങ്ങളെ ശ്രദ്ധിക്കുകയാണെന്ന് എനിക്ക് മനസ്സിലായി. അവൻ രോഷത്തോടെ ചീറ്റിക്കൊണ്ട് കല്ലിൽ ആഞ്ഞാഞ്ഞുകൊത്തുകയായിരുന്നു. യമുനയെ വലിച്ചിഴച്ചുകൊണ്ട് ഞാൻ ഓടി. കുറച്ചിട പിന്നിട്ടപ്പോൾ അവർ കുഴഞ്ഞുവീണു. തിരിഞ്ഞുനോക്കിയപ്പോൾ മൂർഖൻ അതിന്റെ ശിരസ്സ് ഒരു മാളത്തിനുള്ളിലേക്ക് കടത്തിയിരിക്കുന്നത് കണ്ടു. ഞാൻ കൗതുകത്തോടെ നോക്കിനിന്നു. അതൊരു സ്വപ്നംപോലെയായിരുന്നു. പാമ്പിന്റെ നീണ്ട ശരീരം ഭൂമിക്കടിയിലേക്ക് ആഴ്ന്നിറങ്ങി. അവസാനം അതിന്റെ കൂർത്ത വാൽ ഒരു ശീല്ക്കാരത്തോടെ അപ്രത്യക്ഷമായപ്പോൾ ഒരുനിമിഷം ഞാൻ നിശ്ചലം നിന്നു. എന്റെ അടിവസ്ത്രം നനഞ്ഞതായി ഞാൻ അറിഞ്ഞു.

വീട്ടിലെത്തിയപ്പോൾ വാതിലുകളെല്ലാമടച്ച് ജനലുകൾ കുറ്റിയിട്ട് ഇരുട്ടുപിടിച്ച തളത്തിലേക്ക് ഞാൻ വന്നു. യമുന വേദനമൂലം ഞരങ്ങിക്കൊണ്ട്, എന്നെ അടുത്തേക്ക് വിളിച്ചു. ഇരുട്ടിൽ തപ്പിത്തടഞ്ഞ് അവർ കിടന്നിരുന്ന തണുത്ത തറയിലേക്ക് ഞാൻ ചെന്നു. എന്നെ കെട്ടിപ്പിടിച്ച് അവർ തറയിൽ കിടന്നുരുണ്ടു. എനിക്ക് ശ്വാസംമുട്ടുന്നുണ്ടായിരുന്നു. എന്റെ മുഖം അവരുടെ വീർത്ത വയറിലേക്കമർത്തി അവർ കരയാൻ തുടങ്ങി. “ഓ.. അത് കത്തുന്നു. അത് കത്തുന്നു” അവരുടെ പിടിയിൽനിന്ന് കുതറിമാറി ഒരു മൂലയിൽ ഇരുന്നുകൊണ്ട് ഞാൻ പറഞ്ഞു: “എനിക്ക് വീട്ടിൽ പോണം. ദയവുചെയ്ത് എന്നെ പറഞ്ഞയക്കൂ.” അവർ മറുപടി ഒന്നും പറഞ്ഞില്ല. യമുന എഴുന്നേറ്റ് ഇരുട്ടിൽ സാരി ധരിച്ചുകൊണ്ട് അടുക്കളയിലേക്ക് പോയി എനിക്ക് പാൽച്ചോറ് വിളമ്പിത്തന്നു.

വാതില്ക്കൽ ഒരു മുട്ട് കേട്ടു. യമുന എഴുന്നേല്ക്കുകയോ ഒരക്ഷരം ഉരിയാടുകയോ ചെയ്തില്ല. ജന്മിയുടെ വീട്ടിലേക്ക് എന്നെ പറഞ്ഞയയ്ക്കണമെന്ന് പുറത്തുനിന്ന് ശാസ്ത്രി ഉറക്കെ വിളിച്ചുപറഞ്ഞു: "നിനക്ക് വേണമെങ്കിൽ പൊയ്ക്കോ. നേരം വെളുക്കുമ്പോ അവര് നിന്നെ വീട്ടിൽ ആക്കിത്തരും."

"ഞാൻ പോകുന്നില്ല"ഞാൻ പറഞ്ഞു.

വാതിലിൽ ആഞ്ഞടിച്ചുകൊണ്ട് അവർ അലറി: "ഗ്രാമത്തിന്റെ മുഴുവൻ ആവശ്യമാണിത്. ക്ഷേത്രവിഗ്രഹം കളങ്കപ്പെടുത്തരുത്. നിന്റെ അച്ഛനെ വിളിക്കാൻ ആളെ വിട്ടിട്ടുണ്ട്. അദ്ദേഹം വരുമ്പോൾ വേണ്ട കർമ്മങ്ങളോടെ നിന്നെ ജാതിഭ്രഷ്ടയാക്കും. ഓർത്തോളൂ ക്ഷേത്രത്തിൽ പ്രവേശിക്കരുത്, നിന്റെ പാപം നിറഞ്ഞ കൈകളാൽ കുട്ടിക്ക് ഭക്ഷണം നല്കരുത്."

വീണ്ടും ശ്മശാനമൂകത. നേരം ഒരുപാട് വൈകിയിരിക്കണം. എപ്പോഴാണ് ഉറങ്ങിയതെന്ന് എനിക്കറിയില്ല. കണ്ണുതുറന്നപ്പോൾ ഒരു സാരി പുതച്ച് ഞാൻ കിടക്കുകയായിരുന്നു. യമുന എന്റെ അരികിലുണ്ടായിരുന്നില്ല. എനിക്ക് ദേഷ്യം വന്നു. അവർ വീണ്ടും പഴയ സ്ഥലത്തേക്ക് പോയിട്ടുണ്ടാവുമെന്ന് ഞാനൂഹിച്ചു. ഞാൻ അടുക്കളമുറ്റത്തേക്കിറങ്ങി.

എന്റെ ഭയം വർദ്ധിച്ചു. താഴ്ന്ന സ്ഥായിയിലുള്ള ഒരു ശബ്ദം എന്നെ ഞെട്ടിച്ചു. എന്നാൽ, അത് നിത്യവും ഭക്ഷണം യാചിക്കാൻ വരാറുള്ള കാത്തരയാണെന്ന് മനസ്സിലായപ്പോൾ ആശ്വാസമായി. യമുന ക്ഷേത്രപ്പറമ്പിലുണ്ടെന്നും എന്നെ അവിടേക്ക് കൊണ്ടുപോകണമെന്നും ഞാനവരോട് അഭ്യർത്ഥിച്ചു.

ഞങ്ങൾ പുറപ്പെട്ടു. കാത്തര മുമ്പേ നടന്നു. എന്റെ വെപ്രാളം നിമിത്തം വൈകുന്നേരം നടന്നതെല്ലാം ഞാൻ അവനോട് വിശദീകരിച്ചു പറഞ്ഞു. താഴ്ന്ന ജാതിക്കാരനായിരുന്നതിനാൽ അവൻ ഒന്നും സംസാരിച്ചില്ല. മറുപടി പറയാതെ പറയുന്നതെല്ലാം അനുസരിക്കുക എന്നതായിരുന്നു അവന്റെ കടമ. ഞങ്ങൾ കാട്ടിനുള്ളിലേക്ക് പ്രവേശിച്ചു. ചൂട്ട് ആഞ്ഞുവീശിക്കൊണ്ട് ഒരു മൂളിപ്പാട്ട് പാടാൻ തുടങ്ങി കാത്തര. പൊടുന്നനെ വലിയ ഒരു ഭയം എന്നെ വന്നുമൂടി. ഇവർ ഒരു മനുഷ്യനോ അതോ പിശാചോ? ചൂട്ടുവീശുന്ന ഈ ഇരുണ്ട, വൈരൂപ്യമേറിയ നഗ്നരൂപം? ഇരുണ്ട രാത്രികളിൽ പിശാചുക്കൾ കീഴ്ജാതിക്കാരുടെ ശരീരത്തിൽ പ്രവേശിക്കുമെന്ന് ഞാൻ കേട്ടിട്ടുണ്ട്. സ്വയം ബോദ്ധ്യപ്പെടുത്താനായി എന്നെപ്പോലെയുള്ള ഒരു ബ്രാഹ്മണബാലൻ ഒരിക്കലും ചെയ്യാൻ പാടില്ലാത്തത് ഞാൻ ചെയ്തു- അവനെ തൊടാനായി അവന്റെ അരികിലേക്ക് ഞാൻ ചെന്നു. എന്നാൽ അവൻ ഓടിയകന്നു. സ്പർശിക്കപ്പെടാൻ കീഴ്ജാതിക്കാർ ഇഷ്ടപ്പെടാറില്ല. അതൊരു ശാപം പോലെയാണവർക്ക്. എനിക്കറിയാമായിരുന്നു. പക്ഷേ, കാട്ടിലെ പടുകൂറ്റൻ വൃക്ഷങ്ങളുടെ ദൃശ്യവും ചൂട്ടിന്റെ പ്രകാശത്തിൽ തെളിഞ്ഞുകണ്ടിരുന്ന ഇരുണ്ടരൂപവും സഹിക്കാവുന്നതിലപ്പുറ മായിരുന്നു.

മടങ്ങിപ്പോകണമെന്ന് എനിക്ക് തോന്നി. മരങ്ങൾക്കും കുറ്റിക്കാടുകൾക്കുമിടയിൽനിന്നപ്പോൾ കാട്ടിലെ ഹിംസ്രമൃഗങ്ങൾ എന്റെ നേർക്കിഴഞ്ഞുവരുംപോലെ എനിക്ക് അനുഭവപ്പെട്ടു. ഒരു സ്വപ്നാടകനെപ്പോലെ ഞാൻ കാത്തരയുടെ പിമ്പേ നടന്നു.

പാമ്പിൻമാളത്തിനടുത്തെത്തിയപ്പോൾ യമുന ഏകയായി അവിടെയുണ്ടായിരുന്നു. അവൾ മാളത്തിനരികെ കുമ്പിട്ട് ഇരിക്കയായിരുന്നു. അവളുടെ ഒരു കൈ മാളത്തിനുള്ളിലായിരുന്നു. ഞാൻ അനിയന്ത്രിതമായി വിറയ്ക്കാൻ തുടങ്ങി. ഒരു, മൂർഖൻ തന്റെ പക പന്ത്രണ്ടുവർഷം മനസ്സിൽ കൊണ്ടുനടക്കുമെന്ന് എപ്പോഴും പറയാറുണ്ട്. മാളത്തിലെ ഇരുട്ടിൽ അവൻ എന്നെയും കാത്തിരിപ്പുണ്ടാവും. ഞാൻ ഒരു വടിയെടുത്ത് യമുനയെ തള്ളിമാറ്റി. അവർ എഴുന്നേറ്റുകൊണ്ട് എന്നോട് പൊയ്ക്കൊള്ളാൻ ആജ്ഞാപിച്ചു. ഞാൻ വിസമ്മതിച്ചപ്പോൾ അവർ എന്നോടൊപ്പം നടക്കാൻ തുടങ്ങി. മൂളിപ്പാട്ടും പാടി കാത്തര ഞങ്ങളെ വീട്ടിലേക്ക് നയിച്ചു.

വീട്ടിലെത്തിയശേഷം യമുനയുമായി എനിക്ക് വഴക്കിടേണ്ടിവന്നു. അല്പം അകലെ താഴ്ന്ന ജാതിക്കാർ താമസിക്കുന്ന ഒരു ഗ്രാമത്തിലേക്ക് തന്നോടൊപ്പം വരാൻ അവർ എന്നെ നിർബ്ബന്ധിച്ചു. ഇല്ലെങ്കിൽ പിന്നെ എന്തിനാണ് തന്നെ മരിക്കാൻ സമ്മതിക്കാത്തത് എന്നവർ ദേഷ്യത്തോടെ ആരാഞ്ഞു. ഒരിടവഴിയിലൂടെ ഞങ്ങൾ നടന്നു. യാത്രയിലുടനീളം ഞാൻ ഏങ്ങിക്കരയുകയായിരുന്നു. അല്പം കഴിഞ്ഞ് ഞങ്ങളൊരു മൺകുടിലിലെത്തി. അവിടെ ഒരു ചിമ്മിനിവിളക്കിന്റെ വെളിച്ചത്തിൽ സ്കൂൾ അദ്ധ്യാപകൻ നില്ക്കുന്നത് ഞാൻ കണ്ടു. അദ്ദേഹം അവളെ മറ്റൊരു കുടിലിലേക്ക് കൊണ്ടുപോയി. പുറത്ത് കാത്തുനില്ക്കാൻ യമുന എന്നോടാവശ്യപ്പെട്ടു.

അതൊരു കീഴ്ജാതിക്കാരന്റെ വീടായിരുന്നു. മത്സ്യത്തിന്റെയും കോഴിക്കൂട്ടിൽനിന്നും വന്നിരുന്ന കാഷ്ഠത്തിന്റെയും നാറ്റത്തിൽനിന്ന് എനിക്കത് മനസ്സിലായി. യാഥാസ്ഥിതിക ബ്രാഹ്മണ കുടുംബത്തിൽ ജനിച്ചുവളർന്ന ഞാൻ അത്തരം ഒരു സ്ഥലത്ത് ഒരിക്കലും കാൽകുത്തിയിട്ടില്ല. അർദ്ധനഗ്നയായ ഒരു സ്ത്രീ ഞാനിരുന്നേടത്തുവന്ന് പുറത്തേക്ക് കാറിത്തുപ്പി. എന്റെ വേഷവും രൂപവും അത്തരം ഒരു സ്ഥലത്തിന് ഒരിക്കലും അനുയോജ്യമായിരുന്നില്ല. വരട്ടെ. ഞാൻ മനസ്സിൽ പറഞ്ഞു. എന്റെ അച്ഛൻ വന്നോട്ടെ, അദ്ദേഹം യമുനയെ പാഠംപഠിപ്പിച്ചുകൊള്ളും.

കുറച്ചുപേർ വന്ന് ഉറക്കെ പ്രഭുവിനെ വിളിച്ചു. ഒരു വിളക്കും പിടിച്ച് അയാൾ പുറത്തുവന്നു. റൗഡിയുടേതുപോലെ മീശവെച്ച ആ പരുക്കൻ മനുഷ്യൻ മൺകുടുക്കയിൽ പകർന്നുകൊടുക്കുന്ന വസ്തു പനങ്കള്ള് ആയിരിക്കുമെന്ന് ഭയത്തോടെ ഞാൻ മനസ്സിലാക്കി. ഈ കള്ളുഷാപ്പിൽ നിന്നായിരിക്കണം ചില കീഴ്ജാതിക്കാർ സന്ധ്യ കഴിഞ്ഞാൽ ആടിയാടി പുലഭ്യം പറഞ്ഞുകൊണ്ട് പുറത്തുവരുന്നത്. നേരത്തെ കാറിത്തുപ്പിയ സ്ത്രീ പുറത്ത് വന്ന് പതിവുകാർക്ക് ഒരിലയിൽ മത്സ്യം വിളമ്പി. എനിക്ക്

ഛർദ്ദിക്കണമെന്നു തോന്നി. അത്ര രൂക്ഷമായിരുന്നു അതിന്റെ ഗന്ധം. തന്റെ ഒഴിഞ്ഞ കുടുക്ക നിറയ്ക്കാനായി ഇരുട്ടിൽനിന്ന് പുറത്തുവന്ന ഒരു രൂപം എന്നെ അവിടെ കണ്ട് ഉറക്കെ പരിഹസിച്ച് ചിരിക്കാൻ തുടങ്ങി. ഒരു ബ്രാഹ്മണ ബാലനെ കള്ളുഷാപ്പിൽ കാണുകയെന്നത് അയാൾക്ക് തമാശയായി തോന്നിയിരിക്കണം. ഞാൻ ഭയന്ന് കുടിലിനകത്തേക്ക് പാഞ്ഞു.

യമുന അവിടെ അവശയായി ഒരു പായയിൽ കിടന്നിരുന്നു. അരയിൽ ഒരു തുണി അലസമായി ചുറ്റിയതൊഴിച്ചാൽ അവൾ പരിപൂർണ്ണ നഗ്നയായിരുന്നു. ഞാൻ അന്തംവിട്ടുനിന്നു. കൈകൾ നിവർത്തി, കണ്ണുകളടച്ച് മരിച്ചപോലെയുള്ള അവരുടെ കിടപ്പ് കാണുക എന്നത് എനിക്ക് ഭയജനകമായിരുന്നു. അവരുടെ അടുത്തുചെന്ന് ഞാൻ എന്റെ മേൽവസ്ത്രംകൊണ്ട് അവരുടെ മാറിടം മറച്ചു. കരച്ചിലമർത്തി ക്കൊണ്ട് ഞാൻ മന്ത്രിച്ചു "യമുനാ, എണീക്കൂ.... എനിക്ക് വീട്ടിൽ പോകണം. എനിക്കുറക്കം വരുന്നു."

പൊടുന്നനെ സ്കൂൾ അദ്ധ്യാപകൻ എന്നെ പിടിച്ചുയർത്തി പുറത്തേക്ക് കൊണ്ടുവന്നു. പ്രഭു പുറത്തുവന്ന് അദ്ദേഹത്തോട് പറഞ്ഞു: "എല്ലാം ശരിയായി. നിങ്ങൾക്ക് ഇനി പോകാം." അദ്ധ്യാപകൻ എന്തോ മന്ത്രിച്ചുകൊണ്ട് തന്റെ കുപ്പായക്കീശയിൽനിന്ന് കുറച്ചു പണമെടുത്ത് അയാളുടെ കൈയിൽ കൊടുത്തു. വെളുപ്പിനുള്ള ട്രെയിനിൽ അദ്ധ്യാപകൻ നാട്ടിലേക്ക് പോവുകയാണെന്ന് അദ്ദേഹത്തിന്റെ സംസാരത്തിൽനിന്ന് മനസ്സിലായി. തന്റെ ടോർച്ചും മിന്നിച്ച് തിടുക്കത്തിൽ അദ്ദേഹം യാത്രയായി.

എല്ലാം ഒരു ദു:സ്വപ്നം പോലെയായിരുന്നു. എപ്പോഴാണ് ഉറങ്ങിപ്പോയതെന്ന് എനിക്ക് ഓർമ്മയുണ്ടായിരുന്നില്ല. അതൊരു തെളിഞ്ഞ പ്രഭാതമായിരുന്നു ഒരേയൊരു സംഭവം മാത്രം എനിക്ക് ഓർമ്മിക്കാൻ കഴിഞ്ഞു-വേദം പഠിക്കാനായി ഉദുപ്പയുടെ ഭവനത്തിൽ ഒരു പുലർച്ചെ കാളവണ്ടിയിൽ എന്നെ പറഞ്ഞയച്ചത്. എന്നാൽ, എന്തിന് ഞാനീ വീട്ടിലേക്ക് വന്നു? മുറ്റത്ത് ഒരു കോഴി ചിക്കിച്ചിനക്കുന്നുണ്ടാ യിരുന്നു. പനങ്കള്ളിന്റെ മനംമടുപ്പിക്കുന്ന ഗന്ധവും വെറുപ്പുളവാക്കുന്ന തായിരുന്നു. കോഴി ഛർദ്ദിലും ചിക്കിച്ചിനക്കിയിരുന്നു. അത് എന്റേതാണോ എന്ന് ഞാനതിശയിച്ചു. വൃത്തികെട്ട ഷർട്ടും നിക്കറും ധരിച്ച് തല മൊട്ടയടിച്ച എന്റെ പ്രായമുള്ള ഒരു കുട്ടി മുറ്റത്ത് ഓടിക്കളിച്ചിരുന്നു. അവൻ നിക്കർ താഴ്ത്തി മൂത്രമൊഴിച്ചു. തുടർന്ന് ഒരു കോഴിയുടെ പിറകെ ഓട്ടമായി.

വീണുപോകാതിരിക്കാൻ കൈകൾ ചുമരിൽ താങ്ങി യമുന മുടന്തിക്കൊണ്ട് കടന്നുവന്നു. അവർ വിളറിയും ക്ഷീണിച്ചും കാണപ്പെട്ടിരുന്നു. എന്നെ കണ്ടപാടെ അവർ കരയാൻ തുടങ്ങി. ഞാൻ അടുത്തുചെന്ന് അവരുടെ കൈകളിൽ പിടിച്ചു. പ്രഭു പറഞ്ഞു: "ഇത്തിരി നേരം നിങ്ങളിവിടെ വിശ്രമിച്ചോളൂ'' പക്ഷേ, യമുന അവനെ

നോക്കുകപോലും ചെയ്തില്ല.

യമുന എന്റെ കൈയിൽ പിടിച്ച് അബോധാവസ്ഥയിലെന്നപോലെ നടന്നു. വീട്ടിലേക്ക് തിരിച്ചുപോകുന്നത് എനിക്ക് സന്തോഷകരമായിരുന്നു. പ്രഭുവിന്റെ വീട് പിന്നിട്ട് കുറേ ചെന്നപ്പോൾ യമുനയുടെ നരച്ച സാരിയിൽ രക്തത്തുള്ളികൾ കണ്ട് ഞാൻ ഉറക്കെ കരഞ്ഞു. "യമുനാ.... ചോര വരുന്നു!" വഴിയിലുടനീളം ചോരപ്പാടുകൾ കാണപ്പെട്ടു. അവർ മണ്ണിൽ കുഴഞ്ഞുവീണു. ഞാൻ അവരോടൊപ്പം ഇരുന്നു. ഓടിപ്പോയി സ്വല്പം വെള്ളം കൊണ്ടുവരണോ എന്ന് ഞാൻ ആലോചിച്ചു. അല്പം കഴിഞ്ഞ് അവർ കണ്ണുതുറന്നു. അവർ ഒന്നും ഉരിയാടിയില്ല.

ശാസ്ത്രിയും ജന്മിയുടെ മകനും കുറച്ച് ബ്രാഹ്മണ യുവാക്കളും ഞങ്ങളുടെ നേർക്ക് നടന്നുവരുന്നത് ഞാൻ കണ്ടു.

യമുനയെ കുലുക്കിവിളിച്ചുകൊണ്ട് ഞാൻ പറഞ്ഞു: "എണീക്കൂ... അവര് വരുന്നു. നമുക്ക് പോകാം."

അവർ മറുപടി പറഞ്ഞില്ല. അക്ഷമയോടെ ഞാൻ വീണ്ടും അവരെ കുലുക്കിവിളിച്ചു. "നമുക്ക് പോകാം യമുനാ. ഞാൻ നിങ്ങളെ എന്റെ അമ്മയുടെ അടുത്ത് കൊണ്ടുപോകാം. അവര് നിങ്ങളെ സഹായിക്കും.

"എനിക്ക് തീരെ വയ്യ എന്റെ കുട്ടീ, നീ അവരുടെ കൂടെ പോ."

"പക്ഷേ, നിങ്ങൾ കാണുന്നില്ലേ? അവര് നിങ്ങളെ തേടിവരികയാണ്. യമുനാ, ദയവുചെയ്തു എഴുന്നേല്ക്കൂ."

ഞാൻ കരയാൻ തുടങ്ങി.

"അത് സാരമില്ല മോനേ, അവര്...." എന്റെ കവിൾ തലോടി അവർ മന്ത്രിച്ചു. "അവരു വന്നോട്ടെ." അവർ അടുത്തെത്തി, യമുന പണിപ്പെട്ട് തലയല്പമുയർത്തി പറഞ്ഞു: "അവര് നിന്റെ അച്ഛന്റെയും അമ്മയുടെയും അടുത്താക്കും. എന്റെ കുട്ടി കരയാതെ," അവർ തൊട്ടടുത്തെത്തി. ഞാൻ യമുനയെ മുറുകെ കെട്ടിപ്പിടിച്ചു. അവർ എന്റെ പുറം തലോടി. ശാസ്ത്രി എന്നെ ബലമായി പിടിച്ചുമാറ്റി. "യമുനാ... യമുനാ..." കുതറിക്കൊണ്ട് ഞാനലറിയെങ്കിലും വിദൂരതയിൽ തറച്ച നിർജ്ജീവമായ കണ്ണുകളോടെ യമുന കിടന്നു.

തമ്പരയുടെ കഥ

കെ പി പൂർണ്ണചന്ദ്ര തേജസ്വി

"തമ്പരഷെട്ടിക്ക് ഭ്രാന്ത് പിടിച്ചിരിക്കുന്നു!" പാദുഗെരെയിലെ ജനങ്ങൾ പറഞ്ഞു. നഗരത്തിൽ അക്കാലത്ത് വസിച്ചിരുന്ന ഇരുപത്തിയഞ്ചിൽപ്പരം ഭ്രാന്തന്മാരിൽ ഏറ്റവും പുതിയ ആളായിരുന്നു അയാൾ. ഒരു ദിവസം പൊടുന്നനെ ബുദ്ധിഭ്രമത്തിന്റെ പിടിയിലമർന്നവരായിരുന്നില്ല ഇവരെല്ലാം. പടിപടിയായി മിക്കവാറും പ്രവചനാത്മകതയോടെ ഭ്രാന്തിലേക്ക് വഴുതിവീണവരായിരുന്നു അവർ. ഇങ്ങനെയൊക്കെയാണ് ലോകത്ത് കാര്യങ്ങൾ നടക്കുന്നത് എന്നമട്ടിൽ അനുകമ്പാപൂർവ്വം ജനങ്ങൾ ആ സത്യം അംഗീകരിക്കുകമാത്രം ചെയ്തു. എങ്കിലും ഓരോ ഭ്രാന്തന്റെ പിന്നിലും ഓരോ കഥയുണ്ടെന്ന് തോന്നുന്നു.

വർഷങ്ങളായി നഗരവാസികൾക്ക് പരിചിതനായിരുന്നു തമ്പരഷെട്ടി. ബ്രിട്ടീഷുകാർ ഭരിച്ചിരുന്ന കാലത്ത് അയാൾ സർക്കാർ സർവ്വീസിൽ പ്രവേശിച്ചു. എല്ലായ്പ്പോഴും ബ്രിട്ടീഷുകാരെക്കുറിച്ച് ഓർക്കുകയും അവരുടെ അച്ചടക്കത്തെക്കുറിച്ചും കാര്യപ്രാപ്തിയെക്കുറിച്ചും പ്രശംസാപൂർവ്വം സംസാരിക്കുകയും ചെയ്തിരുന്ന രണ്ടുപേരാണ് പാദുഗെരെയിൽ ഉണ്ടായിരുന്നത്. ഒന്ന് ഡോക്ടർ സിൽവ, മറ്റേയാൾ തമ്പരഷെട്ടി.

ബ്രിട്ടീഷ് ഭരണകാലത്ത്, കസ്റ്റംസ് ഹൗസിൽ ചുങ്കം പിരിക്കാനായി തമ്പരയെ ചുമതലപ്പെടുത്തിയപ്പോൾ അയാൾ നിലത്തൊന്നുമായിരുന്നില്ല. ജനങ്ങളുടെ കണ്ണിൽ ഒരു പ്രധാനപ്പെട്ട വ്യക്തി ആയിരുന്നതുകൊണ്ടു മാത്രമല്ല, പാദുഗെരെയിൽ വില്ക്കാനായി പച്ചക്കറിയും മത്സ്യവും അതുപോലെയുള്ള മറ്റ് സാധനങ്ങളും കൊണ്ടുവന്നിരുന്നവർ

നികുതിക്കുപുറമെ അയാൾക്ക് ദയാപൂർവ്വം സമ്മാനങ്ങൾ നല്കിയിരുന്നതുകൊണ്ടുമായിരുന്നു അത്

അക്കാലത്തായിരുന്നു രാജ്യത്ത് ലഹളപോലെയൊന്ന് പൊട്ടിപ്പുറപ്പെട്ടത്. സ്വാതന്ത്ര്യസമരമായിരുന്നു അത്. രണ്ടാംലോക മഹായുദ്ധത്തിന്റെ മുറിവുകൾ ഉണങ്ങിവരുന്നതേയുണ്ടായിരുന്നുള്ളൂ. ഈ പുതിയ ലഹള രാജ്യത്തെ ചൂടാക്കി. മംഗലാപുരത്തുനിന്ന് 'അപ്പി' എന്ന് വിളിച്ചിരുന്ന അപ്പമായെ അയാൾ വിവാഹം കഴിച്ച അവസരം. ടോൾഗേറ്റിനരികിലിരുന്ന് ദമ്പതികൾ സ്വാതന്ത്ര്യസമരത്തെക്കുറിച്ച് സംസാരിച്ചു. ബ്രിട്ടീഷുകാർക്കെതിരെ ലഹള നയിച്ചിരുന്ന ഗാന്ധിജിയുടെ പേര് അവർ പലപ്പോഴും കേട്ടിരുന്നു. ബ്രിട്ടീഷുകാരെ നാട്ടിൽനിന്നും ഓടിക്കണം എന്ന കാര്യമൊഴികെ സമരത്തെക്കുറിച്ച് വ്യക്തമായ ഒരു ധാരണ അവർക്കുണ്ടായിരുന്നില്ല. സ്വന്തം നാട്ടിൽ സ്വന്തം ആളുകൾക്കിടയിൽ സന്തുഷ്ടിയോടെ താമസിക്കുന്നതിനു പകരം ബ്രിട്ടീഷുകാർ ഇവിടെ ഇന്ത്യയിൽ കറുത്തവരോടൊപ്പം പരിഹാസ്യമാംവിധം അലഞ്ഞുതിരിയുന്നതെന്തിനെന്ന് അയാൾ അതിശയിച്ചു. ഗാന്ധി പറഞ്ഞിരുന്നതിൽ അല്പം സത്യമുണ്ടായിരുന്നുവെന്ന് അയാൾക്ക് ഗ്രഹിക്കാൻ കഴിഞ്ഞു. എന്നാൽ, സത്യഗ്രഹസമരം നികുതി നല്കൽ നിറുത്തിവെക്കുക, ടെലഗ്രാഫ് കമ്പികൾ മുറിക്കുക തുടങ്ങിയ പ്രവർത്തനങ്ങളുമായി മുന്നേറിയപ്പോൾ താനൊരു ആശയക്കുഴപ്പത്തിലായപോലെ അയാൾക്ക് തോന്നി. തബര ദുഃഖിതനായി "ഈ ഗാന്ധിയെ പിശാച് പിടിക്കട്ടെ!" അയാൾ മുരണ്ടു. പാദുഗെരെയിലെ 'സർക്യൂട്ട് ഹൗസിൽ' ഒരു ശിപായിയുടെ ജോലി തരപ്പെടുത്തിക്കൊണ്ട് അയാൾ കസ്റ്റംസ് ഹൗസിൽനിന്നും രക്ഷപ്പെട്ടു. അവിടെ വെള്ളക്കാരോടിടപഴകിയും പരിചരിച്ചും കഴിഞ്ഞപ്പോൾ തബരയ്ക്ക് ബോദ്ധ്യമായി കാഴ്ചയിൽ വ്യത്യസ്തരാണെങ്കിലും തന്നെപ്പോലെ മനുഷ്യജീവികളാണ് അവരെന്ന്.

ഇതിനിടെ, സത്യഗ്രഹസമരം കാട്ടുതീപോലെ പടർന്നു പിടിച്ചിരുന്നു. സമ്പന്നവും പ്രശസ്തവുമായ ഭവനങ്ങളിൽ നിന്നുപോലും കുട്ടികൾ ഗാന്ധിജിയുടെ സമരത്തിൽ പങ്കാളികളാകാൻ വീടുവിട്ടിറങ്ങി. നിസ്സഹകരണപ്രസ്ഥാനക്കാരെയും സത്യഗ്രഹക്കാരെയും അടിക്കുകയും വെടിവെക്കുകയും ചെയ്തുകൊണ്ട് പൊലീസുകാർ എമ്പാടും ഓടിനടന്നു. ഈ വക കാര്യങ്ങളിൽ വ്യക്തമായ ഒരു കാഴ്ചപ്പാട് തബരയ്ക്കില്ലായിരുന്നു. ജനങ്ങൾ ടെലഗ്രാഫ് കമ്പികൾ മുറിക്കുന്നു എന്നു കേട്ടപ്പോൾ അയാൾക്ക് ഗാന്ധിയോട് ദേഷ്യം തോന്നി. പൊലീസുകാർ ജനങ്ങളെ വെടിവെക്കുന്നു എന്നു കേട്ടപ്പോഴാകട്ടെ അയാളുടെ രോഷം ബ്രിട്ടീഷുകാർക്ക് നേരെയായി. സ്വാതന്ത്ര്യപ്രസ്ഥാനത്തിന്റെ ചൂട് വർദ്ധിച്ചുവരികയും നാട്ടിൻപുറങ്ങളിൽപോലും അത് പരക്കുകയും ചെയ്തു. തബരയ്ക്കും തന്റെ വെളുത്ത യജമാനന്മാരെ ഭക്തിപൂർവ്വം സേവിക്കുന്ന കാര്യത്തിൽ മനഃശങ്ക

തോന്നിത്തുടങ്ങി. മാത്രമല്ല ബ്രിട്ടീഷ് ഉദ്യോഗസ്ഥർക്ക് അകമ്പടി സേവിച്ചിരുന്ന ആംഗ്ലോ ഇന്ത്യൻ ബട്‌ലർമാർ എല്ലായ്പ്പോഴും വെറുപ്പോടെയും സംശയത്തോടെയുമാണ് അയാളോട് പെരുമാറിയിരുന്നത്. എന്തുമാത്രം പീഡിതനാണ് തന്റെ ഭർത്താവ് എന്ന് മനസ്സിലാക്കിയ അപ്പി അയാളോട് ഒരു സ്ഥലംമാറ്റത്തിന് ശ്രമിക്കാൻ അഭ്യർത്ഥിച്ചു. ഇത്തവണ താലൂക്ക് ഓഫീസിലേക്കാണ് അയാളെ നിയമിച്ചത്. താലൂക്ക് ഓഫീസിൽ ഒരു ശിപായിയായി തബര നിയമിതനായപ്പോഴേക്കും ഇന്ത്യ സ്വാതന്ത്ര്യം നേടിയിരുന്നു. ഒന്നൊന്നായി വെളുത്ത മുഖങ്ങൾ അപ്രത്യക്ഷമായി. തന്റെ സ്വന്തം നാട്ടുകാരുടെ കൈകളിലായി ഇപ്പോൾ ഭരണകൂടം. താലൂക്ക് ഓഫീസ് കൂടാതെ ഇപ്പോൾ കോഫിബോർഡ്, എക്സൈസ് ഡിപ്പാർട്ട്മെന്റ് എന്നീ സ്ഥാപനങ്ങൾകൂടി പുതുതായി രൂപവല്ക്കരിക്കപ്പെട്ടു.

തുടക്കത്തിൽ ഏത് വിഭാഗത്തിലാണ് തബര ഉൾപ്പെടുന്നതെന്നും ശമ്പളമെന്തായിരിക്കണമെന്നും ഒരു തർക്കം നിലനിന്നിരുന്നു. ഒരു ഡിപ്പാർട്ട്മെന്റിൽനിന്നും മറ്റൊന്നിലേക്ക് മാറ്റിമാറ്റി അവസാനം മുനിസിപ്പാലിറ്റിയിലെ ജോലിക്കാരനായി അയാൾ സ്ഥിരീകരിക്കപ്പെട്ടു. കുറച്ചുവർഷങ്ങൾകൂടി കടന്നുപോയി. അപ്പോഴേക്കും തബരയ്ക്ക് പെൻഷൻ പ്രായമായി. ചിലപ്പോഴെല്ലാം ജോലിയുടെ സമ്മർദ്ദം അയാൾക്കനുഭവപ്പെട്ടു. ഉൽക്കണ്ഠയുടെയും ചിന്താകുഴപ്പങ്ങളുടെയും നിമിഷങ്ങളുമുണ്ടായിരുന്നു. പക്ഷേ, ഇതിന് ഏറെയും കാരണം അയാളുടെ മാനസികാരോഗ്യത്തേക്കാൾ പാദുഗെരെയിലെ ഭരണ സംവിധാനമായിരുന്നു. ചിത്തഭ്രമത്തിന്റെ യാതൊരു ലക്ഷണവും അയാളിൽ പ്രകടമായിരുന്നില്ല.

രാജ്യം സ്വതന്ത്രമായിട്ട് ഇരുപത്തിയഞ്ച് വർഷം കടന്നുപോയി. ഗാന്ധിജി ജനങ്ങളുടെ മനസ്സിൽ ഒരോർമ്മ മാത്രമായിമാറി.

പെൻഷൻ പറ്റുന്നതിനു കുറച്ചുദിവസം മുമ്പ് തബര, കോഫീ ഡിപ്പോവിലെ നികുതി പിരിക്കാൻ നിയമിതനായി. അവിടത്തെ മാനേജരും മുനിസിപ്പാലിറ്റിയും തമ്മിലുള്ള തർക്കത്തിന് ആദ്യദിവസം തന്നെ അയാൾക്ക് സാക്ഷിയാകേണ്ടിവന്നു.

കോഫി എന്നത് ഒരു ''കയറ്റുമതി'' ഉല്പന്നമാകയാൽ, മുനിസിപ്പാലിറ്റി ചുമത്തുന്ന തീരുവയിൽനിന്നും അതിനെ ഒഴിവാക്കണമെന്ന് മാനേജർ വാദിച്ചു. ഇതിനിടെ, രമണ എന്നുപേരായ നഗരത്തിലെ ഒരു കാപ്പികച്ചവടക്കാരൻ താൻ രണ്ടുതവണ നികുതിയടയ്ക്കാൻ നിയുക്തനായതിനെതിരെ പ്രതിഷേധസ്വരമുയർത്തി. കാപ്പികൃഷിക്കാരും നികുതി നല്കാൻ വിസമ്മതിച്ചു. ഇതെല്ലാം തബരയെ ആശയക്കുഴപ്പത്തിലാക്കിയിരുന്നു. ഗാന്ധി മരിച്ച് ഏറെനാൾ കഴിഞ്ഞിരുന്നെങ്കിലും അദ്ദേഹത്തിന്റെ സമരരീതി ഇപ്പോഴും നിലനില്ക്കുന്നുവെന്ന് തോന്നിപ്പിച്ചു. കലഹം ഒത്തുതീരുംമുമ്പേ തബര രണ്ട് രസീതുകൾ നികുതിനല്കാൻ വിസമ്മതിച്ച രണ്ട് കാപ്പികൃഷി

ക്കാർക്ക് നല്കി.

നികുതി പിരിക്കാതെ അവർക്ക് രസീത് നല്കിയതിൽ മുനിസിപ്പാലിറ്റി പ്രസിഡന്റ് തബരയെ കുറ്റപ്പെടുത്തി. മുന്നൂറ്റിഅറുപത് രൂപ പിഴയടയ്ക്കാൻ അദ്ദേഹം തബരയ്ക്ക് ഉത്തരവിട്ടു. തന്റെ മാസശമ്പളമായ അറുപത് രൂപയിൽനിന്ന് വേണമായിരുന്നു തബരയ്ക്ക് ഈ പിഴയടയ്ക്കാൻ. തന്നെ കുഴപ്പത്തിൽ ചാടിച്ച സ്വന്തം കൈയിനെതന്നെ അയാൾ ശപിച്ചു.

ഇതിനിടെ, അപ്പിയുടെ ആരോഗ്യം പടിപടിയായി ക്ഷയിക്കുകയായിരുന്നു. തനിക്ക് കുട്ടികളില്ലല്ലോ എന്ന ചിന്ത ആ സാധുസ്ത്രീയുടെ മനസ്സിനെ നീറ്റുന്നുണ്ടെന്ന് തബര അയൽവാസികളോട് പലപ്പോഴും പറയാറുണ്ട്. “ഞങ്ങൾക്ക് എന്ത് ചെയ്യാൻ കഴിയും?” അയാൾ അവരോട് പറഞ്ഞു: “ദൈവത്തിന് അതിന് മനസ്സില്ല .... എന്റെ ഭാര്യക്ക് ഒരു കുഞ്ഞിനെ നല്കാൻ കഴിയാത്തവിധം എന്നെ പണിത്തിരക്കിലാക്കി അവൻ.”

കൂനിന്മേൽ കുരുവെന്നപോലെ തന്റെ ഭാര്യക്ക് തങ്ങളുടെ ശത്രുക്കളിലാരോ കൈവിഷം നല്കിയിട്ടുണ്ടെന്ന സംശയത്തിന്റെ വിത്ത് ആരോ ഒരാൾ തബരയുടെ മനസ്സിൽ പാകി. അവരുടെ മൂത്രത്തിൽ പുളിയില ഇടുക തുടങ്ങി നിരവധി പരീക്ഷണങ്ങൾക്ക് തബര അവരെ വിധേയമാക്കി. പക്ഷേ, ഒരു പ്രയോജനവുമുണ്ടായില്ല. അവസാനം ജൂബേദാബീബി എന്നൊരു സ്ത്രീ, വിഷത്തിന്റെ മറുമരുന്ന് തന്റെ കൈവശമുണ്ടന്ന് അവകാശപ്പെട്ടപ്പോൾ അയാളവർക്ക് പണം നല്കി. മരുന്ന് കഴിച്ച് അപ്പമ്മ ഛർദ്ദിച്ചപ്പോൾ അതിലേക്ക് ചൂണ്ടിക്കാട്ടി അതാണ് വിഷമെന്ന് ജുബേദാബീബി പറഞ്ഞു. തുടർന്ന് ഒരു പൊടി അയാൾക്ക് കൊടുത്തുകൊണ്ട് അവർ പറഞ്ഞു: “നിന്റെ ഭാര്യ ഇത് കഴിക്കട്ടെ, വെറും മൂന്നുനാല് ദിവസത്തിനകം നിന്റെ ഭാര്യയുടെ കവിളിലെ നിറം തിരിച്ചുവരും.” അപ്പി മരുന്ന് കഴിച്ചുതീർത്തെങ്കിലും അതുകൊണ്ട് യാതൊരു ഗുണവുമുണ്ടായില്ല.

ഈ ചികിത്സയുടെ ഇടയിൽ തബര ഒരു കാര്യം ശ്രദ്ധിച്ചു. അപ്പിയുടെ മൂത്രം ഉറുമ്പുകളാൽ പൊതിയപ്പെട്ടിരുന്നു. അത്തരം എന്തെങ്കിലും അസുഖമാവും അവൾക്ക് എന്നയാൾ സംശയിച്ചു.

അവസാനം അയാൾ അവരെ ഡോക്ടർ സിൽവയുടെ അരികിലേക്ക് കൊണ്ടുപോയി. അദ്ദേഹം അവരെ പരിശോധിച്ച ഉടൻതന്നെ പ്രമേഹമാണെന്ന് സംശയിക്കുകയും പരീക്ഷണങ്ങളെല്ലാം അതുറപ്പിക്കുകയും ചെയ്തു.

‘‘താങ്കൾക്കറിയാമോ ഇത് പണക്കാരുടെ അസുഖമാണ്!’’ ഡോ.സിൽവ തമാശ പറഞ്ഞു: “എന്റെ പരിചയത്തിൽ ഒന്നോ രണ്ടോ വെള്ളക്കാർക്ക് മാത്രമേ ഞാനീ രോഗം കണ്ടിട്ടുള്ളൂ. നിങ്ങളുടെ ഭാര്യക്ക് ഇതെങ്ങനെ കിട്ടി? ഒരു പക്ഷേ, ഇതിനർത്ഥം നിങ്ങൾ പണക്കാരാകാൻ പോകയാണെന്നായിരിക്കും.”

കുറച്ച് ഗുളികകൾക്ക് എഴുതിക്കൊടുത്തുകൊണ്ട് രോഗം

ഭേദമാവുന്നില്ലെങ്കിൽ കുത്തിവെപ്പ് എടുക്കേണ്ടിവരുമെന്ന് അദ്ദേഹം അയാളോട് പറഞ്ഞു. തബര ഭാര്യയോട് പറഞ്ഞു: “നീ കേട്ടില്ലേ? നിനക്കെന്തോ രാജകീയ അസുഖമാണ് പിടിപെട്ടിരിക്കുന്നതെന്ന്! വെള്ളക്കാരൻ സായിപ്പിന്റെ അന്തസ്സ് നമുക്കില്ലെങ്കിലെന്താ, അവരുടെ രോഗമെങ്കിലും കിട്ടിയല്ലോ എന്നോർത്ത് സന്തോഷിക്കാം.”

വെള്ളക്കാരുടെ രോഗത്തിൽനിന്ന് അവരുടെ വിഷയം ബ്രിട്ടീഷ് ഭരണത്തെക്കുറിച്ചായി. ഡോ.സിൽവയും തബരയും ഒരുപാട് നേരം വർത്തമാനം പറഞ്ഞു. അപ്പിക്ക് അവർ പറയുന്നത് കാര്യമായൊന്നും പിടികിട്ടിയില്ല.

വീട്ടിലേക്ക് നടക്കുമ്പോൾ, ദീനം തങ്ങൾക്കൊന്നും നേടിത്തന്നില്ലെന്ന് മാത്രമല്ല, കൈയിലെ അവസാന പൈസയും ചെലവായി മുക്കാലും ഭിക്ഷക്കാരായി അവരെ മാറ്റിയല്ലോ എന്ന ചിന്തയിലായിരുന്നു തബര.

പാദുഗെരെ മുനിസിപ്പാലിറ്റി ബോർഡ് പിരിച്ചുവിട്ടു. അതിന്റെ കാലാവധി അവസാനിക്കാറായിരുന്നു. പുതിയ തിരഞ്ഞെടുപ്പ് സമാഗതമായിരുന്നു. ഇടക്കാലചുമതല തഹസിൽദാർ ഏറ്റെടുത്തു.

തബരയ്ക്ക് താലൂക്ക് ഓഫീസിൽനിന്ന് ഒരു അറിയിപ്പ് ലഭിച്ചു. അയാൾ ഒപ്പിട്ട് നല്കിയ രണ്ട് രസീതുകളുടെ പണം പിരിച്ചെടുക്കുന്ന കാര്യത്തിൽ വീഴ്ചവരുത്തിയെന്നും ഉടൻതന്നെ അതടച്ചില്ലെങ്കിൽ അയാളുടെ ശമ്പളം പിടിച്ചുവെക്കുമെന്നും അതിൽ പ്രസ്താവിച്ചിരുന്നു.

തബര താലൂക്ക് ഓഫീസിലേക്ക് ഓടിപ്പോയി നടന്ന സംഭവങ്ങളെല്ലാം വിവരിച്ചു. ഇപ്പോൾ തബരയ്ക്കെതിരായ കുറ്റാരോപണം പണം ദുർവ്വിനിയോഗം നടത്തിയെന്നത് ആണെങ്കിലും തബര ശേഖരിക്കാനുള്ള നികുതിയുടെ കുടിശ്ശികയെക്കുറിച്ച് അദ്ദേഹത്തിന് എഴുതിയയ്ക്കേണ്ടതുണ്ടെന്ന് തഹസിൽദാർ അയാളെ ധരിപ്പിച്ചു. മുന്നൂറ്റിഅറുപത് രൂപ സ്വന്തം കീശയിൽനിന്ന് എടുക്കുകയല്ലാതെ മറ്റ് മാർഗ്ഗമൊന്നും തബരയ്ക്കുണ്ടായിരുന്നില്ല.

ജീവിതത്തിൽ ഇത്രമാത്രം അപമാനിതനായി തബരയ്ക്കൊരിക്കലും തോന്നിയിട്ടില്ല. ബഹുമാനിതനായ ഒരാളായിരുന്നു താൻ. തബര എതിർത്തു. ബ്രിട്ടീഷ് ഭരണാധികാരികളുടെയും നിരവധി പ്രമുഖ ഓഫീസർമാരുടെയും കീഴിൽ താൻ ജോലി ചെയ്തിട്ടുണ്ട്. അന്നൊന്നും സർക്കാർ ജീവനക്കാർ ഇത്തരം തെറ്റായ ആരോപണങ്ങളെ നേരിടേണ്ടി വന്നിട്ടില്ല. ബ്രിട്ടീഷ് മേലുദ്യോഗസ്ഥരുടെ അച്ചടക്കത്തെയും ആർജ്ജവത്വത്തെയും അയാൾ പ്രശംസിക്കാൻ തുടങ്ങി. “ഈ വയസ്സന്റെ വാക്കുകൾ നിങ്ങൾ വിശ്വസിക്കുന്നില്ലെങ്കിൽ” അയാൾ വാദിച്ചു. “ഡോക്ടർ സിൽവയോട് ചോദിക്കൂ.”

തന്റെ ജോലിയുടെ ഭാഗമായി ഹർജി, വ്യവഹാരം, നോട്ടീസ് തുടങ്ങിയ ലോകങ്ങളിൽ മുഴുകിയിരുന്നിരുന്ന തഹസിൽദാർക്ക് വൃദ്ധന്റെ പഴമ്പുരാണം കേൾക്കാൻ ലവലേശം താല്പര്യമുണ്ടായിരുന്നില്ല.

പോരാത്തതിന് ബ്രിട്ടീഷുകാരെ പുകഴ്ത്തിയതുവഴി ഇപ്പോഴത്തെ ഭരണസംവിധാനത്തെ തബര അറിയാതെ കരിതേച്ച് കാണിക്കുകയായിരുന്നു.

ഒരു നിലയ്ക്കും തബരയ്ക്ക് ആ മാസത്തെ ശമ്പളം ലഭിക്കാൻ നിർവ്വാഹമുണ്ടായില്ല. ഭാര്യയുടെ മരുന്നിനുപോലുമുള്ള പണം അയാളുടെ കൈവശമില്ല. അവിടെനിന്നും ഇവിടെനിന്നുമായി കുറച്ച് പണം വായ്പ വാങ്ങിയതുകൊണ്ട് അയാളുടെ ഭാര്യക്ക് അല്പം കഞ്ഞി കുടിക്കാനൊത്തു.

ഈ അവസരത്തിൽ തബര പെൻഷൻ പണത്തിന് അർഹനാണെന്ന് ആരോ അയാളെ ഓർമ്മിപ്പിച്ചു. അയാൾ ഒരിക്കൽകൂടി തഹസിൽദാറുടെ ഓഫീസിലേക്ക് ഓടിച്ചെന്നു. "ഒരു പരാതി എഴുതി എനിക്ക് താ ...... ഞാനത് മേലധികാരികൾക്ക് അയച്ചുകൊടുക്കാം." ഇങ്ങനെ പറഞ്ഞുകൊണ്ട് അദ്ദേഹം ഫയലുകൾക്കിടയിൽ മുഖം പൂഴ്ത്തി.

മുനിസിപ്പൽ തിരഞ്ഞെടുപ്പ് കുറച്ചുദിവസങ്ങൾക്കുള്ളിൽ നടക്കും. അതിനാൽ ഒരുപാട് സ്ഥാനാർത്ഥികൾ അവിടെ ചുറ്റിപ്പറ്റി നിന്നിരുന്നു. ഇവരിലൊരാളായ ബംഗാരപ്പ തന്റെ സാമൂഹിക സേവനത്തിനായുള്ള ഒരു അവസരമായി തബരയെ കണ്ടു. "വരൂ, എന്തുകൊണ്ട് താങ്കളുടെ പെൻഷൻ തുക ലഭിക്കുന്നില്ല എന്ന് നമുക്ക് കണ്ടുപിടിക്കാം." അയാൾ തബരയോട് പറഞ്ഞു: "വേണ്ടിവന്നാൽ സർക്കാറിനെവരെ നമുക്ക് കോടതി കേറ്റാം."

ഇരുവരും തഹസിൽദാറെ സമീപിച്ചപ്പോൾ "പ്രോവിഡന്റ് സ്കീമി"ലാണോ അതോ പെൻഷൻ സ്കീമിലാണോ തബരയുടെ ഫയലുകൾ എന്ന് വ്യക്തമല്ലെന്നും ഇക്കാര്യം ഉറപ്പിക്കാനായി മേലധികാരിക്ക് താൻ എഴുതാൻ പോവുകയാണെന്നും അദ്ദേഹം അറിയിച്ചു.

ധൃതിയിൽ ഒരു കണക്കുകൂട്ടൽ നടത്തിക്കൊണ്ട് 'പ്രോവിഡന്റ് സ്കീമിലാണ് തബര ഉൾപ്പെടുന്നതെങ്കിൽ ഏതാണ്ട് ഏഴായിരം രൂപയോളം അയാൾക്ക് ലഭിക്കുമെന്ന് ബംഗാരപ്പ അറിയിച്ചു. തബര സന്തോഷത്താൽ മതിമറന്നു. "ഈ പണം മുഴുവൻ ലഭിക്കുന്നുവെങ്കിൽ തീർച്ചയായും എന്റെ ഭാര്യയുടെ അസുഖം രാജകീയമായ ഒന്നുതന്നെ." അയാൾ കരുതി. പണം ഉടൻ തന്നെ ലഭിക്കുമെന്നും അങ്ങനെ ഭാര്യക്ക് ആവശ്യമായ മരുന്നുകൾ വാങ്ങാമെന്നും അയാൾ ആശിച്ചു.

പെൻഷൻപണം എന്ന പിടിവള്ളിയുള്ളതിനാൽ ചുറ്റുവട്ടത്തുനിന്നെല്ലാം ചെറിയ ചെറിയ തുകകൾ കടം വാങ്ങാൻ തുടങ്ങി. തബര തഹസിൽദാറുടെ ഓഫീസിലേക്ക് നിത്യവും അയാൾ പോയി. അയാളുടെ ഭാര്യയുടെ നില ഇതിനിടെ വഷളായിക്കൊണ്ടിരിക്കുകയായിരുന്നു. തുടക്കത്തിൽ അയാളത് അവഗണിച്ചു. "അവളുടെ മൂത്രത്തിൽകൂടി ഇത്തിരി പഞ്ചസാര പോണ്ടന്ന് മാത്രം, അതിനെന്താ?" പക്ഷേ, അധികം

വൈകാതെ കട്ടിലിൽനിന്നും അനങ്ങാൻ വയ്യാത്ത പരുവത്തിലായി അവർ.

കുറച്ചുനാൾ മുമ്പ് വീടുപണിക്കിടയിൽ അപ്പിയുടെ തള്ളവിരലിൽ ഒരു മുറിവ് പറ്റിയിരുന്നു. ഏതോ പച്ചിലമരുന്ന് അതിന്മേൽ പുരട്ടി അവർ മുടന്തി നടന്ന് പണിയെടുത്തു. അന്ന് ഒരു ശുഭവാർത്ത ശ്രവിക്കേണ്ടി വന്ന തബര മറ്റൊന്നും കാര്യമാക്കിയില്ല. മേലധികാരിയുടെ മറുപടി ലഭിച്ചുവെന്നും തബരയ്ക്ക് ഏതാണ്ട് പതിനേഴായിരം രൂപ പ്രോവിഡന്റ് ഫണ്ട് ഇനത്തിൽ ലഭിക്കാൻ സാദ്ധ്യതയുണ്ടെന്നും താലൂക്ക് ഓഫീസിലെ ഒരു ഗുമസ്തൻ അയാളെ അറിയിച്ചു. പണിയെടുത്തിരുന്ന എല്ലാ ഡിപ്പാർട്ടുമെന്റുകളിൽനിന്നും അതിനുള്ള തെളിവുകൾ ശേഖരിക്കാൻ തഹസിൽദാർ നിർദ്ദേശിച്ചു. തന്റെ മുന്നിലുള്ള കൃത്യത്തിന്റെ കാഠിന്യം മനസ്സിലാക്കാതെ തനിക്ക് ലഭിക്കാൻ പോകുന്ന പതിനേഴായിരം രൂപയെക്കുറിച്ചുള്ള മനോരാജ്യത്തിൽ മുഴുകി തബര.

"നിന്റെ ദീനം പെട്ടെന്ന് മാറ്റുന്ന ഒരു കുത്തിവെപ്പിനെക്കുറിച്ച് ഡോ.സിൽവ എന്നോട് പറഞ്ഞിട്ടുണ്ട്." വരാൻപോകുന്ന ഭാഗ്യത്തെക്കുറിച്ച് അയാൾ അവരോട് സൂചിപ്പിച്ചു.

മുൻകാലത്ത് താൻ ജോലിചെയ്ത എല്ലാ ഡിപ്പാർട്ടുമെന്റുകളിലും തബര കയറിയിറങ്ങി. എല്ലായിടത്തും ഒരേ പല്ലവിതന്നെ അയാൾ പാടി: "സാർ, എന്റെ ഭാര്യക്ക് സുഖക്കേടാണ്. സർക്കാറിന്റെ കൈയിലാണ് എന്റെ പണം. എനിക്ക് താങ്കളുടെ സാക്ഷ്യപത്രം ആവശ്യമാണ്." പൂർവ്വകാലങ്ങൾ അയവിറക്കുകയും സായിപ്പിന്റെ രീതികളെ പുകഴ്ത്തുകയും ചെയ്തു അയാൾ. ഭൂരിഭാഗം പേരും സഹതാപപൂർവ്വം കേട്ടിരുന്നു. ഓരോ സർട്ടിഫിക്കറ്റുകൾ ലഭിക്കുമ്പോഴും അയാളുടെ ഫയൽ വീർക്കാൻ തുടങ്ങി.

പണം ലഭിക്കാൻ കാലതാമസം വരുകയാണെങ്കിൽ ബാംഗ്ലൂരിലേക്ക് കൊണ്ടുപോയി ശീഘ്രം അനുമതി വാങ്ങിപ്പിക്കാം എന്ന് ബംഗാരപ്പ പറഞ്ഞു. തബരയുടെ ചെലവും താൻ വഹിക്കാമെന്നും അയാൾ ഉറപ്പ് നല്കി. താൻ ബാംഗ്ലൂരിലേക്ക് പോയാൽ ഭാര്യക്ക് കഞ്ഞി കൊടുക്കാൻ ആരുമില്ലല്ലോ എന്നോർത്ത് തബര ദുഃഖിച്ചു. വിശേഷിച്ച് കാലിലെ മുറിവ് പഴുത്ത് അവൾക്ക് നടക്കാൻതന്നെ വയ്യാതായിരിക്കുന്നു. സർക്കാർ ആശുപത്രിയിൽ കാണിച്ചപ്പോൾ അവർക്ക് പുണ്ണ് ആണെന്നും കാൽ മുറിച്ചു മാറ്റേണ്ടിവരുമെന്നും അവർ അയാളോട് പറഞ്ഞു.

തബര ചകിതനായി. "ഈ ഡോക്ടർമാരെ പിശാച് പിടിക്കട്ടെ" അയാൾ മനസ്സിൽ പറഞ്ഞു. "മുറിവ് തള്ളവിരലിലാണ്. അതിന് കാല് മുഴുവൻ മുറിക്കണമെന്നോ? ഇനി വെറുമൊരു തലവേദന എടുക്കണ ആളുടെ തലവെട്ടിക്കളയണമെന്ന് പറയുമല്ലോ ഇവര്...." അയാൾ അപ്പിയെ തിരികെ കൊണ്ടുവന്നു. ഏതെങ്കിലും നാട്ടുവൈദ്യന്മാരെ കണ്ട് ചികിത്സിപ്പിക്കാമെന്ന് അയാൾ മനസ്സിൽ കരുതി.

ഇതിനിടെ തബരയുടെ കടലാസുകളെല്ലാം ശരിയായി. ഭ്രാന്ത്

പിടിച്ചപോലെയുള്ള അയാളുടെ നെട്ടോട്ടം താലൂക്ക് ഓഫീസിലെ ഗുമസ്തരും പ്യൂണുമാരും ശ്രദ്ധിച്ചു.

തബര, പാദുഗെരെയിലെ പലിശ സ്രാവ് സുബ്ബുഷെട്ടിയെ സമീപിച്ചു. ലഭിക്കാൻ പോകുന്ന പെൻഷൻപണത്തിന്റെ ബലത്തിൽ ഒരു സംഖ്യ കടമായി ആവശ്യപ്പെട്ടു. ഒരു പരിഹാസച്ചിരിയോടെ ഷെട്ടി മറുപടി പറഞ്ഞു: ''സർക്കാറീന്ന് പണം കിട്ടുമെന്നാണോ നീ കരുതുന്നത്? അതിലും ഭേദം ശവക്കുഴീന്ന് പ്രേതം എഴുന്നേറ്റ് വരുമെന്ന് കരുതുന്നതാണ്. നിന്റെ കാലം കഴിയുംമുമ്പ് പണം കിട്ടിയാൽ ഭാഗ്യമെന്ന് കരുതിക്കോ .....'' അയാളുടെ സങ്കടഭരിതമായ മുഖം കണ്ട സുബ്ബുഷെട്ടി അയാൾക്ക് നാലുരൂപ നല്കി. എന്നാൽ നാലു രൂപക്കുവേണ്ടി സ്വയം തരംതഴാൻ തബര തയ്യാറായില്ല.

"ദൈവത്തിന്റെ നാമത്തിൽ ഞാനാണയിടുന്നു." പോകും മുമ്പായി അയാൾ പറഞ്ഞു: "ബീഡിക്കാശിനായി യാചിക്കാനല്ല ഞാൻ ഇവിടെ വന്നത്.... നാലുരൂപകൊണ്ട് ഞാനെന്ത് ചെയ്യാൻ? ഒരു വലിയ സംഖ്യ തന്നെ എന്നെ സഹായിക്കാൻ താങ്കൾക്ക് മനസ്സ് തോന്നിയാൽ അതെന്നോട് കാട്ടുന്ന വലിയ ഒരു ഉപകാരമായിരിക്കും." കനംതൂങ്ങിയ മനസ്സുമായി അയാൾ അവിടം വിട്ടു. പക്ഷേ, സുബ്ബുഷെട്ടിയുടെ വാക്കുകളിലെ സത്യം ദർശിക്കാൻ അയാൾക്ക് കഴിഞ്ഞു. സാവധാനം ചലിക്കുന്ന തന്റെ ഫയലുകളും ദ്രുതഗതിയിൽ പഴുത്തുചീയുന്ന ഭാര്യയുടെ കാലിലെ മുറിവും തമ്മിൽ മത്സരത്തിലാണെന്ന് അയാൾക്ക് തോന്നി. പാദം മുഴുവൻ വ്യാപിച്ച പഴുപ്പിന്റെ വേദനയാൽ അപ്പി അലമുറയിടുകയായിരുന്നു.

അംഗീകാരത്തിനായി അയാളുടെ ഫയലുകൾ മേലധികാരികൾക്ക് അയച്ചുകൊടുത്തിട്ടുണ്ടെന്ന് തഹസിൽദാർ അയാളോട് പറഞ്ഞു. അടുത്ത ദിവസവും ഫയലിനെക്കുറിച്ചറിയാൻ തബര ഓഫീസിൽ വന്നപ്പോൾ എന്തുകൊണ്ടോ അദ്ദേഹം രോഷാകുലനായി: "ഒറ്റദിവസം കൊണ്ട് ഫയലുകൾ മടങ്ങിവരുമെന്നാണോ നിങ്ങൾ കരുതുന്നത്? അത് ബാംഗ്ലൂരിലേക്ക് ചെന്നിട്ടേ ഇങ്ങോട്ട് തിരിച്ചുവരൂ."

എല്ലാ ചെലവും വഹിച്ച് ബാംഗ്ലൂരിലേക്ക് അയാളെ കൊണ്ടുപോകാമെന്ന വാഗ്ദാനം ബംഗാരപ്പ വീണ്ടും ആവർത്തിച്ചു. പകരം ആകപ്പാടെ തബര ചെയ്യേണ്ടിയിരുന്നത് ബംഗാരപ്പക്കുവേണ്ടി അയൽക്കാർക്കിടയിൽ പ്രചാരണം നടത്തണമെന്നതായിരുന്നു. പക്ഷേ, ഒരൊറ്റദിവസംപോലും ഭാര്യയെ തനിച്ചുവിടാൻ നിവൃത്തിയില്ലായിരുന്നതിനാൽ ബാംഗ്ലൂരിലേക്ക് പുറപ്പെടും മുമ്പായി ഫയലിന്റെ പുരോഗതി അറിയാൻ ചിക്ക്മംഗ്ലൂരിലുള്ള ഡെപ്യൂട്ടി കമീഷണറുടെ ഓഫീസിലേക്ക് പോകാൻ അവർ തീരുമാനിച്ചു.

ഫയലിനെക്കുറിച്ചറിയാനായി ഓഫീസിലേക്ക് ചെന്നപ്പോൾ ഗുമസ്തൻ അവരോട് ചൂടായി: "എങ്ങനെ ധൈര്യം വന്നു നിങ്ങൾക്കിതും തിരക്കി ഇവിടെ വരാൻ? എല്ലാംതന്നെ ശരിയായ വഴിക്ക് നീങ്ങുമെന്ന്

അറിയില്ലേ നിങ്ങൾക്ക്?" ഓഫീസിൽനിന്ന് പുറത്തുപോകാൻ അവർ നിർബ്ബന്ധിതരായി.

അവർ പിൻവാങ്ങാൻ തുടങ്ങിയപ്പോൾ തബരയെ തിരികെ വിളിച്ചു. പണസംബന്ധമായ കാര്യങ്ങളിൽ ബംഗാരപ്പയെ ബന്ധപ്പെടുത്തുന്നതിനെക്കുറിച്ച് ഗുമസ്തൻ അയാൾക്ക് മുന്നറിയിപ്പ് നല്കി. സ്വാതന്ത്ര്യത്തിന്റെ ഇരുപത്തഞ്ചാം വാർഷികാഘോഷത്തിന്റെ ഒരുക്കത്തിലാണവരെല്ലാമെന്നും ഫയൽനീങ്ങാൻ അല്പം കാലതാമസം വന്നേക്കാമെന്നും അയാൾ പറഞ്ഞു.

വൈകുന്നേരം വീട്ടിൽ മടങ്ങിയപ്പോൾ അയാളുടെ ഭാര്യ വേദനകൊണ്ട് ഞരങ്ങുകയായിരുന്നു. വിഷം കഴിച്ച് താൻ സ്വയം മരിക്കാൻ പോകയാണെന്ന് അവർ അയാളോട് പറഞ്ഞു. തന്റെ പെൻഷൻതുക ഉടനെ ലഭിക്കുമെന്നും അത് വന്നാലുടൻ അവരെ ബാംഗ്ലൂരിൽ കൊണ്ടുപോയി വിദഗ്ദ്ധ ചികിത്സയ്ക്കു വിധേയയാക്കാമെന്നും പറഞ്ഞ് മനസ്സ് തകർന്ന തബര അവരെ ആശ്വസിപ്പിക്കാൻ ശ്രമിച്ചു.

പിറ്റേന്ന് ബംഗാരപ്പയുടെ സഹായത്തോടെ തബര അപ്പിയെ ആശുപത്രിയിലേക്ക് കൊണ്ടുപോയി. അവരുടെ കാലിലേക്ക് ഒന്നു നോക്കിയശേഷം ഉടൻതന്നെ ഷെക്കൽപൂർ ആശുപത്രിയിലേക്ക് കൊണ്ടുപോയി ശസ്ത്രക്രിയയ്ക്ക് വിധേയയാക്കിയില്ലെങ്കിൽ അവർ മരിച്ചുപോകും എന്ന് അദ്ദേഹം പറഞ്ഞു. സ്തബ്ധനായി തബര അവരെ വീട്ടിലേക്ക് തിരിച്ചുകൊണ്ടുവന്നപ്പോൾ തഹസിൽദാറുടെ ഓഫീസിലെ ശിപായി അയാളെ കണ്ട് തഹസിൽദാർ അയാളെ വിളിക്കുന്നുവെന്ന് പറഞ്ഞു.

അയാളുടെ ഫയലുകൾ എത്തിച്ചേർന്നിരുന്നു.

അപ്പിയുടെ ജീവൻ ഇപ്പോഴും രക്ഷിക്കാമെന്ന ജ്വലിക്കുന്ന മോഹവുമായി അയാൾ തഹസിൽദാറുടെ ഓഫീസിലേക്ക് പോയി.

തിരിച്ച് വീട്ടിൽ വന്നപ്പോൾ അപ്പി വേദനയോടെ ഞരങ്ങുകയായിരുന്നു: "എനിക്കീ വേദന താങ്ങാൻ കഴിയില്ല. മരുന്നും മന്ത്രോന്നും വേണ്ട ..... നാലണയുടെ വിഷം മാത്രം മതി എനിക്ക്." അന്നത്തെ ദിവസം നാലണപോലും തബരയുടെ കൈയിലുണ്ടായിരുന്നില്ല എന്നതായിരുന്നു വിരോധാഭാസം!

വെള്ളക്കാരുടെ കാലത്തെ സ്ഥിതി എത്ര നന്നായിരുന്നു എന്ന് തബര ഓർത്തു. അന്ന് ജനങ്ങളുടെ അഭ്യർത്ഥനകൾക്ക് അപ്പോൾതന്നെ മറുപടി ലഭിച്ചിരുന്നു. അന്നത്തെ കാലം വളരെ ഭേഗപ്പെട്ടതായിരുന്നു. ഈ വിവരംകെട്ട നായിന്റെമക്കൾ! ഉപയോഗമില്ലാത്ത രേഖകളും സാക്ഷ്യപത്രങ്ങളും ആവശ്യപ്പെടാനല്ലാതെ ഭരണത്തെക്കുറിച്ച് ഇവറ്റകൾക്കെന്തറിയാം? സ്വതന്ത്ര ഭാരതത്തിന്റെ ഭരണസംവിധാനത്തെ ശപിച്ചുകൊണ്ടിരുന്നു തബര.

നിരവധി ദിനരാത്രങ്ങൾ കടന്നുപോയിട്ടും ഫയൽ അങ്ങോട്ടുമി

ങ്ങോട്ടും ചലിക്കുകതന്നെയാണ്. സുബ്ബുഷെട്ടിയുടെ വാക്കുകൾ എത്ര സത്യം. തബര ആലോചിച്ചു. തന്റെ ഭാര്യയുടെ ജീവൻ രക്ഷപ്പെടുമെന്നോ സർക്കാറിന്റെ പെൻഷൻപണം ലഭിക്കുമെന്നോ ഉള്ള പ്രതീക്ഷ അസ്തമിച്ചു തബരയ്ക്ക്.

കുറച്ചുദിവസം കഴിഞ്ഞപ്പോൾ തഹസിൽദാർ വീണ്ടും അയാൾക്കാളയച്ചു. വേദനയാൽ ചുളുങ്ങിയ മുഖവുമായി ഇടറുന്ന തൊണ്ടയോടെ അയാൾ തഹസിൽദാറുടെ മുന്നിൽനിന്നു.

"നിങ്ങൾക്കെതിരായി ഒരു പൊലീസ് റിപ്പോർട്ട് ലഭിച്ചിട്ടുണ്ട്." മുരടൻ മുഖഭാവമുള്ള തഹസിൽദാർ മുരണ്ടു: "നക്സലൈറ്റ് ആയ ബംഗാര പ്പയുമായി ഗൂഢാലോചന നടത്തിയെന്നും ചിക്ക്മംഗ്ലൂരിലെ ഡിസ്ട്രിക്ട് കലക്ടറുടെ ഓഫീസിൽ കുഴപ്പമുണ്ടാക്കിയെന്നും..." പിന്നീട് അല്പം സൗമ്യമായി അയാൾ പറഞ്ഞു: "നോക്കൂ എനിക്ക് താങ്കളെയോർത്ത് ദുഃഖമുണ്ട്. എന്തായാലും ഞാനിതിന് നിങ്ങൾക്കനുകൂലമായി റിപ്പോർട്ട് എഴുതാം. പക്ഷേ, സിൽവർ ജൂബിലി ആഘോഷത്തിന് നിങ്ങളെന്തെ ങ്കിലും സംഭാവന ചെയ്യണം."

അസാധാരണമായ ഒരു പുഞ്ചിരി തബരയുടെ മുഖത്ത് പരന്നു. "താങ്കളത് മുഴുവനെടുത്തോളൂ..." അയാൾ പറഞ്ഞു: "എന്റെ പെൻഷൻതുക മുഴുവനും നിങ്ങളുടെ ഫണ്ടിലേക്കുള്ള എന്റെവക സംഭാവനയായി ഇരിക്കട്ടെ." തബരയുടെ പെരുമാറ്റത്തിൽ എന്തോ പ്രത്യേകതയുള്ളതായി തഹസിൽദാർക്ക് തോന്നി.

തബരയുടെ കവിളിലൂടെ കണ്ണുനീർ ഒലിച്ചിറങ്ങി. അയാൾക്ക് തന്റെ ഭാര്യയോടും സഹജീവികളോടും തഹസിൽദാറിനോടും ശിപായി ശ്രാവണനോടും അനുകമ്പതോന്നി.

പ്യൂൺ അയാളുടെ കൈപിടിച്ച് പുറത്തേക്ക് ആനയിച്ചു. ശിപായി പോയ വഴിയിലേക്ക് കണ്ണുംനട്ട് അല്പസമയം നിശ്ചലനായി അയാൾ പുറത്തുനിന്നു.

പിന്നീട്, എങ്ങനെയോ തന്റെ ഭാര്യയെ അയാൾ ഷെക്കൽപൂർ ആശുപത്രിയിലെത്തിച്ചു. അയാൾ സർക്കാർ ഉദ്യോഗസ്ഥനായിരുന്നു എന്നുള്ള രേഖാമൂലമുള്ള സാക്ഷ്യപത്രം അവർ ആവശ്യപ്പെട്ടു. ഒപ്പം മുനിസിപ്പാലിറ്റി ജീവനക്കാരൻ സത്യത്തിൽ സർക്കാർ ഉദ്യോഗസ്ഥനാണോ എന്നുള്ള രേഖകളും.

ഭാര്യയെ തിരികെ കൊണ്ടുവരുമ്പോൾ അവർ തീവ്ര വേദനയാൽ ബോധക്ഷയത്തിന്റെ വക്കിലെത്തിയിരുന്നു. അവരുടെ വായിൽനിന്ന് നുരയും പതയും വന്നുകൊണ്ടിരുന്നു. ഇറച്ചിവെട്ടുകാരൻ യൂസഫിന്റെ അടുത്തുചെന്ന് തന്റെ ഭാര്യയുടെ കാല്മുട്ടിന് താഴെ മുറിച്ചുകളയാൻ പറ്റുമോ എന്നയാൾ ആരാഞ്ഞു. നാലഞ്ച് ആട്ടിൻതലകൾ ശൂന്യമായ ദൃഷ്ടികളോടെ കടയ്ക്കുള്ളിലെ തട്ടിൽ തൂങ്ങിക്കിടന്നിരുന്നു.

"തന്റെ ഭാര്യയുടെ കാലുകൊണ്ട് സൂപ്പ് വെക്കാനാണോ പരിപാടിയിടുന്നത്?" യൂസഫ് കളിയാക്കിച്ചിരിച്ചു. ചുറ്റും കൂടിനിന്നിരു

ന്നവരും അയാളോടൊപ്പം ചിരിയിൽ പങ്കുകൂടി.

തടിച്ച ഒരു നായ ഒരു എല്ലിൻകഷണം ചവയ്ക്കുന്നുണ്ടായിരുന്നു. തൂക്കിയിട്ടിരുന്ന ആട്ടിൻമാംസത്തിൽനിന്നും ചുവന്ന തുള്ളികൾ ഇറ്റുവീണിരുന്നു. ഇറച്ചിക്കടയ്ക്ക് സമീപത്തായി മെല്ലിച്ച ഒരു പെൺകുട്ടി ഒരു പൊളിച്ച ചക്കയുടെ ചുളകൾ വില്ക്കാനുള്ള ശ്രമത്തിലേർപ്പെട്ട് ഇരുന്നിരുന്നു. മെലിഞ്ഞ കൈ ഈച്ചകളെ ആട്ടിയകറ്റാനായി ഇടയ്ക്കിടെ അവൾ വീശിക്കൊണ്ടിരുന്നു.

താൻ മുമ്പേതന്നെ മരിച്ചുപോയിയെന്നും പരേതാത്മാക്കളുടെ ഇടയിൽ ചുറ്റിക്കറങ്ങുകയാണ് താനെന്നും തബര സംശയിക്കാൻ തുടങ്ങി.

ഭാര്യ മരിച്ചുപോയപ്പോൾ തബര ബാധകയറിയവനെപ്പോലെ പൊട്ടിച്ചിരിക്കുകയായിരുന്നു എന്ന് നാട്ടുകാർ പറയുന്നു. അയാൾക്ക് ഭ്രാന്ത് പിടിച്ചു എന്ന നിഗമനത്തിലെത്താൻ ആകാംക്ഷാഭരിതരായിരിക്കയായിരുന്നു പാദുഗെരെവാസികൾ.

ഭ്രാന്തനെന്നറിയപ്പെട്ടതോടെ അയാളുടെ പ്രശ്നങ്ങളെല്ലാം മറ്റേതോ ലോകവുമായി ബന്ധപ്പെട്ടതായി മാറി. വളരെ കുറച്ചുപേർക്ക് മാത്രമേ അയാളിൽ തങ്ങളെതന്നെ ദർശിക്കാൻ കഴിഞ്ഞുള്ളൂ. ആജ്ഞേയമായ ഏതോ ഭീതി അതവരിൽ പടർത്തി.

തബരയ്ക്ക് ഭ്രാന്ത് വന്നതും നമ്മുടെ നാടിന്റെ സ്വാതന്ത്ര്യത്തിന്റെ ഇരുപത്തിയഞ്ചാം വാർഷികവും ഒരേസമയത്ത് ആയത് തികച്ചും യാദൃശ്ചികമാവാം. എല്ലാ പ്രസംഗകരും സ്വാതന്ത്ര്യത്തെക്കുറിച്ച് വാതോരാതെ പ്രസംഗിച്ചപ്പോൾ തബരയാകട്ടെ ബ്രിട്ടീഷ് ഭരണത്തെ പുകഴ്ത്താൻ തുടങ്ങി. എല്ലാവരും അയാളുടെ ഭ്രാന്ത് കണ്ട് ചിരിച്ചു.

തബരയ്ക്ക് ഭ്രാന്താണെന്ന് കേട്ട് വിഷമിച്ച ഏക മനുഷ്യൻ തഹസിൽദാർ മാത്രമായിരുന്നു. മുന്നൂറ്റിഅറുപത് രൂപ പിരിച്ചെടുക്കേണ്ട കാര്യം ഇപ്പോഴും നിലവിലുണ്ടായിരുന്നു. തബരയുടെ പ്രോവിഡന്റ് ഫണ്ടിൽ നിന്നും ആ പണം ഈടാക്കാം എന്ന പ്രതീക്ഷയായിരുന്നു അദ്ദേഹത്തിന്. മാത്രമല്ല, തബര കുഴപ്പക്കാരനല്ലെന്നും വിശ്വസിക്കാൻ കൊള്ളാവുന്നവനുമാണെന്നും അയാൾ കടപ്പെട്ടിരിക്കുന്ന കുടിശ്ശികയ്ക്ക് കാരണം നമ്മുടെ ഭരണസംവിധാനത്തിന്റെ കുഴപ്പം കൊണ്ടുമാണെന്നും കാണിച്ചുകൊണ്ട് 'ഒരു റിപ്പോർട്ട്' അദ്ദേഹം എഴുതി അയയ്ക്കുകയും ചെയ്തിരുന്നു.

ഇപ്പോഴിതും കൂടിയായപ്പോൾ തനിക്ക് ഭ്രാന്ത് പിടിക്കുമെന്ന് തോന്നി തഹസിൽദാർക്ക്.

(ആധുനിക കന്നഡ സാഹിത്യത്തിലെ പ്രമുഖ ചെറുകഥാകൃത്ത് കെ പി പൂർണ്ണചന്ദ്ര തേജസ്വി 1938 ൽ ജനിച്ചു. മൂന്ന് ചെറുകഥാസമാഹാരങ്ങൾ പ്രസിദ്ധീകരിച്ചിട്ടുണ്ട്. *ചിദംബര രഹസ്യ* എന്ന ഗ്രന്ഥം സാഹിത്യ അക്കാദമി അവാർഡ് കരസ്ഥമാക്കി. ഈ ചെറുകഥയെ ആസ്പദമാക്കി നിർമ്മിച്ച *തബരനകഥ* എന്ന കന്നഡ ചലച്ചിത്രം നിരവധി ദേശീയ പുരസ്കാരങ്ങൾ നേടിയിട്ടുണ്ട്.)

അഭയാർത്ഥി

അഞ്ജേയ

"ഇല്ല ദേവേന്ദർ ലാൽജി. നിങ്ങൾക്കത് ചെയ്യാനാവില്ല!'' റഫീക്കുദ്ദീൻ വക്കീൽ വാദിച്ചു. അദ്ദേഹം ദുഃഖിതനും വിമനസ്കനുമായി കാണപ്പെട്ടു. ഒരിക്കൽകൂടി അദ്ദേഹം പറഞ്ഞു. ''ഇല്ല... നിങ്ങൾക്കത് ചെയ്യാനാവില്ല."

ദേവേന്ദർ ലാലിന് റഫീക്കുദ്ദീന്റെ വാദം അംഗീകരിക്കാനായെങ്കിലും ഇക്കാര്യത്തിൽ തനിക്കുള്ള കടുത്ത നിസ്സഹായാവസ്ഥ അയാൾ പ്രകടിപ്പിച്ചു. "എല്ലാവരും ഇവിടം വിട്ടുപോയി... താങ്കളെ എനിക്ക് ഭയമൊന്നുമില്ല. തീർച്ചയായും താങ്കൾ മാത്രമേ എന്റെ പിന്തുണയ്ക്കുള്ളൂ. പക്ഷേ, താങ്കൾക്കറിയാമല്ലോ ജനങ്ങളുടെ മനസ്സിൽ ഒരിക്കൽ ഭയം പടർന്നാൽ, അവർ പലായനം ചെയ്യാൻ തുടങ്ങിയാൽ മുഴുവൻ കഥയും മാറും. ഓരോരുത്തരും മറ്റുള്ളവരെ അകാരണമായി തന്റെ ശത്രുവായി കാണും. താങ്കൾ ഈ മൊഹല്ലയിലെ ബഹുമാന്യനാണ്. പക്ഷേ, പുറത്തുള്ളവരെ എങ്ങനെ വിശ്വസിക്കും? പോരാത്തതിന് ഇവിടെ നടന്നുകൊണ്ടിരിക്കുന്ന സംഭവങ്ങൾ താങ്കളും കാണുന്നുണ്ടല്ലോ...."

അയാളെ തടഞ്ഞുകൊണ്ട് റഫീക്കുദ്ദീൻ പറഞ്ഞു: "ഇല്ല, വീട് വിട്ട് സ്വന്തം നഗരത്തിൽ ഒരഭയാർത്ഥിയായി നിങ്ങളെങ്ങനെ താമസിക്കും? നിങ്ങൾ പോകാൻ ഞങ്ങൾ സമ്മതിക്കില്ല. ഞങ്ങൾ നിങ്ങളെ ഇവിടെ പാർപ്പിക്കും. ന്യൂനപക്ഷത്തെ സംരക്ഷിക്കുകയെന്നതും സ്വന്തം വീടുപേക്ഷിച്ച് അവർ പോകുന്നത് തടയുകയെന്നതും ഞങ്ങളുടെ കടമയാണ്. അവനവന്റെ അയൽവാസികളെ രക്ഷിക്കാൻ കഴിയാത്തവർ എങ്ങനെ സ്വന്തം നാടിനെ രക്ഷിക്കും? പഞ്ചാബിലെ ഹിന്ദുക്കളും ഇതുപോലെതന്നെ ചിന്തിച്ച് പ്രവർത്തിക്കും എന്നെനിക്കുറപ്പുണ്ട്. ദയവുചെയ്ത് പോകരുത്. നിങ്ങളെ സംരക്ഷിക്കേണ്ട ചുമതല

ഞാനേറ്റെടുക്കുന്നു... ഞാനുറപ്പ് തരുന്നു."

ദേവേന്ദർ ലാലിന്റെ അയൽവാസികളായ ഹിന്ദുക്കൾ ഓരോരുത്തരായി സ്ഥലംവിട്ടിരുന്നു. വൈകിട്ടും രാത്രിയും കണ്ടുമുട്ടുന്നവരോടെല്ലാം അയാൾ ആരായുമായിരുന്നു." "അപ്പോൾ ലാൽജി, എന്താണ് നിങ്ങൾ തീരുമാനിച്ചിരിക്കുന്നത്?" അവർ മറുപടി പറയുമായിരുന്നു: "എന്തു തീരുമാനിക്കാൻ? നമ്മൾ ഇവിടെത്തന്നെ തങ്ങും..... നമുക്ക് നോക്കാം...." എന്നാൽ, പാതിരായ്ക്കോ, പിറ്റേന്നോ അവർ തങ്ങളുടെ അത്യാവശ്യ സാധനങ്ങളുമെടുത്ത് സ്ഥലംവിട്ടിരിക്കുന്നത് ദേവേന്ദർ ലാലിന്റെ ശ്രദ്ധയിൽപെട്ടു. ചിലർ ലാഹോർ വിട്ടുപോയി. മറ്റു ചിലർ അതേ നഗരത്തിൽതന്നെ ഹിന്ദുക്കൾ താമസിക്കുന്ന പ്രദേശങ്ങളിലേക്ക് യാത്രയായി. അയാളുടെ വീടിനടുത്ത നാല് ഹിന്ദു ഭവനങ്ങളും കാലിയായി. മുസ്ലീം ഭൂരിപക്ഷമുള്ള ഒന്നായിരുന്നു ആ പ്രദേശം.

ദേവേന്ദർ ലാലും റഫീക്കുദ്ദീനും ചിരകാല സുഹൃത്തുക്കളായിരുന്നു. ഓരോ കുടുംബത്തിന്റെയും വേർപാടിനെക്കുറിച്ച് അവർ ചർച്ച ചെയ്തു. അവസാനം താൻ പുറപ്പെട്ടുപോകുന്ന കാര്യത്തെക്കുറിച്ച് ആലോചിച്ചുകൊണ്ടിരിക്കയാണെന്ന് ദേവേന്ദർ പറഞ്ഞപ്പോൾ സ്തബ്ധനായി, നൈരാശ്യം നിറഞ്ഞ സ്വരത്തിൽ റഫീക്കുദ്ദീൻ പറഞ്ഞു: "ദേവേന്ദർ ലാൽജീ, താങ്കളും!"

റഫീക്കുദ്ദീന്റെ ഉറപ്പ്, താമസം തുടരാനുള്ള ധൈര്യം ദേവേന്ദർ ലാലിന് നല്കി. ദേവേന്ദറിന് എല്ലാവിധ സുരക്ഷിതത്വവും നല്കാനുള്ള ശ്രമത്തിൽ അദ്ദേഹം മുഴുകി. ദേവേന്ദർലാലിന്റെ ഭാര്യ കുറച്ചു ദിവസം മുമ്പ് ജലന്തറിലുള്ള അമ്മയുടെ വസതിയിലേക്ക് പോയിരുന്നു. തിരിച്ചുവരണ്ടായെന്നും അവിടെത്തന്നെ തങ്ങണമെന്നും അയാൾ അവർക്ക് കത്തെഴുതി. ദേവേന്ദറും അയാളുടെ പഹാരി വേലക്കാരനുമായ സന്ദുവും മാത്രമേ ഇപ്പോൾ ലാഹോറിൽ ഹിന്ദുക്കളായി അവശേഷിച്ചിട്ടുള്ളൂ.

എന്നാൽ, ഈ ഏർപ്പാട് അധികനാൾ നീണ്ടുനിന്നില്ല. നാലാം ദിവസം സന്ദു നാടുവിട്ടു. ദേവേന്ദർലാൽ സ്വയം ചായയിട്ട് പാത്രം കഴുകാൻ തുടങ്ങവെ റഫീക്കുദ്ദീൻ കടന്നുവന്ന് നഗരത്തിൽ ഒരു കൂട്ടക്കൊല നടന്നുകൊണ്ടിരിക്കുന്ന കാര്യം അയാളെ അറിയിച്ചു. ഇവിടെയും താമസിയാതെ ലഹള പൊട്ടിപ്പുറപ്പെടും. നഗരത്തിലെ മറ്റേതെങ്കിലും സ്ഥലത്തേക്ക് രക്ഷപ്പെടാൻ സമയമില്ലാത്തതിനാൽ, വിലപിടിച്ചതും അത്യാവശ്യമായതുമായ സാധനങ്ങൾ ശേഖരിച്ച് വീട്ടിൽ നിന്നും മാറിനില്ക്കേണ്ടിയിരുന്നു അയാൾക്ക്. ഇപ്പോഴത്തെ കുഴപ്പങ്ങൾ അവസാനിച്ചാൽ തിരിച്ചുവരാം.

വിലപിടിച്ചതൊന്നും ദേവേന്ദർലാലിന്റെ ഭവനത്തിൽ ഉണ്ടായിരുന്നില്ല. സ്വർണ്ണാഭരണങ്ങളെല്ലാം അയാളുടെ ഭാര്യ ഒപ്പം കൊണ്ടുപോയിരുന്നു. ബാങ്കിൽ കിടക്കുന്ന രൂപയല്ലാതെ അയാൾക്ക് കാര്യമായി ഒന്നുമുണ്ടായിരുന്നില്ല. ഒരു മണിക്കൂറിനകം തന്റെ പെട്ടിയുമായി അയാൾ

റഫീക്കുദ്ദീന്റെ വീട്ടിലെത്തി.

വൈകീട്ട് ഏതാണ്ട് നാലു മണിയോടെ ലഹളക്കാർ ആ പ്രദേശത്ത് എത്തിച്ചേർന്നു. തന്റെ വീട് തകർന്ന് വീഴുന്നതും അതിനുള്ളിലെ സാധനങ്ങളെല്ലാം കൊള്ളയടിക്കപ്പെടുന്നതും ദേവേന്ദർലാൽ നോക്കി നിന്നും. സന്ധ്യയോടെ നഗരമാകെ കത്തിയാളി. അന്തരീക്ഷമെമ്പാടും പുക വ്യാപിച്ചു.

നിശ്ശബ്ദനായി കടുത്ത പരാജയബോധത്തോടെ റഫീക്കുദ്ദീൻ എല്ലാം നിരീക്ഷിച്ചു. ഒരിക്കൽ മാത്രം അയാൾ പിറുപിറുത്തു: "ഈ ദിവസം കാണാനും എനിക്ക് വിധി വന്നല്ലോ-അതും സ്വാതന്ത്ര്യത്തിന്റെ പേരിൽ! യാ അല്ലാ...."

ദേവേന്ദർലാലിന് വീട് വിട്ട് പോകാൻ സാധിച്ചില്ല. റഫീക്കുദ്ദീൻ മാത്രം നഗരത്തിൽ ചുറ്റിക്കറങ്ങാൻ ധൈര്യപ്പെട്ടു. ഒരു ജോലിയും ചെയ്യാനുള്ള സാദ്ധ്യതയില്ലാത്തതിനാൽ വെറുതെ അവിടവിടെ അലഞ്ഞുതിരിഞ്ഞ് അല്പം ചില സാധനങ്ങൾ വാങ്ങി അയാൾ ദേവേന്ദർ ലാലിന്റെ അടുത്തേക്ക് ചെന്നു. നാടിന്റെ ഭാവിയെക്കുറിച്ച് ഒരുപാട് നേരം ഇരുവരും ചർച്ചചെയ്തു. ദേവേന്ദർലാൽ ആദ്യം അത് ശ്രദ്ധിച്ചിരുന്നില്ല. പക്ഷേ, സാവധാനം അയാൾക്ക് മനസ്സിലായി. റഫീക്കുദ്ദീന്റെ സ്വരത്തിൽ ഉൽക്കണ്ഠയുടെ ലാഞ്ഛന മാത്രമായിരു ന്നില്ല, ശരിക്കും വിവേ ചിച്ചറിയാൻ ആവാത്ത ഒരുതരം വേദനകൂടി അടങ്ങിയിരുന്നു- ദുഃഖം? കീഴടങ്ങൽ? തളർച്ച? എന്തെന്ന് അയാൾക്കുറ പ്പില്ലായിരുന്നു.

നഗരം ചാമ്പലാവുകയായിരുന്നു. മൃതദേഹങ്ങൾ അവിടവിടെ അഴുകിക്കിടന്നു. കൊള്ളയടിക്കപ്പെട്ട വീടുകൾ ഇപ്പോൾ കത്തിയെരി യുകയാണ്. നഗരത്തിലെ ബഹുമാന്യരായ കുറച്ചുപേർ പ്രശസ്തനായ ഒരു ഡോക്ടറോട് 'മൊഹല്ലകൾ' സന്ദർശിക്കാൻ അഭ്യർത്ഥിച്ചു. ഏവർക്കും ആദരണീയനായതിനാൽ അദ്ദേഹത്തിന്റെ വാക്കുകൾക്ക് വില കല്പിച്ച് ജാതിഭേദം മറന്ന് രോഗികളെ സന്ദർശിക്കാൻ തീർച്ചയായും ജനങ്ങൾ അനുവദിക്കുമെന്ന് അവർക്കുറപ്പുണ്ടായിരുന്നു. രണ്ട് മുസ്ലീം നേതാക്കൾക്കൊപ്പം അദ്ദേഹം പുറപ്പെട്ടു. മുസ്ലീങ്ങൾ താമസിച്ചിരുന്ന പ്രദേശത്തെത്തും മുമ്പായി രണ്ടോ മൂന്നോ 'മൊഹ ല്ലകൾ' അദ്ദേഹം സന്ദർശിച്ചു. ഡോക്ടർ തന്റെ സ്റ്റെതസ്കോ പ്പെടുത്ത് ഒരു രോഗിയെ പരിശോധിക്കാനായി കുനിയവെ രോഗിയുടെ ഒരു ബന്ധു അദ്ദേഹത്തിന്റെ പുറത്ത് കത്തിയാഴ്ത്തി.

ഭവനരഹിതരായ, സർവ്വവും നഷ്ടപ്പെട്ട ചിലർക്ക് ഒരു റെയിൽവേ ജീവനക്കാരൻ അഭയം നല്കി. ആലംബഹീനരായ ഇക്കൂട്ടർക്ക് താൻ അഭയം നല്കിയിട്ടുണ്ടെന്നും അവരുടെ ജീവന് സുരക്ഷ നല്കണ മെന്നും അയാൾ പൊലീസിൽ വിവരം ധരിപ്പിച്ചു. പൊലീസ് ആകട്ടെ അയാളെയും അഭയാർത്ഥികളെയും മാത്രമല്ല, ആ വീട്ടിലെ സ്ത്രീ കളെയും അറസ്റ്റ് ചെയ്തു. അയാളുടെ അസാന്നിദ്ധ്യത്തിൽ അയാളുടെ വീട് ലഹളക്കാർ കൊള്ളയടിക്കുകയും അഗ്നിക്കിരയാക്കുകയും

ചെയ്തു. മൂന്നുദിവസത്തിനുശേഷം അയാളും കുടുംബവും മോചിതരായി. മൂന്ന് ആയുധധാരികളായ ഗാർഡുകളെ അവരുടെ സുരക്ഷയ്ക്കായി വിട്ടുകൊടുത്തു. പൊലീസ്സ്റ്റേഷന് അൻപതു വാര അകലെയെത്തിയപ്പോൾ പൊടുന്നനെ ഗാർഡുകൾ കുടുംബത്തിനു നേർക്ക് നിറയൊഴിച്ചു. അയാളും മൂന്നു സ്ത്രീകളും കൊല്ലപ്പെട്ടു. അയാളുടെ ഭാര്യയും അമ്മയും തെരുവിൽ ഗുരുതരമായി മുറിവേറ്റ് കിടന്നു.

അന്തരീക്ഷമാകെ വഷളായി. വർഗ്ഗീയ ഭ്രാന്തും വെറുപ്പും അസൂയയും മനുഷ്യമനസ്സുകളിൽ ആളിക്കത്തി. മതസംഘടനകൾ എല്ലായിടത്തും വിഷം വമിപ്പിച്ചു. പൊലീസും ഭരണവർഗ്ഗവും വർഗ്ഗീയാഗ്നിയെ ആളിക്കത്തിച്ചു. റഫീക്കുദ്ദീനും താനും മാത്രമേ ഇപ്പോഴും സ്ഥിരബുദ്ധിയുള്ളവരായുള്ളൂ എന്നുവരെ ദേവേന്ദർ ലാലിന് തോന്നിയ നിമിഷങ്ങളുണ്ടായിരുന്നു.

ഹിന്ദുസ്ഥാന്റെയും പാകിസ്ഥാന്റെയും സാങ്കല്പികാതിർത്തിക്കരികിലെ ഒരു സിഖ് ഗ്രാമത്തിൽ നൂറുകണക്കിന് മുസ്ലീങ്ങൾ അഭയം തേടിയെത്തി. പക്ഷേ, അയൽഗ്രാമവാസികളും അമൃത്സറിലെ ജനങ്ങളും ഭീഷണി മുഴക്കിയതിനാൽ സിഖ് ഗ്രാമത്തിലെ ജനങ്ങൾ തങ്ങളുടെ അതിഥികളെ അമൃത്സർ റെയിൽവേ സ്റ്റേഷൻവരെ അനുഗമിക്കാൻ തീർച്ചയാക്കി. വാളേന്തിയ ഏതാണ്ട് ഇരുനൂറ്റൻപതോളം സിഖുകാർ മുസ്ലീങ്ങൾക്ക് ചുറ്റും ഒരു സുരക്ഷിത വലയം സൃഷ്ടിച്ച് അവരെ സ്റ്റേഷനിലേക്ക് അകമ്പടി സേവിച്ചു-ഒരാൾ പോലും ആക്രമിക്കപ്പെട്ടില്ല.

ഈ സംഭവം വർണ്ണിച്ചുകൊണ്ട് റഫീക്കുദ്ദീൻ പറഞ്ഞു: "ഞങ്ങളിലോരോരുത്തരും നിസ്സഹായരാണ്. വേർപെട്ട് നില്ക്കുക ബുദ്ധിമുട്ടുള്ള കാര്യമാണ്. ഇവിടെ നടന്ന സംഭവത്തിന് ഒരു ഗ്രാമം മുഴുവൻ ഉത്തരവാദികളാണ്. പക്ഷേ, അവർ അവരുടെ വാക്ക് അവസാന നിമിഷംവരെ പാലിച്ചു... അഭയാർത്ഥികളെ അവർ സുരക്ഷിത സ്ഥാനത്തെത്തിച്ചു."

ചോദ്യ ഭാവത്തിൽ റഫീക്കുദ്ദീനെ ഒന്നുനോക്കിയതല്ലാതെ ദേവേന്ദർലാൽ മറുപടിയൊന്നും പറഞ്ഞില്ല.

ഒരു വൈകുന്നേരം ആറേഴുപേർ റഫീക്കുദ്ദീനെ അന്വേഷിച്ചു വന്നു. അദ്ദേഹം അവരെ സ്വീകരണ മുറിയിലേക്കാനയിച്ച് വാതിലുകളെല്ലാം ബന്ധിച്ചു. അവരുടെ സംഭാഷണം രണ്ട് മണിക്കൂറോളം നീണ്ടുനിന്നു. ശബ്ദം താഴ്ത്തിയാണ് അവർ ഓരോരുത്തരും സംസാരിച്ചിരുന്നതെങ്കിലും ഒരു തവണ ഉറക്കെ ആശ്ചര്യഭരിതമായ കുറേ വാക്കുകൾ ഉയർന്നുവന്നത് ദേവേന്ദർ ലാലിന്റെ ചെവികളിലെത്തി. "വിഡ്ഢിത്തം" "രാജ്യദ്രോഹം". "ഇസ്ലാം!" അവരെന്താണ് ഉദ്ദേശിക്കുന്നതെന്ന് ആലോചിക്കാൻപോലും ദേവേന്ദർ ലാലിന് കഴിഞ്ഞില്ല. രണ്ട് മണിക്കൂറിനുശേഷം റഫീക്കുദ്ദീൻ സ്വീകരണമുറിയിൽനിന്നും പുറത്തുവന്നപ്പോൾ ചോദ്യങ്ങളുന്നയിക്കാനുള്ള സ്വാഭാവികമായ ത്വര ദേവേന്ദർലാൽ അടിച്ചമർത്തി. എന്നാൽ ഒരക്ഷരമുരിയാടാതെ മുഖംതാഴ്ത്തി റഫീക്കുദ്ദീൻ തന്നെ കടന്നുപോകാൻ ശ്രമിച്ചപ്പോൾ

അയാൾക്ക് പിടിച്ചുനില്ക്കാൻ കഴിഞ്ഞില്ല. ദയനീയ സ്വരത്തിൽ അയാൾ ആരാഞ്ഞു: "എന്താണ് കാര്യം റഫീക്ക് സാഹിബ്? കുഴപ്പമൊന്നുമില്ലല്ലോ?" റഫീക്കുദ്ദീൻ അയാളെ നോക്കി. പക്ഷേ, ഒന്നും സംസാരിച്ചില്ല. അയാൾ വീണ്ടും മിഴികൾ താഴ്ത്തി.

ദേവേന്ദർലാൽ പറഞ്ഞു: "എനിക്ക് മനസ്സിലാവുന്നുണ്ട്. എന്നെ പ്രതി നിങ്ങൾ പീഡിക്കപ്പെടുകയാണ്. കുഴപ്പമൊന്നും വരുത്തിവെക്കാതെ താങ്കൾ എന്നെ പോകാനനുവദിക്കണം... എനിക്ക് വേണ്ടി താങ്കളുടെ ജീവിതം അപകടത്തിലാകരുത്. താങ്കൾ ചെയ്തതിനെല്ലാം നന്ദിയുള്ളവനാണ്. ഞാൻ..."

ഇരുകൈകളും ദേവേന്ദർലാലിന്റെ ചുമലിലർപ്പിച്ച് റഫീക്കുദ്ദീൻ മൊഴിഞ്ഞു: "ദേവേന്ദർലാൽജീ!" അയാളുടെ കണ്ണിൽ നീർ പൊടിഞ്ഞിരുന്നു. പെട്ടെന്ന് അയാൾ തിരിഞ്ഞു അകത്തേക്ക് പോയി.

അത്താഴസമയത്ത് ദേവേന്ദർലാൽ ഒരിക്കൽകൂടി അയാളോട് പറഞ്ഞു: "താങ്കൾ സ്വമേധയാ എന്നെ പോകാനനുവദിച്ചില്ലെങ്കിൽ എനിക്ക് ഒളിച്ചോടി പോകേണ്ടിവരും.... എന്നോട് സത്യം പറയൂ, അവരെന്താണ് താങ്കളോട് പറഞ്ഞത്?"

"അവരെന്നെ ഭീഷണിപ്പെടുത്തി. അല്ലാതെന്ത്?"

"എന്നിട്ടും.... എന്ത് ഭീഷണി?"

"എന്ത് ഭീഷണി. ഇവരുടെ ഭീഷണിയൊക്കെ ഒന്നുതന്നെയല്ലേ? അവർക്ക് ഒരു രക്തസാക്ഷിയെ വേണം. മുദ്രാവാക്യങ്ങളുയർത്തണം. കൊള്ളിവെപ്പ് നടത്തണം."

"സത്യം?... ഞാൻ പോകാം.... ഇപ്പോൾ ഞാനൊറ്റയ്ക്കാണ്. ഞാൻ വഴി കണ്ടെത്തിക്കൊള്ളാം. താങ്കൾക്കൊരു കുടുംബമുണ്ട്.

ഈ ആൾക്കാർ എല്ലാം നശിക്കാനുള്ളവരാണ്."

"അവർ ഗുണ്ടകളാണ്"

"ഞാനിന്ന് തന്നെ ഇവിടം വിടാം"

"എങ്ങനെ അത് സാദ്ധ്യമാകും? മാത്രമല്ല, ഞാനാണ് താങ്കളെ ഇവിടെ തങ്ങാൻ നിർബ്ബന്ധിച്ചത്. എനിക്ക് നിങ്ങളോട് ഒരു ചുമതലയുണ്ട്."

"താങ്കൾ നല്ല ഉദ്ദേശ്യത്തോടെയാണ് എല്ലാം ചെയ്തത്. കൂടുതൽ കടപ്പാടുകൾ ഇനി വരുത്തിവെക്കണ്ട."

ഒരു തർക്കത്തിനുശേഷം ദേവേന്ദർലാൽ പിൻവാങ്ങണമെന്ന തീരുമാനത്തിലായി. അയൽവാസിയായ ഒരു മുസ്ലീം സുഹൃത്തിന്റെ വീട്ടിൽ അയാൾക്ക് ഒളിച്ചു താമസിക്കാനുള്ള സൗകര്യം റഫീക്കുദ്ദീൻ ചെയ്തുകൊടുക്കും. അവിടെ സൗകര്യപ്രദമായിരിക്കില്ലെങ്കിലും അപകടസാദ്ധ്യത കുറവാണ്. അയാളുടെ ജീവൻ രക്ഷപ്പെടും. ഒറ്റയ്ക്ക് പുറത്തു കടക്കുന്ന കാര്യത്തെപ്പറ്റി ആലോചിക്കാൻ സമയം ലഭിക്കുകയും ചെയ്യും.

ഷെയ്ക്ക് അത്താവുള്ളയുടെ വീടിന്റെ പിന്നിലായി മരങ്ങളാൽ മറയപ്പെട്ട് കിടന്നിരുന്ന ഗാരേജിൽ ദേവേന്ദർലാൽ എത്തിച്ചേർന്നു.

ഇടുങ്ങിയതും ഇരുട്ട് നിറഞ്ഞതുമായ ഒരു മുറി ഗാരേജിന് തൊട്ടടുത്തുണ്ടായിരുന്നു. ഗാരേജിലേക്ക് പ്രവേശിക്കാനുള്ള ഒരു വാതിലൊഴികെ മുറിക്ക് മറ്റ് പ്രവേശന മാർഗ്ഗമൊന്നുമുണ്ടായിരുന്നില്ല. മുറിയുടെ ഒരരികിൽ ഒരു കട്ടിലും ഒരു മൂലയ്ക്ക് ഒരു കുടവുമുണ്ടാ യിരുന്നു. കളിമണ്ണ് കൊണ്ടുണ്ടാക്കിയതായിരുന്നു തറ.

തന്റെ പെട്ടിയും കിടക്കയും ഒരു മൂലയിൽവെച്ച് വാതിൽ അടച്ചശേഷം ദേവേന്ദർലാൽ അല്പനേരം ഒരു പ്രതിമയെപോലെ നില്പ്പുറപ്പിച്ചു. സ്വാതന്ത്ര്യം! മുമ്പ് ഒരു വിദേശ ഗവൺമെന്റ്, സ്വാതന്ത്ര്യം ആവശ്യപ്പെട്ടതിന്റെ പേരിൽ നമ്മുടെ ജനങ്ങളെ അഴികൾക്കകത്താക്കിയെങ്കിൽ സ്വാതന്ത്ര്യം ലഭിച്ചപ്പോൾ നമ്മുടെ സ്വന്തം സഹോദരർ കൊലചെയ്യപ്പെടുന്നതിൽനിന്നും രക്ഷിക്കാൻ നമ്മെ തടവറയിലാക്കുന്നു.

ഗാരേജ് സൗകര്യമുള്ള ഒന്നായിരുന്നു. കുറേശ്ശം ദുർഗ്ഗന്ധമുണ്ടായിരുന്നെങ്കിലും വാതിൽ അടച്ചിട്ട് അത് പരിഹരിക്കാം. കുളിയുടെ കാര്യത്തിൽ രക്ഷയില്ല. എങ്കിലും മുഖവും കൈകളും കഴുകാനുള്ള വെള്ളം ആവശ്യത്തിനുണ്ടായിരുന്നു.

ഏകാന്തതയിൽനിന്ന് രക്ഷപ്പെടാനായി ജയിൽപുള്ളികൾ, പ്രാവുകളും പൂച്ചകളുമൊക്കെയായി ചങ്ങാത്തത്തിലേർപ്പെടുകയോ ഉറുമ്പുകളുടെയും എലികളുടെയും സ്വഭാവം പഠിക്കുകയോ ചെയ്യുന്നതിനെപ്പറ്റി താൻ എവിടെയോ വായിച്ച കാര്യം അയാളോർമ്മിച്ചു. അയാൾ ഒരിക്കൽക്കൂടി തന്റെ ചുറ്റുപാടും കണ്ണോടിച്ചു. പക്ഷേ, കൊതുകുകളുമായി ചങ്ങാത്തം കൂടുന്ന കാര്യം അയാൾക്ക് സ്വീകാര്യമായി തോന്നിയില്ല.

വരാന്തയിൽനിന്ന് അയാൾ ആകാശത്തേക്ക് നോക്കി.. ഒരു സ്വതന്ത്ര രാഷ്ട്രത്തിന്റെ ആകാശത്തിലേക്ക്! താഴെ കത്തിയാളുന്ന ഭവനങ്ങളിൽനിന്ന് പുകച്ചുരുളുകൾ ഒരു യാഗശാലയിൽനിന്നെന്ന പോലെ ഉയരുകയായിരുന്നു.

പൊടുന്നനെ ചുവരിൽ ഒരു നിഴൽ അയാൾ കണ്ടു. ഒരു പൂച്ച. അയാൾ അതിനെ വിളിച്ചു. "വരൂ, വരൂ." പൂച്ച തുറിച്ച കണ്ണുകളോടെ അയാളെ തന്നെ നോക്കിനിന്നു.

ഒരു പൂച്ചയുണ്ടായിരുന്നെങ്കിൽ ഏകാന്തത ഒഴിവാക്കാം. ഉള്ളിലേക്ക് കടന്ന് പായ് വിരിച്ച് ദേവേന്ദർ ലാൽ അല്പനേരം ഗാഢനിദ്രയിലാണ്ടു.

ഭക്ഷണം വൈകീട്ട് ഒരു നേരം മാത്രമേ കൊടുത്തയച്ചിരുന്നുള്ളൂവെങ്കിലും അത് രണ്ട് നേരത്തേക്കുണ്ടായിരുന്നു. ഭക്ഷണം കൊണ്ട് വരുന്ന സമയം ഗാരേജിലെ കുടത്തിൽ വെള്ളം നിറച്ചുവെക്കും. സ്ഥിരമായി ഒരു ചെറുപ്പക്കാരൻ ഭക്ഷണം കൊണ്ടുവന്നു. അവൻ വേലക്കാരനായിരുന്നില്ല. ഷെയ്ക്ക് സാഹിബിന്റെ മകനാവുമെന്ന് ദേവേന്ദർ ലാൽ ഊഹിച്ചു. ചെറുപ്പക്കാരൻ ഒരിക്കലും ഒരക്ഷരം സംസാരിച്ചില്ല. ആദ്യത്തെ ദിവസം നഗരത്തിലെ സ്ഥിതി എങ്ങനെയുണ്ടെന്ന് ദേവേന്ദർലാൽ അവനോട് ആരാഞ്ഞപ്പോൾ അപരിചിത

ഭാവത്തിൽ ആ ചെറുപ്പക്കാരൻ അയാളെ നോക്കി. നഗരത്തിലെ സ്ഥിതി ശാന്തമായോ എന്ന് വീണ്ടും അയാൾ ചോദിച്ചപ്പോൾ അവൻ നിഷേധാർത്ഥത്തിൽ തല കുലുക്കുക മാത്രം ചെയ്തു.

ഭക്ഷണം ആവശ്യത്തിലേറെ ഉണ്ടായിരുന്നതിനാൽ ബാക്കി വരുന്നത് അയാൾ പൂച്ചയ്ക്ക് നല്കിപ്പോന്നു. പൂച്ച അയാളുമായി വളരെ സൗഹാർദ്ദത്തിലായി. അയാളുടെ മടിയിലിരുന്ന് അത് ഭക്ഷണം കഴിക്കും.

സായാഹ്നങ്ങൾ അയാൾ ഇവ്വിധം ചെലവഴിച്ചു. ഇരുട്ട് വർദ്ധിക്കുമ്പോൾ അയാളെഴുന്നേറ്റ് ഉറങ്ങാൻ പോകും. പ്രഭാതത്തിൽ അയാൾ മുറ്റത്ത് അല്പം വ്യായാമം ചെയ്യും. പകൽസമയം ഒന്നുകിൽ വെള്ളാരം കല്ലുകൾ പെറുക്കി കളിക്കുകയോ മതിലിൽ വന്നിരിക്കുന്ന കിളികളെ വീക്ഷിക്കുകയോ അതുമല്ലെങ്കിൽ ദൂരെയെങ്ങോനിന്ന് വരുന്ന പ്രാവുകളുടെ കുറുകലിന് ചെവിയോർക്കുകയോ ചെയ്ത് അയാളിരിക്കും. ആ സമയങ്ങളിൽ ഷെയ്ക്ക്ജിയുടെ വീട്ടിൽനിന്നുള്ള സംഭാഷണ ശകലങ്ങൾ അയാൾക്ക് ശ്രവിക്കാൻ കഴിഞ്ഞിരുന്നു. വ്യത്യസ്ത ശബ്ദങ്ങൾ തിരിച്ചറിയാൻ അയാൾക്ക് കഴിയുമായിരുന്നു. ഉച്ചത്തിൽ സംസാരിച്ചിരുന്ന സ്ത്രീ മിക്കവാറും ഷെയ്ക്കിന്റെ ഭാര്യയാവാം. പ്രായം ചെന്ന് വിറയാർന്നതും പരുപരുത്തതുമായ ശബ്ദത്തിനുടമ അവിടെ താമസിക്കുന്ന ഏതെങ്കിലും വയസ്സിയുടേതാണെന്ന് അയാൾ ഊഹിച്ചെടുത്തു. യൗവനയുക്തവും വിനയാന്വിതവുമായ സ്വരം ഷെയ്ക്കിന്റെ മകൾ സൈബുന്നീസയുടേതാണ്. രണ്ട് പുരുഷസ്വരം കൂടി പലപ്പോഴും കേട്ടു. ഒന്ന് തനിക്ക് ഭക്ഷണം കൊണ്ടുവരുന്ന അബ്മിയാന്റേതും. മറ്റേത് ഷെയ്ക്ക് സാഹിബിന്റേതും.

സൈബുവിന്റെ ശബ്ദം ദേവേന്ദർ ലാലിന് ഇഷ്ടമായി. അതൊരു യുവതിയുടെ ശബ്ദമായതുകൊണ്ട് മാത്രമായിരുന്നില്ല. സൗമ്യവും വിനയം നിറഞ്ഞതുമായിരുന്നു അത്.

ഷെയ്ക്ക് സാഹിബ് പൊലീസ് സ്റ്റേഷനിലെ ഹെഡ് ക്ലാർക്ക് ആയിരുന്നുവെന്ന് തോന്നുന്നു. റഫീക്കുദ്ദീൻ തന്നെ ഇവിടെ കൊണ്ടു വന്നപ്പോൾ ഒരു പൊലീസുകാരന്റെ വീട് ഏറ്റവും സുരക്ഷിതത്വം നിറഞ്ഞതാവുമെന്ന് പറഞ്ഞിരുന്നു. അതിൽ അല്പം സത്യവും ഇല്ലാതില്ല.

ഭക്ഷണം കഴിച്ചപ്പോൾ അത് ആരാണ് പാകം ചെയ്തതെന്നും ആരുടെ കൈകളാണ് അത് വിളമ്പിയതെന്നും അയാൾ ആലോചിച്ചു. അയാൾ ഒളിച്ചുകേട്ട സംഭാഷണങ്ങളിൽനിന്ന് പലപ്പോഴും ഭക്ഷണം പാകം ചെയ്യുന്നത് വയസ്സായ സ്ത്രീയാണെന്ന് മനസ്സിലായി. എന്നാൽ, അത് വിളമ്പിയിരുന്നത് സൈബുന്നീസയായിരുന്നു. കൂടുതൽ ഭക്ഷണം കഴിക്കാൻ ഈ ചിന്ത അയാളെ പലപ്പോഴും പ്രേരിപ്പിച്ചു.

ദേവേന്ദർലാലിന്റെ മടുപ്പുളവാക്കുന്ന ദിനചര്യക്ക് പെട്ടെന്ന് മാറ്റം വന്നു. ഒരുദിവസം പതിവുള്ള വലിയ മുസ്ലീം റൊട്ടിക്ക് പകരം ഹിന്ദുക്കൾ കഴിക്കുന്ന പൂരിയാണ് അയാൾക്ക് ലഭിച്ചത്. ഇറച്ചിയും ഒപ്പമുണ്ടായിരുന്നു.

അബ്മിയാൻ ഭക്ഷണം വിളമ്പി സ്ഥലം വിട്ടപ്പോൾ അല്പനേരം അയാൾ ആ ഭക്ഷണത്തെ ഉറ്റുനോക്കിയിരുന്നു. അയാളൊരു പൂരിയെടുത്ത് തിരികെ പാത്രത്തിലേക്ക് തന്നെ ഇട്ടു. സ്വന്തം വീടിന്റെ ചിത്രം ഞൊടിയിടയിൽ അയാളുടെ മനസ്സിലൂടെ മിന്നിമാഞ്ഞു. വീണ്ടും ഒരു പൂരി കൈയിലെടുത്ത് തിരികെ പാത്രത്തിലിട്ടു.

പൊടുന്നനെ അയാൾ സ്തംഭിച്ചുപോയി.

പൂരിയുടെ മടക്കിൽ ചുരുണ്ട് മടങ്ങിയ ഒരു കടലാസ് കഷണം ഒളിപ്പിച്ചുവെച്ചിരിക്കുന്നു.

ദേവേന്ദർ ലാൽ അത് തുറന്നുനോക്കി. അതിൽ ഒന്നുംതന്നെ വ്യക്തമായി കാണാൻ കഴിഞ്ഞില്ല.

അയാളത് ചുരുട്ടിക്കൂട്ടി വലിച്ചെറിയാൻ തുടങ്ങുകയായിരുന്നു. പൊടുന്നനെ അയാൾ ആ കടലാസ് കഷണമെടുത്ത് മുറ്റത്ത് ചെന്ന് മങ്ങിയ വെളിച്ചത്തിൽ സൂക്ഷിച്ചുനോക്കി. അതിൽ ഒരു വാചകം കുത്തിക്കുറിച്ചിരുന്നു. "താങ്കൾ ഭക്ഷണം കഴിക്കും മുമ്പ് നായയെ തീറ്റിക്കുക." ആ കടലാസ് കൊച്ചു കഷണങ്ങളായി കീറി ദേവേന്ദർലാൽ അത് കൈയിലിട്ട് ഞെരിച്ചു. ഗാരേജിലേക്ക് മടങ്ങിച്ചെന്ന് അയാളത് ഒരു കുഴിയിൽ വലിച്ചെറിഞ്ഞു. പിന്നീട് മുറ്റത്ത് വന്ന് അങ്ങോട്ടുമിങ്ങോട്ടും ഉലാത്തി.

എങ്ങനെ പ്രതികരിക്കണമെന്ന് അയാൾക്കറിയില്ലായിരുന്നു. അയാളാകെ ചിന്താക്കുഴപ്പത്തിലകപ്പെട്ടിരുന്നു. ഒരു പേര് മാത്രം അയാളുടെ പ്രജ്ഞയിൽ മുഴങ്ങി: "സൈബു....സൈബു...."

അല്പം കഴിഞ്ഞ് അയാൾ ഭക്ഷണപാത്രത്തിനരികിൽ നില്പുറപ്പിച്ചു. ആ ഭക്ഷണം അയാൾക്കുള്ളതായിരുന്നു-ദേവേന്ദർ ലാലിന്. അത് അയാളുടെ ആത്മസുഹൃത്തിന്റെ ഭവനത്തിൽനിന്ന് കൊണ്ടുവന്നതായിരുന്നില്ല. അയാളുടെ സുഹൃത്തിന്റെ കൂട്ടുകാരന്റെ വീട്ടിൽ നിന്നായിരുന്നു അത്. അയാളുടെ ആതിഥേയന്റെ രക്ഷകന്റെ വീട്ടിൽ നിന്ന്....

സൈബുവിന്റെ വീട്ടിൽനിന്ന്.....

സൈബുവിന്റെ പിതാവിന്റെ വീട്ടിൽ നിന്ന്......

ഇവിടെ നായയുണ്ടോ? ദേവേന്ദർലാൽ പിന്നെയും ഉലാത്താൻ തുടങ്ങി.

മുറ്റത്തെ മതിലിൽ ഒരു നിഴൽ ചലിച്ചു. പൂച്ച മതിലിന് മുകളിൽ വന്ന് ഇരുന്നു.

ദേവേന്ദർലാൽ അതിനെ അരികിൽ വിളിച്ചു. പൂച്ച അയാളുടെ ചുമലിലേക്ക് ചാടിയിറങ്ങി. ദേവേന്ദർ ലാൽ അതിനെ മടിയിലിരുത്തി. തലോടാൻ തുടങ്ങി. അയാൾ മുറിയിലേക്ക് പോയി. പൂച്ചയെ മടിയിലിരുത്തി. അല്പനേരം തലോടിക്കൊണ്ട് അയാൾ പറഞ്ഞു: "കേൾക്കൂ മകനെ, നീയെന്റെ അതിഥിയാണ്. ഞാൻ ഷെയ്ക്കിന്റെ അതിഥി എന്നപോലെ. ശരിയല്ലേ? അദ്ദേഹം എന്നോട് എന്ത്

പ്രവർത്തിക്കാനാവശ്യപ്പെട്ടോ അത് ഞാൻ നിന്നോട് ചെയ്യുന്നു. അത് ചെയ്യണമെന്ന് എനിക്ക് ആഗ്രഹമില്ല. എങ്കിലും ഞാനത് ചെയ്യാൻ പോകുന്നു. എന്റെ എച്ചിൽ നീ നിത്യവും ഭക്ഷിക്കുന്നു. ഇന്ന് നീ ബാക്കി വെക്കുന്നത് ഞാൻ ഭക്ഷിക്കാം. അതെ, അതാണ് ശരി, ഇതാ, ഇത് കഴിക്കൂ."

പൂച്ച ഇറച്ചി കഴിച്ചു. ദേവേന്ദർലാൽ പൂച്ചയെ തലോടിക്കൊണ്ടിരുന്നു. എന്ത് കഴിക്കണം, എന്ത് കഴിക്കരുത് എന്ന സഹജീവിബോധം മൃഗങ്ങൾക്കുണ്ട്. മറിച്ചാണെങ്കിൽ അവയുടെ വംശം എങ്ങനെ നിലനില്ക്കും? എല്ലാ മൃഗങ്ങൾക്കും ഈ അന്തഃപ്രചോദനമുണ്ടെങ്കിലും മറ്റു മൃഗങ്ങളെ അപേക്ഷിച്ച് പൂച്ചകൾക്ക് ഇത് കൂടുതലാണ്. അതുകൊണ്ട് തന്നെയാണ് നായ്ക്കളെപ്പോലെ പൂച്ചകൾ മനുഷ്യരോട് ഇണങ്ങാത്തതും.

പൊടുന്നനെ പൂച്ച അത്യുച്ചത്തിൽ മുരണ്ടുകൊണ്ട് അയാളുടെ മടിയിൽനിന്ന് ചാടിയിറങ്ങി. വേദനയാലെന്നവണ്ണം അത് ഉറക്കെ കരഞ്ഞുകൊണ്ട് മതിലിലേക്കും പിന്നീട് ഗാരേജിന്റെ മേല്പുരയിലേക്കും ചാടി. അതിന്റെ ചീറ്റലും നിലവിളിയും അല്പനേരം അയാൾ കേട്ടു. അല്പം കഴിഞ്ഞ് അത് വേദനയാൽ ഞെളിപിരികൊണ്ടു. ദയനീയമായി മോങ്ങി, ശക്തി ക്ഷയിച്ചു ശ്വാസംമുട്ടി ചത്തുവീണു.

ദേവേന്ദർ ലാൽ വീണ്ടും ഭക്ഷണത്തെ തുറിച്ചുനോക്കി. ഒന്നുംതന്നെ വ്യക്തമായി കാണാൻ കഴിഞ്ഞില്ലെങ്കിലും ഭക്ഷണപ്പാത്രത്തിൽ നിർന്നിമേഷനായി നോക്കിക്കൊണ്ട് അയാൾ നിശ്ചലം നിന്നു. സാഹോദര്യം! സ്വരാജ്യം! സാമ്രാജ്യം!

തിന്മയുടെ ശക്തിയല്ല, മറിച്ച് നന്മയുടെ ശക്തിക്ഷയമാണ് ലോകത്തെ എല്ലാ അപചയങ്ങൾക്കും മൂലകാരണമെന്ന് ദേവേന്ദർലാലിന് ബോദ്ധ്യപ്പെട്ടു. ഏറ്റവും വലിയ തിന്മ, നന്മയുടെ ധൈര്യക്ഷയമാണ്. രാത്രിക്കുത്തരവാദി ഇരുണ്ട മേഘങ്ങളല്ല, സൂര്യൻ ക്ഷയിക്കുമ്പോൾ ഇരുട്ട് വീഴുന്നു.

അയാൾ ഭക്ഷണപ്പാത്രമെടുത്ത് വരാന്തയിൽ വെച്ചു. രണ്ട് കവിൾ വെള്ളം കുടിച്ച് മുറ്റത്ത് അങ്ങോട്ടുമിങ്ങോട്ടും നടന്നു.

അല്പം കഴിഞ്ഞ് അയാൾ അകത്തേക്ക് ചെന്ന് തന്റെ പെട്ടി തുറന്നു. അതിനകത്തെ സാധനങ്ങൾ അയാൾ ഉറ്റുനോക്കി. കുറച്ച് കടലാസുകളും രണ്ട് ഫോട്ടോകളും ബാങ്കിന്റെ പാസ്ബുക്കും ഒരു വലിയ കവറും അയാൾ കൈയിലെടുത്തു. തന്റെ കറുത്ത ഷെർവാണിയുടെ കീശയിൽ അയാളത് നിക്ഷേപിച്ചു. വീണ്ടും വരാന്തയിലേക്ക്‌വന്ന് എന്തെങ്കിലും ശബ്ദം കേൾക്കുന്നുണ്ടോ എന്ന് ചെവിയോർത്ത് അയാൾ നിന്നു. പിന്നീട് അയാൾ മതിൽ ചാടി പുറത്തെ റോഡിലേക്ക് പ്രവേശിച്ചു. എങ്ങനെ തനിക്കിത് സാദ്ധ്യമായി എന്ന് അയാൾക്ക് തന്നെ മനസ്സിലായില്ല.

പിന്നീട് എന്ത് സംഭവിച്ചു എന്നത് രേഖപ്പെടുത്തേണ്ട ആവശ്യമില്ല.

നിരവധി സംഭവങ്ങൾ അയാളുടെ ജീവിതത്തിൽ നടന്നിട്ടുണ്ടെങ്കിലും അവയെല്ലാം അപൂർണ്ണങ്ങളായിരുന്നു. കഥകൾക്ക് മാത്രമേ പൂർണ്ണത യുള്ളൂ. യുക്തിയും സാമാന്യ ബുദ്ധിയും സൗന്ദര്യബോധവും ഒരു കഥയെ രൂപപ്പെടുത്താൻ സഹായിക്കുന്നു. അതുകൊണ്ടാണ് മനുഷ്യർ അതൊരു കെട്ടുകഥയാണെന്ന് മനസ്സിലാക്കുന്നതും അതിൽ ആഹ്ലാദം കൊള്ളുന്നതും. എന്നാൽ യഥാർത്ഥ ജീവിതത്തിലെ സംഭവങ്ങൾ മറ്റ് ശക്തികളെ ആശ്രയിച്ചാണ് നടക്കുന്നത്-വിധി, പ്രകൃതി, പ്രകൃത്യാതീത ശക്തി അല്ലെങ്കിൽ ദൈവം. അതുകൊണ്ടാവാം മനുഷ്യർക്ക് അവ ഉൾക്കൊള്ളാൻ കഴിയാത്തത്. അതുകൊണ്ടുതന്നെയാണ് രക്ഷപ്പെട്ട ശേഷം ദേവേന്ദർ ലാലിന് എന്ത് സംഭവിച്ചു എന്ന് വിവരിക്കേണ്ട ആവശ്യമില്ലാത്തതും.

ഒന്നര മാസത്തിന് ശേഷം വീടുമായി ബന്ധപ്പെടാൻ ദൽഹി റേഡിയോ വഴി അയാൾ തന്റെ മേൽവിലാസം വെളിപ്പെടുത്തിയപ്പോൾ ലാഹോറിൽനിന്ന് ചുരുങ്ങിയ വാക്കുകളിൽ ഒരു കത്ത് അയാൾക്ക് ലഭിച്ചു.

താങ്കളെ രക്ഷപ്പെടുത്താൻ സഹായിച്ചതിൽ പടച്ചവന് ഒരായിരം തവണ നന്ദി പറയാതിരിക്കാൻ എനിക്ക് കഴിയുന്നില്ല. താങ്കളുടെ കുടുംബവുമായി വീണ്ടും ബന്ധപ്പെടാൻ കഴിയട്ടെ എന്ന് ഞാനാശി ക്കുന്നു. എന്റെ പിതാവ് ചെയ്ത പ്രവൃത്തിക്ക് ഞാൻ താങ്കളോട് മാപ്പിരക്കുന്നു. അദ്ദേഹത്തിന്റെ പദ്ധതികൾ തകർത്തത് ഞാനാണ്. എനിക്ക് താങ്കളോട് ഒരേയൊരപേക്ഷയേയുള്ളൂ. താങ്കളുടെ നാട്ടിൽ ഇതുപോലെത്തെ ചുറ്റുപാടിൽ ആരെങ്കിലും എത്തിപ്പെട്ടാൽ ഈ സംഭവം മറക്കരുത്. ഞാൻ ഇങ്ങനെ അപേക്ഷിക്കുന്നത് അയാളൊരു മുസ്ലീം ആയിരിക്കുമെന്നത് കൊണ്ടല്ല, താങ്കളൊരു മനുഷ്യജീവിയായതു കൊണ്ടാണ്! "ഖുദാ ഹഫീസ്!"

ഷെയ്ക്ക് അത്താവുള്ളയുടെ കനമുള്ള ശബ്ദം അയാളുടെ മനസ്സിൽ മുഴങ്ങി. സൈബു! ഗാരേജിന്റെ മേല്ക്കൂരയിൽനിന്നും ശ്വാസം മുട്ടി പിടഞ്ഞ് ചത്തുവീണ പൂച്ചയുടെ ചിത്രം അയാളുടെ ഉള്ളിൽ തെളിഞ്ഞ് നിന്നു.

അയാൾ കത്ത് ചുരുട്ടിക്കൂട്ടി ഒരു പന്തുപോലെയാക്കി വലിച്ചെ റിഞ്ഞു.

('അഞ്ജേയ്' എന്ന തൂലികാനാമത്തിൽ അറിയപ്പെടുന്ന എസ് എച്ച് വാത്സ്യായൻ ഹിന്ദി സാഹിത്യരംഗത്തെ അതികായരിൽ ഒരാളാണ്. ഉത്തർപ്രദേശിലെ ഖുശി നഗറിൽ 1911 ൽ അദ്ദേഹം ജനിച്ചു. നാല് നോവലുകളും നിരവധി ചെറുകഥാ സമാഹാരങ്ങളും 12 ൽപ്പരം കവിതാ സമാഹാരങ്ങളും അദ്ദേഹം രചിച്ചിട്ടുണ്ട്. *ശേഖർ: ഏക് ജീവാനി* എന്ന നോവലാണ് അദ്ദേഹത്തിന്റെ മാസ്റ്റർ പീസ്, 1978 ൽ ജ്ഞാനപീഠ പുരസ്കാരം നേടി. 1989 ൽ അന്തരിച്ചു.)

വിലാപയാത്ര

ശ്രീകാന്ത് വർമ്മ

ഒരു കട്ടിൽ ഇടാനുള്ള സ്ഥലം മാത്രമേ അതിനുള്ളിൽ ഉണ്ടായിരുന്നുള്ളൂ. മുറിയിൽനിന്ന് പുറത്തിറങ്ങിയ പൊലീസുകാരൻ നിരത്തിൽ കൂടിനിന്ന ആളുകളോട് ചോദിച്ചു.

"ഇവൾക്ക് ബന്ധുക്കളോ അവകാശികളോ ആരെങ്കിലുമുണ്ടോ?" ആരും മറുപടി പറയുന്നില്ലെന്ന് കണ്ടപ്പോൾ അയാൾ സ്വയം പറഞ്ഞു: 'എന്തെങ്കിലും ഏർപ്പാട് ചെയ്തെങ്കിലല്ലേ പറ്റൂ... ഹിന്ദുവായിരുന്നോ മുസ്ലീമായിരുന്നോ?' തന്റെ സൈക്കിളിൽ പുറംചാരിനിന്നിരുന്ന ഒരു ചെറുപ്പക്കാരൻ പറഞ്ഞു:

"വേശ്യയായിരുന്നു"

"അറിയാം" പൊലീസുകാരൻ തിരിച്ചടിച്ചു.

"ഏമാനേ, സേവാസംഘക്കാർക്ക് ഏല്പിച്ചുകൊടുക്കണം" പൊലീസുകാരന് നേർക്ക് ഒരു കെട്ട് ബീഡി നീട്ടിക്കൊണ്ട് മറ്റൊരുത്തൻ പറഞ്ഞു: "ശവം ഇന്നലെമുതൽ കിടക്കുന്നതാ. ഇനിയും ഇട്ടോണ്ടി രുന്നാ പുഴുത്തുനാറും. ഏമാൻ ഉടൻതന്നെ എന്തെങ്കിലും ഏർപ്പാട് ചെയ്യണം."

ബീഡിപ്പുക മൂക്കിലൂടെ വിട്ടുകൊണ്ട് കോൺസ്റ്റബിൾ പറഞ്ഞു: "ഇവൾക്ക് ബന്ധുക്കളോ കൂടപ്പിറപ്പുകളോ ആരെങ്കിലുമുണ്ടോയെന്ന് അറിയണമല്ലോ. ആദ്യം മഹസർ എഴുതണം. ഇല്ലെങ്കിൽ പൊലീസ് സ്റ്റേഷനിൽ പൊല്ലാപ്പാവും ഞാനാവും കുറ്റക്കാരൻ. വല്ല വിവരവും അറിയാമോ?" പുക ആഞ്ഞുവലിച്ച് അയാൾ ചിന്തയിലാണ്ടു.

പൊലീസുകാരന്റെ ചുറ്റും കുറച്ചുപേർ മിണ്ടാതെ നിന്നിരുന്നു. മറ്റുചിലർ എന്തോ സംസാരിച്ചുകൊണ്ട് ദൂരെ മാറിനിന്നു.

തൊട്ടടുത്തായി കുറച്ച് ചെറിയ വീടുകളും കുടിലുകളുമുണ്ടാ യിരുന്നു. റോഡ് ടാറിട്ടതായിരുന്നില്ല. അത് പൊടിയണിഞ്ഞ് ചുവപ്പുനിറം

പിടിച്ചുകിടന്നു. ഗ്രാമം അവിടെ അവസാനിക്കുന്നു. അതിനപ്പുറം നിർജ്ജനം.

'ഇമരത്തീബായി' കഴിഞ്ഞ ഒന്ന് രണ്ട് കൊല്ലമായി അവിടെ തനിയെ താമസിക്കുകയായിരുന്നു. പലപ്പോഴും പലരും എതിർത്തെങ്കിലും അവിടം വിട്ട് അവൾ പോയില്ല. ഒടുവിൽ ഗ്രാമത്തിലെ ജനങ്ങളും അതംഗീകരിച്ചപോലെയായി. അവളോട് വഴക്ക് കൂടാനാവില്ലെന്ന് അവർക്കറിയാം. അവളോട് സംസാരിച്ച് ജയിക്കാൻതന്നെ അവർക്ക് കഴിയില്ല. ഉടുത്തൊരുങ്ങി മുറുക്കാൻ കടയുടെ മുമ്പിൽവന്ന് നില്ക്കുമ്പോഴല്ലാതെ അവളോട് സംസാരിക്കാനും അവർക്ക് അവസരം ലഭിക്കാറില്ല.

നേരം വെളുക്കുമ്പോൾ മുതൽ പാതിരാത്രിവരെ സിനിമാഗാനങ്ങൾ പാടിക്കാറുള്ള 'ദി....സിന്ധു...ഹിന്ദു ഹോട്ടലിന്' മുമ്പിൽ വൈകുന്നേരം സൂപ്പ് വാങ്ങാൻ വരുമ്പോഴും അവൾ സമയം പാഴാക്കിക്കളഞ്ഞിരുന്നില്ല, അവിടെ കൂടിയിരിക്കുന്നവർ 'ചക്കാത്തു' കാരാണെന്ന് അനുഭവത്തിൽ നിന്ന് അവൾ മനസ്സിലാക്കിയിട്ടുണ്ടാവണം. തന്റെ വീട്ടുചുവരിൽ ഒരു പയ്യന് കാശുകൊടുത്ത് നിറമുള്ള ചോക്കുകൊണ്ട് അവൾ ഇങ്ങനെ എഴുതിപ്പിച്ചിരുന്നു: 'കടം സ്നേഹത്തെ ഇല്ലാതാക്കും.'

"ഇമരത്തീബായി മറ്റ് വേശ്യകളെപ്പോലെയല്ല" അവൾ പോയിക്കഴിയുമ്പോൾ മുറുക്കാൻ കടക്കാരൻ പറയാറുണ്ടായിരുന്നു: "അവൾ അധികം സംസാരിക്കാറില്ല."

അവൾക്ക് പറ്റുവരവുകാരും കുറവായിരുന്നു. ഒടുവിലൊടുവിൽ വല്ലപ്പോഴും ഒന്നോ രണ്ടോ പേർ വന്നാലായി. ആടാനും പാടാനുമറിയാത്ത അവളുടെ അരികെ ആരു പോകാൻ? അവൾ പറയുമായിരുന്നു:

"ശരീരം മാത്രം നോക്കി ആരെങ്കിലും പോകുമോ? പിന്നെ... അതൊക്കെ ഓരോരുത്തരുടെ യോഗം!"

ഇതൊക്കെ പറഞ്ഞ് മടുപ്പിക്കാറുണ്ടെങ്കിലും ആളുകൾ അവളുടെയരികെ വരാറുണ്ടായിരുന്നു. പാട്ട് കേൾക്കാനും നൃത്തം കാണാനുമല്ല, അവളുടെ ശരീരം കണ്ട്. അവൾ സുന്ദരിയായിരുന്നു. തികഞ്ഞ ഒരു വേശ്യയായിരുന്നു ഇമരത്തീബായി.

മുറുക്കാൻ കടക്കാരൻ വെറ്റിലയിൽ ചുണ്ണാമ്പ് തേച്ചുകൊണ്ട് തന്റെ വാക്കുകൾ ആവർത്തിച്ചു: "ഇങ്ങനെ സംഭവിക്കുമെന്ന് എനിക്കറിയാമായിരുന്നു. "ഇമരത്തീബായി ചികിത്സ നടത്തണേ" എന്ന് ഞാൻ സൂചിപ്പിച്ചിരുന്നു. ഇപ്പോഴും രക്ഷപ്പെട്ടേനെ. പക്ഷേ, നശിച്ചവൾ, ലോകത്തിന് മുഴുവൻ രോഗം പകരുകയായിരുന്നു. ഇപ്പോഴിതാ ചത്തപ്പോൾ എടുക്കാൻ പോലും ആളില്ല. പക്ഷേ, എന്തുപറഞ്ഞാലും ശരി, ഇമരത്തി ഒരു നല്ല വേശ്യയായിരുന്നു. അവളുടെ എല്ലാ കാര്യങ്ങളും എനിക്കറിയാം."

പിന്നീട് വെറ്റിലയിൽ വെള്ളം തളിച്ചുകൊണ്ട് അയാൾ ഉറക്കെ വിളിച്ചു പറഞ്ഞു: 'അങ്ങുന്നേ, ശവം ഉടനെ എടുത്ത് മാറ്റണം. രോഗം

പിടിച്ച് മരിച്ചതാണ്....”

ഒരു ഓട്ടുഗ്ലാസിൽ ചൂടുചായ ഊതിയൂതി കുടിച്ചുകൊണ്ടിരിക്കുകയായിരുന്നു പൊലീസുകാരൻ. ഈ വാക്കുകൾ കേട്ട് അങ്ങോട്ട് നോക്കി അയാൾ എന്തോ പറയാൻ ഭാവിച്ചു. അപ്പോഴാണ് ചപ്പുചവറുകൾ കയറ്റിക്കൊണ്ടുപോകുന്ന മുനിസിപ്പാലിറ്റി വണ്ടി തെരുവിലേക്ക് കടക്കുന്നത് അയാൾ കണ്ടത്. ഒരിറക്ക് ചായ കുടിച്ച് ഹോട്ടൽകാരന്റെ കൈയിൽ ഗ്ലാസ് കൊടുത്തുകൊണ്ട് അയാൾ വണ്ടിക്കാരനോട് വിളിച്ചുചോദിച്ചു:

“എടോ എന്താ നിന്റെ പേര്?”

“ബൻസീലാൽ” വണ്ടിയിൽ നിന്നിറങ്ങിക്കൊണ്ട് അവൻ പറഞ്ഞു.

“എവിടെ പോകുന്നു?”

“ജോലിക്ക് പോവ്വാണേ!” നിറുത്താതെ അവൻ ഉത്തരം പറഞ്ഞു. പൊലീസുകാരെ അവന് ഇഷ്ടമല്ല. അവിടെ ഒരു ആൾക്കൂട്ടമില്ലാതിരുന്നെങ്കിൽ അവൻ വണ്ടി നിറുത്തുകയില്ലായിരുന്നു; പാട്ടും പാടി കടന്നുപോകുമായിരുന്നു. ഇമരത്തീബായി വെളിയിൽ വന്നാലുമില്ലെങ്കിലും അതിലേ ജോലിക്ക് പോകുമ്പോൾ പാട്ടുപാടുക അവന്റെ ശീലമായിരുന്നു.

“എടോ ബൻസീലാൽ, ജോലി മാറ്റിവെക്ക്. ശവം കൊണ്ടുപോകണം” പൊലീസുകാരൻ അവനോട് പറഞ്ഞു. തന്റെ ചാട്ട, വണ്ടിയിൽ തിരുകിവെച്ചുകൊണ്ട് അവൻ ചോദിച്ചു:

“ആരാണ് മരിച്ചത്?”

“ഇമരത്തീബായ്.” കൂട്ടത്തിൽനിന്ന് ആരോ പറഞ്ഞു.

“എന്ത്?” അവന് വിശ്വാസം വന്നില്ല. അവൻ വീണ്ടും ചോദിച്ചു: “എന്താ പറഞ്ഞത്?”

“ശവം ഇവിടന്ന് എളുപ്പം എടുത്തുമാറ്റി വേണ്ട സ്ഥലത്ത് എത്തിക്കണം. മനസ്സിലായോ? ഞാൻ പൊലീസ് സ്റ്റേഷനിലേക്ക് പോകുകയാണ്. റിപ്പോർട്ട് കൊടുക്കണം” പൊലീസുകാരൻ അവന്റെ ചുമലിൽ തട്ടിക്കൊണ്ട് പറഞ്ഞു. പിന്നീട് അയാൾ കീശയിൽനിന്ന് അഴുക്കുപുരണ്ട ഒരു നോട്ടുപുസ്തകം എടുത്ത് എന്തോ കുറിച്ചിട്ട് മുമ്പേ നടന്നു.

അവൻ വണ്ടി നിരത്തിന്റെ ഒരു അറ്റത്തേക്ക് മാറ്റിനിർത്തി “ഒന്ന് നോക്കട്ടെ” എന്ന് പറഞ്ഞുകൊണ്ട് അകത്തേക്ക് കടന്നു. അതുവരെ അവിടെ കൂടിനിന്നവരാരുംതന്നെ ഉള്ളിൽ കടന്നിരുന്നില്ല. അവൻ അകത്തേക്ക് കടന്നപ്പോൾ വേറെ ചിലരും ഒപ്പം കൂടി. പ്രേതം കട്ടിലിൽ കിടക്കുകയായിരുന്നു. പുതപ്പുപോലും എടുത്തുമാറ്റിയിരുന്നില്ല.

ആ മുറിയിൽ ബൻസീലാൽ ആദ്യമായി പ്രവേശിക്കുകയാണ്. അകത്ത് കടന്നപ്പോൾ അവന് നേരിയ ഒരു വേദന അനുഭവപ്പെട്ടു. ഇമരത്തിയെ അവൻ പലപ്പോഴും കണ്ടിട്ടുണ്ട്. എന്നെങ്കിലുമൊരു ദിവസം താൻ അവിടെ പോകുമെന്ന് അവൻ മനസ്സാ നിശ്ചയിച്ചിരുന്നു. വെളുത്ത്

ചുവന്ന ആ ശരീരത്തിന് ഇത്രയും കാലമായിട്ടും ഭംഗി കുറഞ്ഞിരുന്നില്ല.

പക്ഷേ, അവന് ഇതുവരെ അവിടെ പോകാൻ കഴിഞ്ഞില്ല. അതിനുവേണ്ട പണവും സ്വരുക്കൂട്ടാൻ കഴിഞ്ഞില്ല. ഇമരത്തിക്ക് പതിവുകാർ കുറവാണെങ്കിലും അവളുടെ നിരക്ക് വളരെ കൂടുതലാണെന്ന് അവന് അറിയാമായിരുന്നു. അവൾ ഒരിക്കലും അത് കുറച്ചിരുന്നില്ല. അഥവാ കുറച്ചാൽതന്നെ അവൾ അവനെ ഇഷ്ടപ്പെടണമെന്നുണ്ടോ? താൻ വിരൂപനും പൊക്കം കുറഞ്ഞവനുമായതിനാൽ മറ്റുള്ളവരുടെ ദയയ്ക്കും ആക്ഷേപത്തിനും പാത്രമാണെന്ന് അവനറിയാമായിരുന്നു. ഇത്തരം അവഹേളനങ്ങൾക്ക് പാത്രമാകുമ്പോൾ ദേഷ്യം കടിച്ചമർത്തി കടന്നുപോവുകയായിരുന്നു അവന്റെ പതിവ്.

വൈകുന്നേരം ജോലികഴിഞ്ഞ് വെളുത്ത ഉടുപ്പും വിലകൂടിയ മുണ്ടും ധരിച്ച് സിനിമാ തിയേറ്റർവരെ നടക്കാൻ പോവുകയും ഓടക്കുഴലിൽ സിനിമാഗാനങ്ങൾ മൂളി പിള്ളേരെ രസിപ്പിക്കാറും ചെയ്യാറുണ്ടായിരുന്നു. ഓടക്കുഴൽ വായന അവനൊരു ബഹുമതി നേടിക്കൊടുത്തിരുന്നു.

ഇമരത്തിയുടെ മുഖം വികൃതമായിക്കഴിഞ്ഞിരുന്നു. ചുണ്ടുകൾ സ്വല്പം വിടർന്നിരുന്നു. തുടയും നഗ്നമായിരുന്നു. അവളുടെ ഈ രൂപം കണ്ടപ്പോൾ അവന് വേദന തോന്നി. ഇനി വെച്ചുതാമസിപ്പിക്കാൻ പറ്റില്ല എന്ന ചിന്തയോടെ അവൻ വസ്ത്രം ശരീരത്തിൽ നേരെയിട്ടു.

'കട്ടിൽ പുറത്തേക്ക് എടുക്കണ്ട' അവൻ സ്വയം പറഞ്ഞു. പിന്നീട് ശവശരീരത്തിന്റെ കാലുകൾ താങ്ങിക്കൊണ്ട് അവൻ പറഞ്ഞു: "ഒന്ന് സഹായിക്കണേ."

ഒരാൾ കഴുത്തിലും മറ്റൊരാൾ നടുവിലും താങ്ങി. മൃതദേഹം വെളിയിൽ കൊണ്ടുവന്നു.

''ഒന്ന് നില്ക്കൂ'' അവൻ പൊടുന്നനെ പറഞ്ഞു: ''വണ്ടി ശരിയാക്കട്ടെ."

ശവം ചുമക്കാൻ അവന് നല്ല പരിചയമായിരുന്നു. പക്ഷേ, ഈ വൃത്തികെട്ട വണ്ടിയിൽ അത് കൊണ്ടുപോകുന്നത് ശരിയല്ല എന്ന് അവന് ആദ്യമായാണ് മനസ്സിലായത്.

പോത്തുകളെ തെളിച്ച് അവൻ വണ്ടി പൈപ്പിനരികിലേക്ക് കൊണ്ടുപോയി. ടാപ്പ് തുറന്ന് അവൻ ഉത്സാഹത്തോടെ വണ്ടി കഴുകിത്തുടങ്ങി. കൈക്കുമ്പിളിൽ വെള്ളംനിറച്ച് വണ്ടിയുടെ അകത്തും പുറത്തും തളിച്ചശേഷം ഒരു അഴുക്കുവസ്ത്രം കൊണ്ട് അത് തുടച്ച് വൃത്തിയാക്കി.

അതിനുശേഷം ചാടി പോത്തിന്റെ പുറത്തിരുന്ന് വൃത്തിയാക്കിയ തന്റെ വണ്ടി സന്തോഷത്തോടെ ഒന്ന് നോക്കി "കുറച്ചു കൂടി കഴുകണം" എന്ന് പറഞ്ഞ് അവൻ വീണ്ടും താഴെയിറങ്ങി. ശവത്തിനടുത്ത് പത്തിരുപതാളുകൾ കൂടിനിന്നിരുന്നു. അവൻ വണ്ടി വേഗം തെളിച്ച് അവരുടെ അരികിൽ ചെന്നു. "ഒന്നു മാറണേ, വഴി തരൂ."

എന്നിട്ട് വണ്ടി സാവധാനം നിറുത്തി താഴെയിറങ്ങി. പിന്നെയും അവൻ വിളിച്ചുപറഞ്ഞു: “ഒന്ന് സഹായിക്കണേ! ശവം എടുത്തു വെക്കാൻ ഒന്ന് സഹായിക്കണേ!”

ആളുകൾ മുന്നോട്ടുവന്നു. ആദ്യത്തെ പോലെ മൃതദേഹം പൊക്കിയെടുത്തു. “സൂക്ഷിച്ച് ..... പതുക്കെ.”

അവൻ വണ്ടിയിൽ കയറി ശവം കിടത്താനുള്ള സ്ഥലം ഒരുക്കുകയായിരുന്നു. എന്നാൽ അതിനുള്ളിൽ വേണ്ടത്ര സ്ഥലം ഇല്ലായിരുന്നു. അവന് പ്രയാസം തോന്നി. അവന്റെ ദേഷ്യം മുഴുവൻ മുനിസിപ്പാലിറ്റിയോടായി. “ഇത്ര ചെറിയ വണ്ടിയിൽ ഒരു കുട്ടിയുടെ ശവം പോലും കിടത്താൻ പറ്റില്ലല്ലോ!”

“അങ്ങനെയല്ല... ദാ..... ഇങ്ങനെ” മറ്റ് രണ്ടുപേരുടെ സഹായത്തോടെ അവൻ മൃതദേഹം വണ്ടിയിൽ പാതിചാരി കിടത്തി. തോളിൽനിന്ന് തോർത്തുമുണ്ടെടുത്ത് ശവത്തിന് തലയിണയായി വെച്ചു. അത്രയും ചെയ്തുകഴിഞ്ഞപ്പോൾ അവൻ അല്പം സന്തോഷം തോന്നി.

വണ്ടിയിൽ എഴുന്നേറ്റുനിന്ന് അവൻ ചുറ്റും നിന്നവരെ നോക്കി. താൻ മറ്റുള്ളവരേക്കാൾ അല്പം ഉയർന്നവനാണെന്ന് അവന് തോന്നി. അവരാരെങ്കിലും എന്തെങ്കിലും പറയുന്നതിന് മുമ്പ് വണ്ടി തെളിച്ചതിനു ശേഷം ആത്മവിശ്വാസത്തോടെ അവൻ അതിലിരുന്നു. കുറെനേരം കഴിഞ്ഞ് തിരിഞ്ഞുനോക്കിയപ്പോൾ ജനക്കൂട്ടം പിരിഞ്ഞുപോകുന്നത് കണ്ടു. ഒരാൾ മുന്നോട്ടുചെന്ന് ഇമരത്തിയുടെ വീടിന്റെ കതക് ചാരുകയായിരുന്നു.

അവൻ വണ്ടി അതിവേഗം വിട്ടു. ആ വളവിൽ വന്ന് നിറുത്തി. താഴെയിറങ്ങി. വണ്ടിക്കകത്തേക്ക് നോക്കി. എല്ലാം ശരിയാണോ? ശവം ചാരിക്കിടത്തിയ മാതിരിയുണ്ട്. വണ്ടിയുടെ ഇളക്കംകൊണ്ട് മൂടിയിരുന്ന വസ്ത്രം സ്ഥാനം തെറ്റിക്കിടന്നിരുന്നു. ശരീരം മിക്കവാറും നഗ്നമായിരുന്നു. അവൻ ആ ശരീരത്തിലേക്ക് ഒന്ന് നോക്കി. അതോടെ നാണിച്ചുപോയി. പെട്ടെന്ന് അവൻ ശരീരം മറച്ചു.

എന്നിട്ട് മുറുക്കാൻ കടയിലേക്ക് നടന്നു. അവന്റെ കീശയിൽ നൂറുരൂപയുണ്ടായിരുന്നു. ശമ്പളത്തിൽനിന്നും മിച്ചം വെച്ചതാണ്. അതുകൊണ്ട് വാങ്ങേണ്ട സാധനങ്ങളുടെ പട്ടിക മനസ്സിൽ വളരെ നാളായി തയ്യാറാക്കിയിരുന്നു.

കീശയിൽനിന്ന് രൂപ പുറത്തെടുത്തു. “ഇതിന് ചില്ലറ തരണം” എന്ന് പറഞ്ഞുകൊണ്ട് കടയിലേക്ക് നീങ്ങി.

കടക്കാരൻ അവനെ നോക്കി പുഞ്ചിരിച്ചു. “ഇത്രയും ചില്ലറയില്ലല്ലോ” കേട്ടപാതി കേൾക്കാത്തപാതി അവൻ പറഞ്ഞു: “വേഗം വേണം. സമയം ഏറെയായി” കടക്കാരൻ ഒരു സഞ്ചി അഴിച്ചിട്ട് ചില്ലറ മുഴുവൻ എണ്ണാൻ തുടങ്ങി.

പണസഞ്ചി കൈയിൽ കിട്ടിയതോടെ അവന് ഉത്സാഹം വർദ്ധിച്ചു. അവൻ വണ്ടിയിൽ ചാടിക്കയറിയിരുന്നു. വണ്ടി തെളിച്ചുകൊണ്ട് ചുറ്റും

നോക്കിയപ്പോൾ കടക്കാരനും മറ്റ് രണ്ടുമൂന്നുപേരും അവനെ നോക്കി പുഞ്ചിരിക്കുകയാണ്. കടക്കാരൻ മറ്റുള്ളവരോട് അവനെ ചൂണ്ടി എന്തോ ആംഗ്യം കാണിക്കുന്നു. അവൻ മനസ്സിൽ അവരെ ചീത്ത പറഞ്ഞു. ചാട്ടയെടുത്ത് പോത്തിന്റെ മുതുകിൽ ആഞ്ഞ് ഒരടികൊടുത്തു.

ഗ്രാമത്തെരുവിൽനിന്ന് വെളിയിൽ കടന്നപ്പോൾ അവന് ആശ്വാസം തോന്നി. വെയിലിന് ചൂട് കൂടിയിട്ടുണ്ട്. ഇത്രയും അദ്ധ്വാനിച്ചതുകൊണ്ട് ശരീരത്തിൽ വിയർപ്പ് പൊടിയുന്നുണ്ടായിരുന്നു. നിരത്തിൽ ആളുകൾ വന്നുംപോയുമിരുന്നു. കടകൾ ഒന്നൊന്നായി തുറന്ന് തുടങ്ങി. മൃതദേഹം എങ്ങനെ കിടക്കുന്നുവെന്ന് അവൻ ഒന്നു കൂടി തിരിഞ്ഞുനോക്കി. എല്ലാം ശരിയായിരുന്നു. തലയിണ മാത്രം ഊർന്നിറങ്ങിയിരുന്നു. വണ്ടി നിറുത്തി അവൻ താഴെയിറങ്ങി അതു നേരെയാക്കി.

തിരിച്ചും മറിച്ചും വെച്ചപ്പോൾ ശവം ഒന്ന് ചലിച്ചു. അവൻ വിറച്ചുപോയി. ജീവനുള്ള ശരീരത്തിൽ തൊടുകയാണെന്നുള്ള തോന്നൽ മൂലം അവന്റെ സപ്തനാഡികളും തളർന്നു. പിന്നീട് അവൻ സ്വസ്ഥാനത്ത് പോയിരുന്നു. ഈ ശരീരം വിലകൂടിയ ഒരു സാരികൊണ്ട് മൂടിയിരുന്നെങ്കിൽ എത്ര നന്നായിരുന്നു! അവൻ ആലോചിച്ചു. വർണ്ണപ്പകിട്ടാർന്ന സാരിയുമണിഞ്ഞ് വാതിലിനരികിൽ നിന്നിരുന്ന അവളെ അവൻ പലപ്പോഴും കണ്ടിട്ടുണ്ട്. ഒരു സൗന്ദര്യറാണിയായിരുന്നു അവൾ. കണ്ടുമുട്ടുമ്പോഴൊക്കെ അവൾ ആരെയോ പ്രതീക്ഷിച്ചു നില്ക്കുകയാണെന്ന് അവന് തോന്നിയിരുന്നു. ആ തെരുവിലേക്ക് പ്രവേശിക്കുമ്പോൾ അവന്റെ ഹൃദയം തുടിച്ചിരുന്നു. ആ വാതിൽ കടന്നുപോകുമ്പോൾ ഹൃദയത്തുടിപ്പിന്റെ വേഗത കൂടും. അവൻ എത്ര ആഗ്രഹിച്ചിട്ടും ആ കണ്ണുകൾ അവന്റെ നേരെ ഉയർന്നിട്ടില്ല. നാണംകൊണ്ട് തലകുനിച്ച് അവൻ കടന്നുപോകും. കുറെദൂരം ചെന്ന് തിരിഞ്ഞുനോക്കുമ്പോൾ അവൾ അതേപടി നില്ക്കുകയായിരിക്കും. സൗന്ദര്യറാണി! അവളുടെ കാത്തുനില്പും തന്റെ കടന്നുപോക്കും തമ്മിൽ ഒരു ബന്ധം അവൻ സൃഷ്ടിച്ചിരുന്നു. 'എന്നെങ്കിലുമൊരു ദിവസം ഞാൻ തീർച്ചയായും അവളുടെയടുത്ത് പോകും' അവൻ മനസ്സിൽ കരുതാറുണ്ടായിരുന്നു.

മടിയിലുള്ള പണസഞ്ചിയിൽ കൈയിട്ട് ഒരുപിടി നാണയം അവൻ വെളിയിൽ എടുത്തു. നാലുപാടും നോക്കി അത് മുകളിലേക്ക് വലിച്ചെറിഞ്ഞു. റോഡിൽ ചിതറിവിണ നാണയങ്ങളുടെ കിലുകിലാരവം കേട്ട് കടയിലും വഴിയരികിലും നിന്നിരുന്നവർ ഞെട്ടിപ്പോയി. ഒരുപറ്റം കുട്ടികളും ഭിക്ഷക്കാരും കുതിച്ചെത്തി. അവൻ വണ്ടിനിർത്തി, അവരെല്ലാം നാണയത്തുട്ടുകളുടെ മേൽ ചാടിവീഴുന്നത് നോക്കിയിരുന്നു. നിലത്തുകിടന്ന നാണയങ്ങൾ തീർന്നപ്പോൾ ഒരു പിടികൂടി വാരി മുകളിലേക്കെറിഞ്ഞു. 'രാമനാമം സത്യമാണ്. എല്ലാവരുടെയും ഗതി ഇതു തന്നെ!' നാണയത്തുട്ടുകൾ പെറുക്കിയെടുത്തിരുന്നവരെല്ലാം യാന്ത്രികമായി അത് ഏറ്റുപറഞ്ഞു.

അവൻ വണ്ടി വിട്ടു. പോത്തുകളുടെ മേൽ ചാട്ടകൊണ്ടടിച്ച് വണ്ടി ഓടിക്കാൻ തുടങ്ങി. പിറകെ പണം പെറുക്കിയെടുക്കാൻ ജനക്കൂട്ടവും.

അടുത്ത വളവിൽചെന്ന് അവൻ വണ്ടി നിർത്തി വിളിച്ചു പറഞ്ഞു: "രാമനാമം സത്യമാണ്. എല്ലാവരുടെയും ഗതി. ഇത് തന്നെ!"

ഇതിനിടെ വണ്ടിയുടെ മുന്നിലും പിന്നിലും നല്ലൊരു ജനക്കൂട്ടമുണ്ടായി. ചിലർ വണ്ടിയിൽ പിടിച്ചിരുന്നു. വണ്ടി ആകെ മനുഷ്യരാൽ മൂടപ്പെട്ടപോലെ തോന്നി.

അവനോടൊപ്പം നടന്നിരുന്ന ഒരു യാചകൻ രാമനാമം വിളിച്ചു പറയുന്നതിനിടയിൽ അവനോട് ചോദിച്ചു: "മേളം കൂടെ വേണ്ടതല്ലേ?"

ചുറ്റുമുള്ള ബഹളത്തിൽ അവന്റെ കണ്ണുകൾ മഞ്ഞളിച്ചു പോയിരുന്നു. യാചകൻ തന്റെ നിർദ്ദേശം ആവർത്തിച്ചു.

"മേളക്കാരെ കൊണ്ടുവരട്ടെ അങ്ങുന്നേ?"

"കൊണ്ടുവാ" അവൻ ഒരുപിടി നാണയം കൂടി വാരി റോഡിന്റെ ഇടതുവശത്തേക്കെറിഞ്ഞു. മലവെള്ളമൊഴുകുംപോലെ ജനക്കൂട്ടം അങ്ങോട്ട് തിരിഞ്ഞു. ഇതിനിടെ മറ്റൊരു ഭിക്ഷക്കാരൻ കുറെ പൂവും മാലയും കൊണ്ടുവന്നു. വണ്ടി നിന്നു. അവൻ ഇറങ്ങി പൂവും മാലയും ആ ശവശരീരത്തിൽ അണിയിച്ചു.

"ആരാ?" റോഡരികിൽ നിന്നിരുന്ന ചിലർ ചോദിക്കുന്നത് അവൻ കേട്ടു.

"ഇമരത്തീബായി" മാല അണിയിക്കുന്ന ആഹ്ലാദത്തിനിടയിൽ അവന്റെ കൈവിറച്ചു.

"ആരാ ഇമരത്തീബായി?"

"വേശ്യയായിരുന്നു." കോപം കൊണ്ട് അവന്റെ കണ്ണുകൾ ചുവന്നു. "പേരെടുത്ത വേശ്യ."

അപ്പോഴേക്കും മേളക്കാർ എത്തിച്ചേർന്നു.

"മേളം മുഴക്കട്ടെ അങ്ങുന്നേ?"

"മുഴക്കിക്കോളൂ."

അവൻ ചാടി വണ്ടിയിൽ ഇരുന്നു. മേളം മുഴക്കിത്തുടങ്ങി. അതോടെ ജനക്കൂട്ടം വർദ്ധിച്ചു. അവൻ പണസഞ്ചിയിൽനിന്ന് നാണയത്തുട്ടുകൾ വാരി റോഡിൽ വിതറാൻ തുടങ്ങി.

"രാമനാമം സത്യമാണ്. എല്ലാവരുടെയും ഗതി ഇത് തന്നെ!" ഇത്രയും വലിയ ഒരു ജനക്കൂട്ടത്തെ നിയന്ത്രിക്കാൻ കഴിയുമോ എന്നവൻ സംശയിച്ചു. യാചകരുടെ ഈ കൂട്ടത്തെ തിരികെ ഇമരത്തീബായിയുടെ വീട്ടുനടയിൽതന്നെ കൊണ്ടുനിർത്തിയാലെന്തെന്ന് അവൻ ഒരിക്കൽ ചിന്തിച്ചു. മനസ്സാ അവൻ ആഹ്ലാദിച്ചു. അവൻ വണ്ടിയുടെ ഗതി വേഗത്തിലാക്കി.

വെയിലിന് ചൂടേറിവന്നു. കർമ്മങ്ങളെല്ലാം പെട്ടെന്ന് ചെയ്യേണ്ടിയിരിക്കുന്നു. ഇതെല്ലാം പെട്ടെന്ന് അവസാനിക്കുമെന്ന ഒരു തോന്നൽ അവനെ വേദനിപ്പിച്ചു. അത് അവസാനിക്കാതിരുന്നെങ്കിൽ എന്ന് അവൻ ആശിച്ചു.

അവൻ തലപൊക്കി നാലുപാടും വീക്ഷിച്ചു. യുവതികളും വൃദ്ധകളുമായ സ്ത്രീകൾ മാളികമുകളിൽനിന്ന് അവനെയും മേളത്തെയും നോക്കുകയാണ്. മേളത്തിന്റെ ഇടയിൽ അവൻ ഒന്ന് രണ്ട് വാക്കുകൾ കേട്ടു.

"ഹേയ്, വിശേഷിച്ച് ഒന്നുമില്ല. തോട്ടികളുടെ കൂട്ടമാണ്."

"തോട്ടി" എന്ന വാക്ക് കേട്ടപ്പോൾ അവന് ഈർഷ്യ തോന്നി. ആ വീട്ടുവാതില്ക്കൽ നിന്നിരുന്ന സ്ത്രീകളെയും കുട്ടികളെയും അവൻ കോപത്തോടെ നോക്കി.

തന്നെ 'തോട്ടി' എന്ന് വിളിക്കുന്നത് അവൻ ഒരിക്കലും സഹിച്ചിരുന്നില്ല. അവൻ മറ്റുള്ളവരേക്കാൾ വൃത്തിയായി ജീവിച്ചിരുന്നു. തന്റെ ജാതിയിൽപെട്ട യുവാക്കളോട് അവരെ തോട്ടി എന്ന് ആരെങ്കിലും വിളിച്ചാൽ ആ വീട്ടിലെ അഴുക്ക് വൃത്തിയാക്കരുതെന്ന് അവൻ നിർദ്ദേശിച്ചിരുന്നു.

തോട്ടി എന്ന വിളികേട്ട് അവൻ കോപം കൊണ്ട് തുടുത്തു. ഭിക്ഷക്കാരനോട് മേളം ഉച്ചത്തിൽ മുഴക്കുവാൻ അവൻ വിളിച്ചുപറഞ്ഞു.

"രാമനാമം സത്യമാണ്. രാമനാമം സത്യമാണ്!"

നഗരത്തിന് പുറത്താണ് നദി. നദിക്കക്കരെ ശ്മശാനം. ദൂരെയായി പാലം അവന് കാണാമായിരുന്നു.

അവൻ കുറച്ച് നാണയത്തുട്ടുകൾ കൈയിലെടുത്ത് ശക്തിമുഴുവൻ സംഭരിച്ച് ദൂരെയെറിഞ്ഞു. അതിന്റെ പിറകെ നാലുപാടും ചിതറിയോടിയ ജനക്കൂട്ടത്തെ അവൻ സന്തോഷത്തോടെ നോക്കി. വണ്ടി പാലത്തിലെത്തിയപ്പോൾ അവൻ അത് നിർത്തി. ഭിക്ഷക്കാരനെ പണസഞ്ചി യേല്പിച്ച് മേളക്കാരെ മടക്കിയയക്കാൻ നിർദ്ദേശിച്ചു.

മേളം അവസാനിച്ചു. പിറകെ വന്ന ഭിക്ഷക്കാരും കുട്ടികളും തിരിച്ചുപോകാൻ തുടങ്ങി. രണ്ടുമൂന്ന് വഴിപോക്കർ മാത്രം അവിടെ തങ്ങിനിന്നു.

അവരിലൊരാൾ പറയുന്നത് അവൻ കേട്ടു: "ഞാൻ പറയുന്നു അത് അനങ്ങിയെന്ന്!"

"എന്തനങ്ങി!" അയാളുടെ നേർക്ക് ചാടിക്കൊണ്ട് അവൻ ചോദിച്ചു.

"നീ കൊണ്ടുവന്ന ശവമാണോ വണ്ടിയിൽ!"

"എന്ത്? സത്യമായും അനങ്ങിയോ!" പ്രേതത്തിന് ജീവൻ വീണ്ടുകിട്ടുന്ന കഥകൾ അവൻ കേട്ടിട്ടുണ്ട്. ചിതയിൽവെച്ച് മൃതദേഹം എഴുന്നേറ്റിരുന്നതായ കഥകളും അവൻ കേട്ടിട്ടുണ്ട്. മരിച്ചുപോയ ആളുകളുടെ ജീവൻ ചിലപ്പോൾ തിരിച്ചുവരും. അത് എങ്ങനെ സംഭവിക്കുന്നു എന്ന് അവനറിയില്ല. അടക്കം ചെയ്യുന്നതിന് മുമ്പ് ഒന്നുകൂടി സൂക്ഷ്മമായി പരിശോധിക്കണമെന്ന് ഡോക്ടർമാർപോലും പറയാറുണ്ട്. അവൻ ഓടിവന്ന് അവളെ കുനിഞ്ഞ് നോക്കി. ശവം സ്വല്പം വഴുതിമാറിയിട്ടുണ്ട്. സന്തോഷംകൊണ്ടും അവിശ്വാസം കൊണ്ടും അവന്റെ കൈ വിറയ്ക്കാൻ തുടങ്ങി. പുതപ്പിനുള്ളിൽ കൈയിട്ട്

അവൻ ശവത്തിന്റെ കരം വെളിയിലെടുത്തു. നാഡി പിടിച്ചുനോക്കി. എന്തോ തുടിക്കുന്നുണ്ട്. തണുത്ത് മരവിച്ച ശരീരം. മൂക്കിനടുത്ത് കൈവെച്ചുനോക്കി. ശ്വാസമില്ല. പിന്നെന്തുകൊണ്ട് തുടിച്ചു? അവൻ തന്റെ ഹൃദയത്തിൽ കൈവച്ചുനോക്കി. ഒരു ഹൃദ്രോഗിയെപ്പോലെ അത് ശക്തിയായി തുടിക്കുന്നു. അവൻ വണ്ടി തെളിച്ച് പാലത്തിലൂടെ കൊണ്ടുപോയി. ഇരുവശവും ജലം വ്യാപിച്ചുകിടന്നു. കരയിൽ മണൽക്കൂമ്പാരങ്ങൾ വെയിൽതട്ടി തിളങ്ങുന്നു.

കൂട്ടത്തിൽനിന്നും തെറ്റിപ്പിരിഞ്ഞതോടെ അവൻ തികച്ചും ഏകനായി. എങ്ങും ആരുമില്ല. വണ്ടിച്ചക്രം ഉരുളുന്ന കറകറ ശബ്ദം മാത്രം അകമ്പടി സേവിച്ചു.

പാലം കടന്ന് അവൻ വണ്ടി ചരിവിലേക്ക് ഇറക്കി. ശ്മശാനത്തിനു ള്ളിലേക്ക് കടന്നപ്പോൾ അവനെല്ലാം മായയായി തോന്നി. ഒരരികിലായി ഒരു ശവം എരിഞ്ഞുകൊണ്ടിരിക്കുന്നു. അതിന്റെ ദുർഗ്ഗന്ധം അവന്റെ മൂക്കിൽ തുളഞ്ഞുകയറി. വണ്ടി അവൻ പാറാവുകാരന്റെ വീട്ടുപടിക്ക ലേക്ക് പതുക്കെ നയിച്ചു.

പാറാവുകാരൻ തന്റെ രജിസ്റ്റർ പുസ്തകം തുറന്നുകൊണ്ട് ആരാഞ്ഞു:

"ആരാണ് വന്നത്? ദഹിപ്പിക്കണോ?"

"അടക്കം ചെയ്യണം."

"പേര്?"

"ഇമരത്തീബായി"

"വയസ്സ്?"

"മുപ്പത്തിരണ്ട്" അവൻ പെട്ടെന്ന് പറഞ്ഞു.

"ഭർത്താവിന്റെ പേര്?" പാറാവുകാരൻ മുഖമുയർത്തിക്കൊണ്ട് ചോദിച്ചു. അവനല്പം സംശയിച്ചു. ഇടവും വലവും നോക്കി, ആരെങ്കിലും കേൾക്കുന്നുണ്ടോ എന്ന് ഉറപ്പുവരുത്തുമ്പോലെ. എന്നിട്ട് പറഞ്ഞു: "ബൻസീലാൽ വാത്മീകി." കൈനീട്ടി രജിസ്റ്റർ പുസ്തകം വാങ്ങി അവൻ ഒപ്പിട്ടു കൊടുത്തു.

വെളിയിൽ വന്ന് വളരെ കരുതലോടെ അവൻ ശവം താഴെയിറക്കി. വസ്ത്രം ശരിക്കും ശരീരത്തെ മറച്ചിരുന്നു. കൈക്കോട്ടെടുത്ത് അവൻ കുഴി കുഴിക്കാൻ തുടങ്ങി.....!

പൊതിച്ചോറ്

മോഹൻ രാകേഷ്

ബസ് വരാൻ ഇനിയും ഒരുപാട് നേരം കഴിയുമെന്ന് അറിഞ്ഞിരുന്നിട്ടും മുഖത്തെ വിയർപ്പ് തുടച്ചുകൊണ്ട് ബാലോ റോഡിലേക്ക് കണ്ണുംനട്ട് നിന്നു. മുപ്പത് നാല്പത് വാര അകലെയായി കുറച്ച് ഇലകൊഴിഞ്ഞ മരങ്ങൾ നിന്നിരുന്നതൊഴിച്ചാൽ ഒരൊറ്റ തണൽമരം പോലും അവിടെയുണ്ടായിരുന്നില്ല. എങ്ങും ഉഴുതുമറിച്ച മണ്ണുമാത്രം. വിള കഴിഞ്ഞിരുന്നതിനാൽ ചുറ്റുപാടും തരിശായി കാണപ്പെട്ടു. തിളയ്ക്കുന്ന വെയിൽ നിരത്തിന്റെ നിറംപോലും മാറ്റിയിരുന്നു.

ബാലോ നിന്നിരുന്നതിന് അല്പമകലെയായി ഒരു തണ്ണീർപ്പന്തൽ സ്ഥിതിചെയ്തിരുന്നു. കീറിപ്പറിഞ്ഞ വസ്ത്രം ധരിച്ച പരിചാരകൻ രണ്ട് കൂറ്റൻ പാത്രത്തിനടുത്തിരുന്ന് ഉറക്കം തൂങ്ങിയിരുന്നു. ഇടയ്ക്കിടെ തലയുയർത്തി, വിയർപ്പ് തുടച്ചുകൊണ്ട് ദയനീയമായ ഒരു നോട്ടം ചുറ്റുപാടുമയച്ച് അയാൾ വീണ്ടും ഉറക്കം തുടരും. ബാലോവിന്റെ കൈയിലെ ഭക്ഷണപ്പൊതിയിലേക്ക് ആർത്തിയോടെ നോക്കിക്കൊണ്ട് ഒരു യാചകൻ തണ്ണീർപ്പന്തലിന്റെ നിഴലിൽ നില്പുണ്ടായിരുന്നു. അയാൾക്കടുത്തായി ഒരു നായ കിടന്നിരുന്നു. അതിന്റെ കണ്ണും ഭക്ഷണപ്പൊതിയിൽ തന്നെയായിരുന്നു.

ബാലോ പൊടുന്നനെ ഭക്ഷണപ്പൊതി തന്റെ സാരികൊണ്ട് മറച്ചുപിടിച്ചു. മറ്റുള്ളവർ അത് കാണുന്നത് അവൾക്കിഷ്ടമായിരുന്നില്ല. അവൾ അത് തന്റെ ഭർത്താവ് ഡ്രൈവർ സുച്ചാസിങ്ങിന് കൊണ്ടു വന്നതായിരുന്നു. താൻ എത്തിച്ചേരാൻ വൈകിയതിനാൽ ബസ് പുറപ്പെട്ടു പോയി. പക്ഷേ, പട്ടണത്തിലേക്കുള്ള ഒരു യാത്ര കഴിഞ്ഞ് തന്റെ ഭർത്താവ് മടങ്ങിവരുമെന്ന് അവൾക്ക് പ്രതീക്ഷയുണ്ടായിരുന്നു. അപ്പോൾ അവൾ അയാൾക്ക് ഭക്ഷണം കൊടുക്കും. സമയത്തിന് ഭക്ഷണം

ലഭിക്കാത്തതിനാൽ സുഛരാസിങ് കോപിഷ്ഠനായിട്ടു ണ്ടാവുമെന്ന് അവൾക്കറിയാമായിരുന്നു. പട്ടണത്തിൽനിന്നും പതിവായി രണ്ടുമണിക്ക് അയാളുടെ ബസ് വന്നിരുന്നു. അയാൾ ഭക്ഷണം കഴിച്ചുതീരുമ്പോ ഴേക്കും ഏതാണ്ട് മൂന്നരമണിയായിട്ടുണ്ടാവും. പിന്നീട് ബാലോ അയാൾക്ക് അത്താഴം തയ്യാറാക്കിക്കൊടുക്കും. ആഴ്ചയിൽ ആറുദിവസം സുഛരാസിങ് ജോലി ചെയ്തിരുന്നു.

ഏതാണ്ട് ഒന്നേകാൽ മണിയാവുമ്പോൾ ഭക്ഷണപ്പൊതിയുമായി പൊള്ളുന്ന വെയിലിൽ അരമണിക്കൂർ നടന്ന് ബാലോ ബസ് സ്റ്റാന്റിൽ രണ്ടുമണിയോടെ എത്തിച്ചേർന്നിരുന്നു. അവൾ വരാൻ താമസിച്ചാൽ സുഛരാസിങ് അല്പസമയം ബസ് നിറുത്തിയിടും. പക്ഷേ, ചീത്ത കേൾക്കുമെന്ന് അവൾക്കുറപ്പായിരുന്നു. താനൊരു ഉത്തരവാദിത്വമുള്ള തൊഴിലാളിയാണെന്നും സ്വന്തമിഷ്ടത്തിന് ബസ് നിറുത്തിയിടാൻ അവളുടെ അച്ഛന്റെ വേലക്കാരനല്ലെന്നും അയാൾ അവളോട് പറയും. അയാളുടെ ക്രോധം ആറിത്തണുക്കുംവരെ അവൾ ക്ഷമയോടെ നില്ക്കും. എന്നിട്ട് ഉച്ചഭക്ഷണം അയാളെ ഏല്പിക്കും. പക്ഷേ, ഇന്നവൾ രണ്ട് മണിക്കൂർ വൈകിയിരുന്നു. തന്റെ കാത്തുനില്പിന്റെ ഓരോ നിമിഷവും ഭർത്താവിന്റെ ദേഷ്യം ശമിപ്പിക്കാനുതകും എന്നവൾ ആ ശിച്ചു. നഗരത്തിലെ ഏതെങ്കിലുമൊരു ഭക്ഷണശാലയിൽനിന്ന് സുഛരാ സിങ് ഉച്ചഭക്ഷണം കഴിച്ചിട്ടുണ്ടാവുമെന്ന് അവൾക്കുറപ്പു ണ്ടായിരുന്നു.

പക്ഷേ, ഊണ് അയാൾക്ക് നല്കി താൻ വരാൻ വൈകിയതിന്റെ കാരണം ഗ്രഹിപ്പിക്കണം എന്നവൾ തീരുമാനിച്ചിരുന്നു. മുൻശുണ്ഠി ക്കാരനായ ഭർത്താവിനെക്കുറിച്ചോർത്തപ്പോൾ അവൾ അസ്വസ്ഥയായി. ദേഷ്യത്തിൽ, സന്ദർഭത്തിന്റെ ഗൗരവം മനസ്സിലാക്കാതെ അയാൾ തന്നോട് സംസാരിക്കുന്നതേ മതിയാക്കും.

അവർ തമ്മിലുള്ള സ്വരച്ചേർച്ചയില്ലായ്മയെക്കുറിച്ച് ജനങ്ങൾ അറിഞ്ഞിരുന്നു. കഴിഞ്ഞ വർഷത്തിലാണ് തൊട്ടടുത്തുള്ള ഗ്രാമത്തിൽ നിന്നും ഒരു വേലക്കാരിപ്പെണ്ണിനെ തട്ടിക്കൊണ്ടുപോയി സുഛരാസിങ് നഗരത്തിൽ വിറ്റത്. ഗ്രാമത്തിലെ പണ്ഡിറ്റുമായി വഴക്കു കൂടുകയും ചെയ്തിട്ടുണ്ട് അയാൾ. അയാളിൽനിന്ന് അകന്നാണ് താമസിക്കുന്ന തെങ്കിലും ഗ്രാമവാസികൾക്ക് അയാളെക്കുറിച്ച് ആയിരം കുറ്റാരോപണ ങ്ങളാണ്. ഇതെല്ലാം കേട്ടിട്ടും തന്റെ ഭർത്താവ് ഇത്രയും നീചമായ ഒരു പ്രവൃത്തിയിൽ മുഴുകുമെന്ന് ബാലോക്ക് ഒരിക്കലും വിശ്വസിക്കാനായില്ല. ഒരിക്കൽ പതിനാലുകാരി ജിന്ത തനിച്ചാണെന്ന് കണ്ട അയാൾ, അവളെ പ്രാപിക്കാൻ തുനിഞ്ഞു. അവളേക്കാൾ മൂന്നിരട്ടി പ്രായമുണ്ടായിരുന്നു അയാൾക്ക്. 'മകളേ' എന്നാണ് അവളെ വിളിച്ചിരുന്നത്. എന്നാലും ഒരു കിളിന്ത് പെണ്ണിനെ സമീപിച്ച് അവളെ കടന്നുപിടിക്കാൻ എങ്ങനെ അയാൾക്ക് മനസ്സുറപ്പുവന്നു?

വയലിൽനിന്നും സ്വല്പം ചാണകം പെറുക്കിക്കൊണ്ടുവരാൻ ബാലോ ജിന്തയെ പറഞ്ഞയച്ചിരുന്നു. ധാന്യം കുഴച്ചശേഷം ഭർത്താവിന്

ചപ്പാത്തിയുണ്ടാക്കി സമയത്തിന് ബസ്സ്റ്റോപ്പിലെത്തിച്ചേരാനായി അവൾ ജിന്തയുടെ വരവും കാത്തിരുന്നു. എന്നാൽ ജിന്ത വെറും കൈയോടെയാണ് മടങ്ങിവന്നത്. പേടിപ്പെടുത്തുന്ന ഒരു മഞ്ഞനിറം അവളുടെ മുഖത്ത് വ്യാപിച്ചിരുന്നു. ജിന്ത മടങ്ങിവരുംവരെ ബാലോ വളരെ ദേഷ്യത്തിലായിരുന്നു. എന്നാൽ ചോരവറ്റിയ മുഖംകണ്ട അവൾ ചകിതയായി.

"എന്താ കാര്യം ജിന്താ? നീയെന്താ വല്ലാതിരിക്കുന്നത്?" അവൾ ആരാഞ്ഞു.

ജിന്ത സാവധാനം ബാലോയുടെ അരികിലണഞ്ഞ് മുഖം അവളുടെ മടിയിലർപ്പിച്ച് കരയാൻ തുടങ്ങി.

"എന്തുപറ്റിയെന്ന് എന്നോടുപറ."

ജിന്തയ്ക്ക് മിണ്ടാൻ കഴിഞ്ഞില്ല. അവൾ ഉറക്കെ കരഞ്ഞു കൊണ്ടിരുന്നു.

"ആരെങ്കിലും നിന്നെയെന്തെങ്കിലും പറഞ്ഞോ?"

അവളുടെ മുടിയിഴകളിൽ തഴുകിക്കൊണ്ട് ബാലോ ചോദിച്ചു.

"എന്നെ ഒന്നും കൊണ്ടുവരാൻ പറഞ്ഞയയ്ക്കരുതേ" ജിന്ത ഏങ്ങലടിക്കിടയിൽ പറഞ്ഞു. "ഇനിയീ വീടിന്റെ പടിക്ക് പുറത്തിറങ്ങില്ല ഞാൻ... ആ വിഡ്ഢി ജംഗി എന്നോടു പറഞ്ഞു...."

"ജംഗി നിന്നോട് എന്താ പറഞ്ഞത്?"

"മുറിക്കുള്ളിലേക്ക് വന്ന് ഇത്തിരി ജ്യൂസ് കുടിക്കാൻ...എന്നെ കാണാൻ നല്ല ചന്തമുണ്ടെന്ന്."

"വിഡ്ഢി!" ബാലോ ദേഷ്യംകൊണ്ട് ചുവന്നു. "അവന്റെ തള്ളയ്ക്കാണ് കൂടുതൽ ഭംഗിയെന്ന് കണ്ടുപിടിക്കാത്തതെന്തേ അവൻ? അവന്റെ നാക്ക് കരിഞ്ഞുപോട്ടെ! അവനൊരു മോനുണ്ടായിരുന്നെങ്കിൽ നിന്റെ പ്രായമേ കാണൂ... നീയെന്തു പറഞ്ഞു?"

"ഞാൻ പറഞ്ഞു എനിക്ക് ദാഹമില്ലെന്ന്."

"എന്നിട്ട്?"

"ദാഹമില്ലെങ്കിലും ഒരു കവിള് കുടിക്കാൻ അയാള് കെഞ്ചി .... എന്നിട്ട് എന്റെ കൈപിടിച്ച് എന്നെ അടുപ്പിച്ചു...."

"ഓ, എന്റെ ദൈവമേ! അവനുള്ളതെല്ലാം മുടിഞ്ഞുപോട്ടെ. സുഛാസിങ് വീട്ടിലെത്തട്ടെ. അവന്റെ ദേഹത്തെ ഓരോ എല്ലും ഞാനൊടിപ്പിക്കും. ഉറക്കത്തീന്ന് അവൻ പിന്നെ ഒരിക്കലും ഉണരില്ല. എന്നിട്ടെന്തുണ്ടായി?"

"ഞാൻ പിടിവിടുവിക്കാൻ ശ്രമിച്ചപ്പോൾ അയാൾ മിഠായി തരാമെന്ന് പറഞ്ഞു. ചാണകോം വലിച്ചെറിഞ്ഞ് ഞാൻ ഓടിപ്പോന്നു."

"അയാൾ വേറെയെന്തെങ്കിലും പറഞ്ഞോ?"

"ഞാൻ കുറച്ച് അകലെയെത്തിയപ്പോൾ തെറ്റിദ്ധരിക്കല്ലേ മോളേന്നും വെറുതെ തമാശ കാട്ടീതാണെന്നും ചാണകം പെറുക്കിയെടുത്തോന്നും പറഞ്ഞു... തിരിച്ച് ചെന്നീലെങ്കി ഇവിടെവന്ന് ചേച്ചിയോട്

ഞാൻ ചീത്തക്കുട്ടിയാണെന്ന് പറയുമെന്ന്...പക്ഷേ, ഞാൻ മറുപടി പറയുകയോ തിരിഞ്ഞു നോക്കുകയോ ചെയ്തില്ല. ഞാനോടി ഇങ്ങോട്ട് പോന്നു."

"നല്ല കുട്ടി! അവന്റെ മോന്ത ഞാൻ തകർക്കും. സുഛാസിങ് വീട്ടിലെത്തട്ടെ. ഞാനദ്ദേഹത്തോട് പറയാം. സുഛാസിങ്ങിന്റെ അനിയത്തിയാണ് നീയെന്ന് അവനറിയില്ല." അല്പം കഴിഞ്ഞ് അവൾ ആരാഞ്ഞു "നിന്നെ ആരെങ്കിലും കണ്ടോ?"

"ഇല്ല, രാധു അമ്മാവൻ മാത്രം മാവിൻചുവട്ടിൽ ഇരിപ്പുണ്ടായിരുന്നു. ഈ ചൂടത്ത് എവിടെനിന്ന് വരുന്നൂന്ന് അദ്ദേഹം ചോദിച്ചു. ചേച്ചിക്ക് വയറു വേദനയാണെന്നും സ്വല്പം മരുന്നുവാങ്ങാൻ പോയതാണെന്നും ഞാനദ്ദേഹത്തോട് പറഞ്ഞു."

"അത് നന്നായി, ജംഗി ഒരു തെമ്മാടിയാണ്. അവനെയും നമ്മളെയും പറ്റി സംസാരമുണ്ടായാൽ എന്നേക്കുമായി നമുക്കത് ചീത്തപ്പേരാവും. മറ്റുള്ളവർ തന്നെപ്പറ്റി എന്തു കരുതുമെന്ന് ആ കഴുതയ്ക്കറിയില്ല."

ഈ സംഭവം സുഛാസിങ്ങിന്റെ ഭക്ഷണം പാകംചെയ്യാൻ താമസിപ്പിക്കുകയും പതിവുകളെല്ലാം തെറ്റിക്കുകയും ചെയ്തു. ഊണ് കാലമായപ്പോഴേക്കും ഭർത്താവിനത് എത്തിച്ചു കൊടുക്കാനാവില്ലെന്ന് ബാലോക്ക് ബോദ്ധ്യമായി. അവൾ മറ്റുപണികളിൽ മുഴുകി. നാലുമണിയായപ്പോൾ അവൾ ബസ്സ്റ്റാന്റിലേക്ക് പോകാനൊരുങ്ങി.

"ചേച്ചീ, നിങ്ങളെപ്പോഴാ വീട്ടിൽ വരിക?" ജിന്ത ചോദിച്ചു.

"സന്ധ്യക്കു മുമ്പേ."

"വേഗം വരണേ....എനിക്ക് തനിച്ചിരിക്കാൻ പേടിയാ."

"നീയെന്തിന് പേടിക്കണം? ഒരാളും നിന്റെമേൽ കൈവെക്കാൻ ധൈര്യപ്പെടില്ല. സുഛാസിങ് കണ്ടുപിടിച്ചാൽ അദ്ദേഹമവനെ ജീവനോടെ വിടില്ല. ഇരുട്ടുംമുമ്പേ ഞാൻ വീട്ടിലെത്തും. നീ കതക് ഉള്ളിൽനിന്നും കുറ്റിയിട്ടോളൂ. ആരെങ്കിലും മുട്ടിയാൽ ആരാന്ന് ചോദിക്കണം. ജംഗി വരികയാണെങ്കിൽ അവനോട് പറ, ഞാൻ സുഛാസിങ്ങിനെ വിളിക്കാൻ പോയിരിക്കയാണെന്ന്. മനസ്സിലായോ?"

ബാലോ പടിവാതിലിനടുത്തെത്തിയപ്പോൾ ജിന്ത പറഞ്ഞു: "ചേച്ചീ, എന്റെ നെഞ്ച് പടപടാ മിടിക്കുന്നു!"

"വിഡ്ഢിത്തം പറയാതെ" അവൾ ശകാരിച്ചു. "ഇത് നമ്മുടെ ഗ്രാമമാണ്. നീയെന്തിനാണ് ഭയപ്പെടുന്നത്? നീയൊരു മുതിർന്ന പെണ്ണല്ലേ? വിഷമിക്കാതെ."

ജിന്തയെ സമാധാനിപ്പിച്ചുവെങ്കിലും അവൾക്ക് അസ്വാസ്ഥ്യം തോന്നി. ബസ് സ്റ്റോപ്പിലെത്തിയപ്പോൾ സുഛാസിങ്ങിന്റെ ബസ് പെട്ടെന്ന് വരുമെന്നും ഭക്ഷണം അയാൾക്ക് നല്കി വേഗം തന്നെ വീട്ടിലെത്തി ജിന്തയെ ആശ്വസിപ്പിക്കാമെന്നും അവൾ മനസ്സിൽ ആശിച്ചു.

"വീരാ, രണ്ടുമണീടെ ബസ് പോയോ?" തന്റെ ഭക്ഷണപ്പൊതി

യിലേക്ക് തന്നെ കണ്ണുംനട്ടിരുന്ന യാചകനോടായി അവൾ ആരാഞ്ഞു. കഠിനമായ വെയിലായിരുന്നുവെങ്കിലും തണ്ണീർപ്പന്തലിന്റെ നിഴൽ വലുപ്പം വെച്ചിരുന്നു. നായ് അങ്ങോട്ടുമിങ്ങോട്ടും നടക്കാൻ തുടങ്ങി.

"എനിക്കറിയില്ല. ബസുകൾ ഒരുപാട് പോയിട്ടുണ്ട്. എനിക്കതൊന്നും നോക്കിയിരിക്കാനാവില്ല." യാചകൻ പറഞ്ഞു.

ബാലോ നിശ്ശബ്ദം നില്പുറപ്പിച്ചു. ഒരു നിമിഷംമുമ്പ് ഒരു ബസ് നഗരത്തിന് നേർക്ക് ചീറിപ്പാഞ്ഞുപോയി. ഏതോ ലോകത്തുനിന്ന് പുറപ്പെട്ട് തീർത്തും വ്യത്യസ്തമായ മറ്റേതോ രാജ്യത്തേക്ക് പോവുകയാണ് ബസുകൾ എന്നവൾ സങ്കല്പിച്ചു. ഓരോ ഡ്രൈവർമാരും തങ്ങളുടെ സമ്പാദ്യത്തിന്റെ മുക്കാലും ധൂർത്തടിക്കുന്ന ചന്തകളും കടകളും സിനിമാശാലകളുമടങ്ങിയ ഈ സ്ഥലങ്ങൾ എങ്ങനെയുണ്ടാവും എന്നവൾ ആശ്ചര്യപ്പെട്ടു. സുഛാസിങ്ങിന് നഗരത്തിൽ ഒരു വെപ്പാട്ടിയുണ്ടെന്ന് ഒരിക്കൽ ആരോ അവളോട് പറഞ്ഞിരുന്നു. ആ സ്ത്രീയെ കാണാൻ അവൾ ആഗ്രഹിച്ചു. ഭർത്താവിനോട് നഗരത്തി ലേക്ക് തന്നെ കൊണ്ടുപോകാൻ ഒരിക്കൽ അവൾ അഭ്യർത്ഥിച്ചപ്പോൾ അയാൾ അവളെ ഉറക്കെ ചീത്തപറഞ്ഞു:

"നീയെന്തിനാണ് അവിടെ പോകുന്നത്? വീട്ടിൽ നീ സന്തുഷ്ടയല്ലേ? ഭാര്യയുടെ കൈയുംപിടിച്ച് തെരുവീഥികളിലൂടെ നടക്കുന്നവരുടെ ഇനത്തിൽ പെടുന്നവനല്ല സുഛാസിങ്. നിനക്കതാ മോഹമെങ്കിൽ വേറെ ഭർത്താവിനെ നോക്ക്. ചുരുങ്ങിയപക്ഷം ഞാൻ നിന്നിൽനിന്നും രക്ഷപ്പെടുമല്ലോ."

അതിനുശേഷം തന്റെ വാ തുറക്കാൻ ബാലോ ധൈര്യപ്പെട്ടിട്ടില്ല. എങ്ങനെയുള്ള ആളായിരുന്നാലും അവളുടെ സർവ്വസ്വവും അയാളായിരുന്നു. അയാൾ അവളെ ശപിക്കുകയും തല്ലുകയുമൊക്കെ ചെയ്തിരുന്നുവെങ്കിലും മാസാമാസം തന്റെ ശമ്പളത്തിൽനിന്ന് ഇരുപത് രൂപ അവൾക്ക് നല്കിയിരുന്നു. എന്തൊക്കെയായാലും അയാൾ ഹൃദയാലുവായിരുന്നു. അവരോടൊപ്പം താമസിച്ചിരുന്ന ജിന്തയെക്കുറിച്ച് പലപ്പോഴും അയാൾ പരാതിപ്പെട്ടിരുന്നെങ്കിലും കഴിഞ്ഞമാസമാണ് അയാൾ അവൾക്ക് കുപ്പിവളകളും രണ്ടരവാര തുണിത്തരങ്ങളും വാങ്ങിച്ചുകൊടുത്തത്.

പൊടിപടലങ്ങൾക്കപ്പുറം ഒരു ബസ് ദൃശ്യമായി. ബാലോ അത് തിരിച്ചറിഞ്ഞു. അത് തന്നെ സമീപിക്കുന്നത് ആകാംക്ഷയോടെ അവൾ വീക്ഷിച്ചു. തണ്ണീർപ്പന്തലിന് മുമ്പിൽ ബസ് നിറുത്തി. ഒരു ചാക്ക് ഉള്ളിയും പച്ചക്കറികളുമായി ഒരാൾ അതിൽനിന്ന് പുറത്തിറങ്ങി. കണ്ടക്ടർ വാതിൽ ഉറക്കെ വലിച്ചടച്ചു. ബസ് മുന്നോട്ടുനീങ്ങി. ചാക്കേന്തിയ ആൾ തണ്ണീർപന്തലിലെ പരിചാരകനെ വിളിച്ചുണർത്തി വെള്ളം കുടിച്ചു.

"അടുത്ത ബസ് എപ്പോഴാണ് വരിക?" ബാലോ അയാളോട് ചോദിച്ചു.

“ഓരോ മണിക്കൂറിലും ബസുണ്ട്.” അയാൾ മറുപടി പറഞ്ഞു. ‘നിങ്ങൾക്ക് എങ്ങോട്ടാണ് പോകേണ്ടത്?”

“എനിക്കെങ്ങും പോകേണ്ട. ഞാൻ എന്റെ ഭർത്താവ് ഡ്രൈവർ സുഛാസിങ്ങിനെ കാത്തുനില്ക്കയാണ്. അദ്ദേഹത്തിന് ഭക്ഷണം കൊടുക്കണം.”

“ഓ, സുഛാസിങ്!” ഒരു ഇളംചിരിയോടെ അയാൾ പറഞ്ഞു.

“നിങ്ങൾ അദ്ദേഹത്തെ അറിയുമോ?”

“ആർക്കാണറിയാത്തത്?”

അയാളുടെ സംസാരത്തിലെ ധ്വനി ബോലോയെ ചിന്താക്കുഴപ്പത്തിലാക്കി. അവൾ ഒരക്ഷരം ഉരിയാടാതെനിന്നു. സുഛാസിങ്ങിന്റെ ദുർവൃത്തികളെക്കുറിച്ച് അവൾ അറിഞ്ഞിരുന്നെങ്കിലും മറ്റുള്ളവരുടെ നാവിൽനിന്ന് അത് കേൾക്കാൻ അവൾ ഇഷ്ടപ്പെട്ടില്ല.

“ഒരുപക്ഷേ, സുഛാസിങ് അടുത്ത ബസിൽ വരുമായിരിക്കും.”

“അങ്ങനെ കരുതുന്നു. അദ്ദേഹത്തിന്റെ ബസ് ഉടൻ വരുമെന്ന് എനിക്കുറപ്പുണ്ട്.”

“അയാൾ നിങ്ങളെ ഇങ്ങനെ കാത്തുനിർത്തുന്നത് മോശമല്ലേ?”

‘‘അതിന് നിങ്ങൾക്കെന്താ? എന്റെ കുറ്റംകൊണ്ടാ ഞാൻ വൈകിയെത്തിയത്. കാലത്ത് മുതലേ പാവം പട്ടിണിയായിരിക്കും.”

“പട്ടിണിയോ? സുഛാസിങ്?” അയാൾ ഉറക്കെ ചിരിച്ചു. ബാലോ മുഖം തിരിച്ചു.

കെട്ടും തലയിലേറ്റി അയാൾ പാടത്തിന് നേർക്ക് നടക്കാൻ തുടങ്ങി. ബാലോയുടെ വലതുകാൽ മരവിച്ചുപോയി. ഇടതുകാലിൽ ഭാരമർപ്പിച്ച് ദീർഘനിശ്വാസമയച്ചുകൊണ്ട് അവൾ ദൂരെ നില്ക്കുന്ന ആളുകളുടെ നേർക്ക് മിഴിപായിച്ചു.

നിരവധി ബസുകൾ കടന്നുപോയി. അതിലൊന്ന് സുഛാസിങ്ങിന്റേതാവുമെന്ന് പ്രതീക്ഷിച്ചുകൊണ്ട് അവൾ ഇരുന്നു. ശരീരത്തിലെ എല്ലുകൾ വേദനിച്ചു. മറ്റൊരു ബസ് വരുന്നത് കണ്ട ബാലോ ധൃതിയിൽ തന്റെ സാരി നേരെയിട്ടു.

സ്വല്പം വൈകി ഭക്ഷണം തയ്യാറാക്കാത്തതിൽ അവൾക്ക് ദുഃഖം തോന്നി. എങ്കിൽ അത് ചൂടാറാതെ ഇരുന്നേനെ. അല്പം പലഹാരവും ഉണ്ടാക്കണമായിരുന്നു. സുഛാസിങ്ങിന് അവ വളരെ ഇഷ്ടമായിരുന്നു. എന്തായാലും നാളെ പൗർണ്ണമിയാണ്. നാളെ ഉറപ്പായും താൻ ഭർത്താവിന് അല്പം പലഹാരമുണ്ടാക്കിക്കൊണ്ടുവരും.

പൊടിപടലമുയർത്തിക്കൊണ്ട് ഒരു ബസ് വന്നുനിന്നു. ഭർത്താവിന്റെ മുഖം തിരിച്ചറിഞ്ഞയുടൻ അവൾക്ക് മനസ്സിലായി അയാൾ ദേഷ്യത്തിലാണെന്ന്. അവളെ കണ്ടനിമിഷം അയാളുടെ മുഖഭാവം മാറി. അയാൾ തന്റെ കീഴ്ച്ചുണ്ട് കടിച്ചു. അതിയായ ഭയത്തോടെ ബാലോ പൊതിച്ചോറ് അയാൾക്കുനേരെ നീട്ടിയെങ്കിലും ബസ് അവളുടെയടുത്ത് നിറുത്തിയില്ല. അത് മുന്നോട്ടുനീങ്ങി തണ്ണീർപ്പന്തലിനു സമീപം നിന്നു.

അവൾ അതിനടുത്തേക്ക് നടന്നു.

രണ്ട് യാത്രക്കാർ പുറത്തിറങ്ങുന്നതിനിടയിൽ കണ്ടക്ടർ ബസിന് മുകളിൽനിന്ന് ഒരു സൈക്കിൾ താഴെയിറക്കാൻ തുടങ്ങി. ഇതിനിടെ ബാലോ ധൃതിയിൽ ഡ്രൈവറുടെ ഇരിപ്പിടത്തിന് നേർക്കുചെന്നു.

“സുഛാസിങ്!” ഭക്ഷണപ്പൊതി അയാൾക്കുനേരെ നീട്ടിക്കൊണ്ട് അവൾ പറഞ്ഞു “ഇതാ നിങ്ങളുടെ ഭക്ഷണം.”

“കടന്നുപോ!” അവളുടെ കൈ തട്ടിമാറ്റിക്കൊണ്ട് സുഛാസിങ് അലറി.

“സുഛാസിങ്, താഴെയിറങ്ങി ദയവായി ഞാൻ പറയുന്നതൊന്ന് കേൾക്ക്.... വീട്ടിലിന്ന് ചിലതൊക്കെ സംഭവിച്ചു. അല്ലായിരുന്നെങ്കിൽ ഞാൻ....”

“നിർത്തൂ നിന്റെ പുലമ്പൽ, കടന്നുപോ” സുഛാസിങ് മുരണ്ടു. സാധനങ്ങളെല്ലാം താഴെയിറക്കിയോ എന്ന് കണ്ടക്ടറോട് അയാൾ ആരാഞ്ഞു.

“ഒരു സ്യൂട്ട്കേസ് കൂടിയുണ്ട്. ഞാനത് ഇറക്കിക്കൊണ്ടിരിക്കയാണ്” കണ്ടക്ടർ മുകളിൽനിന്ന് വിളിച്ചുപറഞ്ഞു.

“സുഛാസിങ്, ഞാനിവിടെ കാത്തുനില്പ് തുടങ്ങിയിട്ട് മൂന്നു മണിക്കൂർ കഴിഞ്ഞു” ബാലോ ചോദിച്ചു. “താഴെയിറങ്ങി ഞാൻ പറയുന്നത് കേൾക്കു.”

“സ്യൂട്ട്കേസ് ഇറക്കിയോ?” സുഛാസിങ് വീണ്ടും കണ്ടക്ടറോട് ചോദിച്ചു.

“ഉവ്വ്, നമുക്ക് പോകാം.” കണ്ടക്ടർ മറുപടി പറഞ്ഞു.

“സുഛാസിങ്, താങ്കൾക്ക് മതിയാവോളം എന്നെ ശകാരിച്ചോളൂ, പക്ഷേ, ഭക്ഷണം കഴിക്കണം. ചൊവ്വാഴ്ച നിങ്ങൾ വീട്ടിൽ വരുമ്പോൾ ഞാനെല്ലാം വിസ്തരിച്ചുപറയാം.”

“പിന്നേ! ചൊവ്വാഴ്ച വീട്ടിൽവരുന്നു!” സുഛാസിങ് പറഞ്ഞു. എന്നിട്ട് ഉറക്കെ അവളെ ശപിച്ചുകൊണ്ട് അയാൾ വണ്ടിയോടിച്ചുപോയി.

അസ്തമയമായതോടെ ആകാശത്തിലെ നിറങ്ങൾക്ക് മാറ്റംവന്നു. മേഘക്കൂട്ടങ്ങൾക്കിടയിലൂടെ പക്ഷികൾ കൂടുകളിലേക്ക് പറന്നു. അടുത്തുള്ള നെല്വയലുകളിൽ അപൂർവ്വമായ നിറത്തോടുകൂടിയ തലക്കെട്ടുകൾ പ്രത്യക്ഷപ്പെട്ടു. ബാലോ അല്പം വെള്ളം കുടിച്ചു. കണ്ണുകൾ കഴുകി സാരികൊണ്ട് മുഖം തുടച്ചു. എന്നിട്ട് തണ്ണീർപ്പന്തലിനരികിൽ നില്പുറപ്പിച്ചു. സുഛാസിങ്ങിന്റെ ബസ് രാത്രി എട്ടിനോ ഒൻപതിനോ മടങ്ങിവരും. അതുവരെ കാത്ത് നില്ക്കണോ താൻ? ചുരുങ്ങിയപക്ഷം തനിക്ക് പറയാനുള്ളത് കേൾക്കുകയെങ്കിലും ചെയ്യാമായിരുന്നു സുഛാസിങ്ങിന്. പാവം ജിന്ത വീട്ടിൽ തനിച്ചായിരിക്കും. ആ വിഡ്ഢി ജംഗി ആക്രമിക്കാനൊരുങ്ങിയാൽ എന്തുചെയ്യും? സുഛാസിങ് ഭക്ഷണം കൊണ്ടുപോയിരുന്നെങ്കിൽ അരമണിക്കൂറിനുള്ളിൽ തനിക്ക് വീട്ടിൽ മടങ്ങിയെത്താമായിരുന്നു. എവിടെനിന്നെങ്കിലും

അയാൾക്ക് ഭക്ഷണം കഴിക്കാം. ഈ ദേഷ്യമെന്തിന്? അയാൾ ദേഷ്യപ്പെട്ടതിൽ സത്യത്തിൽ കുറ്റപ്പെടുത്താ നാവില്ല. കാരണം സുഛാസിങ് കഠിനാദ്ധ്വാനം ചെയ്യുന്ന ആളാണ്. സമയത്തിന് ഭക്ഷണം അയാൾക്ക് ആവശ്യമുണ്ട്. താൻ ഒന്നുകൂടി നിർബ്ബന്ധിച്ചിരുന്നെങ്കിൽ അയാൾ ഇറങ്ങിവന്നേനെ.

പരിചാരകൻ തണ്ണീർപ്പന്തലടയ്ക്കാൻ ഒരുങ്ങുകയായിരുന്നു. യാചകൻ ഏറെനേരമായി ഉറക്കം പിടിച്ചിട്ട്. നായ അപ്പോഴും അവിടെയുമിവിടെയും അലഞ്ഞുനടന്നിരുന്നു. സൂര്യൻ അസ്തമിക്കാൻ തുടങ്ങി. നിഴലുകൾ തമ്മിൽ തമ്മിൽ രഹസ്യം പറഞ്ഞു. അടുത്തുള്ള നെല്പാടത്തിരുന്ന് ഒരു കർഷകൻ പാട്ടുപാടി.

ആ ഗാനങ്ങളിലെ വരികൾ എത്ര നന്നായി ബാലോ ഹൃദിസ്ഥമാക്കി യിരുന്നു! കുട്ടിക്കാലത്തെ ഗ്രീഷ്മകാല സായാഹ്നങ്ങളിൽ കൂട്ടുകാരി കളോടൊപ്പം വെള്ളച്ചാട്ടത്തിനടിയിൽ അവൾ നൃത്തം ചെയ്യുമായിരുന്നു. ആ പാട്ടിന്റെ സംഗീതം അവൾക്കിഷ്ടമായിരുന്നു. മുതിർന്നപ്പോൾ ഗാനത്തിലെ വരികൾക്ക് ആഴമുള്ള അർത്ഥം കൈവന്നു. ഈ പ്രത്യേക ഗാനം അവൾ ജനിച്ചുവളർന്ന ഗ്രാമത്തിലെ ലാലി എന്ന ചെറുപ്പക്കാരൻ മനോഹരമായി ആലപിച്ചിരുന്നു. അവൻ പാടുന്നതും ശ്രദ്ധിച്ച് കൂട്ടുകാരികളായ പുഷ്പയോടും പാറോവിനോടുമൊപ്പം എത്രയോ പ്രാവശ്യം ആൽമരച്ചുവട്ടിൽ അവൾ നിന്നിരുന്നു. അവളൊരു മുതിർന്ന കുട്ടിയാണെന്നും ആൽമരച്ചുവട്ടിൽ അങ്ങനെ നില്ക്കരുതെന്നും ഒരുനാൾ അവളുടെ അമ്മ അവളോട് പറഞ്ഞു.

അവളുടെ കല്യാണാലോചനയെക്കുറിച്ചും സംസാരമുണ്ടാ യിരുന്നു. അവസാനം അവൾ സുഛാസിങ്ങിനെ വിവാഹം കഴിച്ചപ്പോൾ കൂട്ടുകാരി പാറോ ചെണ്ടമുട്ടി പാതിരാവ് വരെ ഈ പാട്ടുപാടി.

തന്റെ ഭർത്താവ് എങ്ങനെയുള്ള ആളാണെന്ന് അവൾക്കറിയില്ലാ യിരുന്നു. പക്ഷേ, പാട്ടിൽ വർണ്ണിച്ചപോലുള്ള ആളാവും എന്നവൾ മനസ്സിൽ കരുതി. ആദ്യരാത്രി തന്റെ മുഖപടം അയാൾ ഉയർത്തിയ സമയത്ത് മാത്രമാണ് സുഛാസിങ്ങിന്റെ മുഖം അവൾ ഒരു നോക്ക് കണ്ടത്. താൻ മനസ്സിൽ ചിന്തിച്ചപോലെ സുന്ദരനായിരുന്നു അയാൾ. സുഛാസിങ് അവളുടെ കണ്ണുകളിലേക്ക് നോക്കിയപ്പോൾ ഒരു ആലക്തിക പ്രവാഹം അവളുടെ ശരീരത്തിലൂടെ കടന്നുപോയി. ജീവിതകാലം മുഴുവനും തീവ്രമായ ഈ വൈകാരികാനുഭവം നിലനില്ക്കണേ എന്നവൾ ആശിച്ചു.

“നീ രത്നം പോലെയാണ്.” അവളെ ആലിംഗനം ചെയ്തുകൊണ്ട് സുഛാസിങ് മൊഴിഞ്ഞു. അയാളുടെ കാല്ക്കീഴിലെ മൺതരികളേ ക്കാൾ വിലപ്പെട്ടതല്ല തനിക്ക് രത്നങ്ങൾ എന്ന് അയാളോട് പറയണമെന്ന് അവൾ ആഗ്രഹിച്ചെങ്കിലും നാണംമൂലം ഒരക്ഷരം അവൾ ഉരിയാടിയില്ല.

“ഇരുട്ടാവുകയാണല്ലോ. നീയെന്തിനാണ് ഇവിടെ നില്ക്കുന്നത്?” പോകാൻ നേരത്ത് തണ്ണീർപ്പന്തൽ പരിചാരകൻ ചോദിച്ചു.

"പട്ടണത്തീന്നുള്ള അവസാന ബസ് വരണത് എട്ടുമണിക്കോ ഒൻപതിനോ?"

"ആർക്കറിയാം, അതുവരെ നീയിവിടെ കാത്തുനില്ക്കാനാണോ ഭാവം?"

"എനിക്ക് സുഹാസിങിന് ഭക്ഷണം കൊടുക്കണം."

"അവനത് ആവശ്യമുണ്ടായിരുന്നെങ്കിൽ കൊണ്ടുപോകുമായിരുന്നു. ഭ്രാന്താണവന്."

"ഓ.... ഇടയ്ക്കിടെ അദ്ദേഹം ചൂടാവും.... അതിനെന്താ?"

"എങ്കിൽ നീ കാത്തുനിന്നോളൂ. പക്ഷേ, ഒൻപത് മണിയാവാതെ ബസ് വരില്ല!"

"ഞാൻ കാത്തുനില്ക്കാം."

പരിചാരകനോട് സംസാരിച്ചുകഴിഞ്ഞപ്പോൾ ബസ് വരുംവരെ കാത്തുനില്ക്കണമെന്ന് അവൾ തീരുമാനിച്ചു. ജിന്ത ചകിതയായിട്ടുണ്ടാവും. പക്ഷേ, രണ്ടാമതും അവളെ സമീപിക്കാനുള്ള ധൈര്യം ജംഗിക്കുണ്ടാവില്ല. ഗ്രാമവാസികളെ പേടിക്കേണ്ടതുണ്ടല്ലോ. സുഹാസിങ്ങിനെ ഈ സംഭവവുമായി ബന്ധപ്പെടുത്തുന്നതിൽ അർത്ഥമില്ല. അതൊരു ലഹളയിലേ കലാശിക്കൂ. മാത്രമല്ല സുഹാസിങ്ങിന് അല്ലെങ്കിൽ തന്നെ വേണ്ടത്ര ബുദ്ധിമുട്ടുകളുണ്ട്. അത് വർദ്ധിപ്പിക്കുന്നത് വിഡ്ഢിത്തമാവും.

ഒരു നിലയ്ക്ക് കഥയൊന്നും സുഹാസിങ് അറിയാതിരിക്കുന്നതാവും നല്ലത്. ചൊവ്വാഴ്ച വീട്ടിലേക്ക് വരില്ല എന്ന് അയാൾ ആദ്യമേ ഭീഷണിപ്പെടുത്തിയിട്ടുണ്ട്. കോപാന്ധനായി അയാൾ എന്നെന്നേക്കുമായി വീടുവിട്ടു പോയാൽ എന്തുചെയ്യും? ഒരിക്കലും ഒന്നിനെക്കുറിച്ചും പരാതിപറഞ്ഞ് താൻ അയാളെ ബുദ്ധിമുട്ടിക്കില്ല. ഗ്രാമത്തിലെ ലോട്ടുസിങ് തന്റെ ഭാര്യയെ ഉപേക്ഷിച്ചുപോയതും തീവ്രമായ നൈരാശ്യംമൂലം ആ സാധു സ്ത്രീ ആത്മഹത്യചെയ്ത കാര്യവും അവൾ മനസ്സിൽ അളക്കാനും ചൊരിക്കാനും തുടങ്ങി. എന്തൊരു ദയനീയ കാഴ്ചയായിരുന്നു അത്!

നിന്നുനിന്ന് ബാലോ വശംകെട്ടിരുന്നു. അവൾ തണ്ണീർപ്പന്തലിനു നേർക്ക് നടന്ന് പരിചാരകന്റെ കസേരയിൽ ഇരുന്നു. ഇരുട്ട് വർദ്ധിക്കുകയും ചുറ്റുവട്ടത്തുള്ള പാടശേഖരങ്ങളിൽ നിന്നുയർന്നിരുന്ന ശബ്ദം നേർക്കുകയും ചെയ്തു. കർഷകന്റെ ഗാനത്തിന് പകരം ചീവിടുകളുടെ കരച്ചിൽ മാത്രമേ അവൾക്ക് കേൾക്കാൻ കഴിഞ്ഞുള്ളൂ. ഒരു ബസ് നഗരത്തിലേക്ക് പോകുന്നത് അവൾ കണ്ടു. ഇനിവരുന്ന ബസാണ് അവസാനത്തേത് എന്ന് ഡ്രൈവർമാരിലൊരാൾ അവളോട് പറഞ്ഞു. ക്ഷീണംമൂലം അവളുടെ കണ്ണുകളടയുന്നുണ്ടായിരുന്നു. ഏറെ പണിപ്പെട്ട് അവൾ മിഴികൾ തുറന്ന് ദൂരെ ഇരുട്ടിലേക്ക് നോക്കിയിരുന്നു.

ഇടയ്ക്കിടെ അവൾക്ക് തോന്നും ഒരു ബസിന്റെ പ്രകാശം

കാണുന്നുണ്ടോ എന്ന്. എന്നാൽ ബസുകളൊന്നുംതന്നെ വന്നില്ല. അവളുടെ മനസ്സ് അപ്പോൾ വീട്ടിൽ ഒറ്റയ്ക്കിരിക്കുന്ന ജിന്തയിലേക്ക് തിരിയും. അവളാകെ വിളറിവെളുത്തിട്ടുണ്ടാവും. കാളകൾ വീടുകളിലേക്ക് മടങ്ങുകയായിരുന്നു. അവയുടെ കഴുത്തിലെ മണികൾ കിലുകിലാരവമുയർത്തി. അങ്ങകലെയെങ്ങോ ആലിൻചുവട്ടിലിരുന്ന് ഒരു കർഷകൻ പാട്ടുപാടി.

തന്റെ ചുറ്റുപാടുമുള്ളതെല്ലാം പറപ്പിച്ചുകൊണ്ട് ഒരു കാറ്റുവീശി. സുഛാസിങ്ങിന്റെ ഭക്ഷണം ബാലോ മുറുകെ പിടിച്ചു. തണ്ണീർപ്പന്തലിൽ ഒഴിഞ്ഞ പാത്രങ്ങളേ ഉണ്ടായിരുന്നുള്ളൂ. ഒരിറ്റ് വെള്ളം കുടിക്കാൻ പോലും മാർഗ്ഗമുണ്ടായിരുന്നില്ല. കാലുകൾ വേദനിച്ചപ്പോൾ അവൾ അത് തടവാൻ തുടങ്ങി. വാതോരാതെ കരഞ്ഞുകൊണ്ട് ജിന്ത ഇപ്പോൾ പറയുകയാവും.

“എന്തേ നിങ്ങൾ പോയത്? എന്തിനാണ് എന്നെ ഒറ്റയ്ക്കാക്കിയത്?”

ചുമലിൽ കനത്ത ഒരു കൈപതിച്ചപ്പോൾ ബാലോ ഞെട്ടിത്തെറിച്ചു.

“സുഛാസിങ്!” അവൾ ആശ്വാസത്തോടെ നെടുവീർപ്പയച്ചു.

“നീയെന്തേ വീട്ടിലേക്ക് പോയില്ല?”

യാത്രക്കാരില്ലാത്ത ബസ് അവർക്കു മുമ്പിൽനിന്നു. അവർ തനിച്ചായിരുന്നു. പിൻസീറ്റിലിരുന്ന് കണ്ടക്ടർ മാത്രം ഉറക്കം തൂങ്ങിയിരുന്നു.

“ഒരു പ്രാവശ്യം നിങ്ങൾ ഭക്ഷണം കഴിച്ചതിനുശേഷം വീട്ടിലേക്ക് മടങ്ങാമെന്ന് കരുതി. ക്ഷീണം കാരണം ഞാനൊന്നുമയങ്ങിപ്പോയി. നിങ്ങൾ വന്നിട്ട് അധികസമയമായിട്ടുണ്ടാവില്ല. ഉവ്വോ?”

“ഇല്ല ..... പക്ഷേ, ഇത്രയും നേരം നീ കാത്തുനിന്നത് വിഡ്ഢിത്തമല്ലേ?”

“ഞാനെന്ത് ചെയ്യണമായിരുന്നു? വീട്ടിലേക്ക് വരില്ലാന്ന് നിങ്ങൾ പറഞ്ഞില്ലേ?” സാരിത്തലപ്പെടുത്ത് കണ്ണിൽപൊടിഞ്ഞ ഒരു തുള്ളി കണ്ണീർ അവൾ തുടച്ചു.

“ശരി, എന്റെ ഭക്ഷണം തരൂ. ജിന്ത വീട്ടിൽ തനിച്ചായിരിക്കും.” ഉച്ചത്തിൽ കൈ തട്ടിക്കുടഞ്ഞുകൊണ്ട് സുഛാസിങ് പറഞ്ഞു. വയർ തടവിക്കൊണ്ട് അയാൾ പൊതിച്ചോറ് ബസിനുള്ളിലേക്ക് എടുത്തുവെച്ചു.

ബാലോ മൃദുവായി മൊഴിഞ്ഞു. “സുഛാസിങ് നിങ്ങൾ ചൊവ്വാഴ്ച വീട്ടിലേക്ക് വരുമോ?

“തീർച്ചയായും, പട്ടണത്തീന്ന് എന്തെങ്കിലും നിനക്ക് ആവശ്യമുണ്ടോ?”

“ഇല്ല”

ബസ് മുരണ്ടു. ബാലോ പിന്നിലേക്ക് മാറിനിന്നു. മീശപിരിച്ചുകൊണ്ട് സുഛാസിങ് ചോദിച്ചു:

“ഉച്ചയ്ക്ക് നീയെന്തോ പറയാനൊരുങ്ങിയില്ലേ? എന്താണത്?

‘‘കാര്യമായ ഒന്നുമില്ല.... ചൊവ്വാഴ്ച നിങ്ങൾ വീട്ടിലേക്ക് വരുമല്ലോ?’’

“ഉവ്വ്, തീർച്ചയായും. ഇനി വേഗം വീട്ടിലേക്ക് പുറപ്പെട്ടോളൂ. ഒരുപാട് ദൂരം പോകേണ്ടതല്ലേ നിനക്ക്?”

“സുഛാസിങ് നാളെ പൗർണ്ണമിയാണ്. ഞാൻ കുറച്ച് പലഹാരമുണ്ടാക്കി കൊണ്ടുവരാം.”

‘‘ശരി’’

ബസ് പാഞ്ഞുപോയി. അതുയർത്തിവിട്ട പൊടിപടലങ്ങൾക്കിടയിൽ ബാലോ നിന്നു. കണ്ണുകൾ തുടച്ചുകൊണ്ട് അവൾ പുഞ്ചിരി തൂകി. ബസിന്റെ പിൻവശത്തെ ചുവന്നവെളിച്ചം ഇരുട്ടിൽ അലിഞ്ഞലിഞ്ഞില്ലാതാകുംവരെ നിർന്നിമേഷയായി അവൾ നോക്കിനിന്നു.

(1925-ൽ അമൃതസരസിൽ ജനിച്ച മോഹൻ രാകേഷ് ലാഹോറിനും ദൽഹിയിലുമായി വിദ്യാഭ്യാസം പൂർത്തീകരിച്ചു. സംസ്കൃതത്തിലും ഇംഗ്ലീഷിലും എം എ ബിരുദം നേടി. ഒരു ഡസനിലേറെ നോവലുകളും ചെറുകഥാ സമാഹാരങ്ങളും രചിച്ചിട്ടുണ്ട്. *ലിങ്കുറിങ് ഷേഡോസ്* എന്ന നോവൽ ഇംഗ്ലീഷിൽ പ്രസിദ്ധീകരിച്ചു.

പൊതിച്ചോറ് എന്ന ചെറുകഥയെ ആസ്പദമാക്കി മണികൗൾ സംവിധാനം ചെയ്ത *ഉസ്കിറോട്ടി* എന്ന സിനിമ ദേശീയ അന്തർദ്ദേശീയ തലങ്ങളിൽ ശ്രദ്ധയാകർഷിച്ച ഒന്നാണ്.)

ഗെയ് ദെ മോപാസാങ്

ഇസാക്ക് ബാബേൽ

ആയിരത്തിത്തൊള്ളായിരത്തി പതിനാറിലെ ഹേമന്തത്തിൽ കൈവശം ഒരു സെന്റ് പോലുമില്ലാതെ, ഒരു വ്യാജപാസ്പോർട്ടുമായി ഞാൻ സെന്റ് പീറ്റേഴ്സ്ബർഗിൽ എത്തിപ്പെട്ടു. അലക്സി കസൻസോവ് എന്ന് പേരായ റഷ്യൻ സാഹിത്യം പഠിപ്പിച്ചിരുന്ന അദ്ധ്യാപകൻ എന്നെ അദ്ദേഹത്തിന്റെ വീട്ടിലേക്ക് കൊണ്ടുപോയി.

പെസ്കി ജില്ലയിലെ, മഞ്ഞനിറത്തിൽ, മരവിച്ച, ദുർഗ്ഗന്ധം വമിക്കുന്ന ഒരു തെരുവിലായിരുന്നു അദ്ദേഹം താമസിച്ചിരുന്നത്. തുച്ഛമായ ശമ്പളത്തോടൊപ്പം സ്പാനിഷ് ഭാഷയിൽനിന്നുള്ള പരിഭാഷയിനത്തിൽ ലഭിച്ചിരുന്ന വരുമാനം അദ്ദേഹത്തിന് വലിയൊരാശ്വാസമായിരുന്നു. ബ്ലാസ്കോ ഇബാനെസ് എന്ന സ്പാനിഷ് സാഹിത്യകാരൻ പ്രശസ്തനായിക്കൊണ്ടിരിക്കുന്ന അവസരമായിരുന്നു അത്.

സ്പെയിനിലേക്ക് അധികമൊന്നും യാത്ര ചെയ്തിരുന്നില്ലെങ്കിലും അദ്ദേഹത്തിന്റെ മുഴുവൻ സത്തയിലും ആ രാജ്യത്തോടുള്ള സ്നേഹം നിറഞ്ഞുനിന്നിരുന്നു. സ്പെയിനിലെ എല്ലാ കൊട്ടാരങ്ങളും പൂന്തോട്ടങ്ങളും പുഴകളും അദ്ദേഹത്തിനറിയാമായിരുന്നു. കസൻസോവിന്റെ ചുറ്റും ധാരാളം ആളുകൾ ഒത്തുകൂടിയിരുന്നു. എന്നെപോലെതന്നെ സാധാരണ ജീവിത സാഹചര്യങ്ങളിൽനിന്നും വന്നുചേർന്നവരായിരുന്നു അവരെല്ലാം. അർദ്ധപട്ടിണിക്കാരായിരുന്നു ഞങ്ങൾ. ഞങ്ങൾ എഴുതിയിരുന്ന അപ്രധാനമായ വാർത്താശകലങ്ങൾ ഇടയ്ക്കിടെ മഞ്ഞപ്പത്രങ്ങൾ പ്രസിദ്ധീകരിക്കാറുണ്ട്.

ആശുപത്രികളുടെയും പൊലീസ് സ്റ്റേഷനുകളുടെയും പരിസരത്ത് ചുറ്റിക്കറങ്ങി ഞാൻ പ്രഭാതങ്ങൾ ചെലവഴിച്ചു. ഞങ്ങളിൽ ഏറെ സന്തുഷ്ടൻ കസൻസോവ് ആയിരുന്നു. കാരണം അദ്ദേഹത്തിന്

സ്വന്തമായി ഒരു രാജ്യമുണ്ടായിരുന്നു-സ്പെയിൻ.

നവംബർ മാസം ഒബുക്കോവ് മില്ലിൽ എനിക്കൊരു ഗുമസ്തപ്പണിക്കുള്ള അവസരം ലഭിച്ചു. അല്പം ഭേദപ്പെട്ടതും സൈനിക സേവനത്തിൽനിന്നും എനിക്ക് മോചനം നല്കുന്നതുമായ ഒന്നായിരുന്നു അത്.

ഗുമസ്തന്റെ ജോലി ഞാൻ വേണ്ടെന്നുവെച്ചു.

എനിക്ക് ഇരുപത് വയസ്സുണ്ടായിരുന്ന അക്കാലത്തുപോലും ഞാൻ സ്വയം എന്നോട് പറഞ്ഞിരുന്നു... "പട്ടിണിയും ജയിൽവാസവും തെരുവ് തെണ്ടലുമാണ് ദിവസവും പത്ത് മണിക്കൂർ ഒരു ഓഫീസിലെ മേശയ്ക്കുപിന്നിൽ ചെലവഴിക്കുന്നതിലും ഭേദം."

എന്റെ തീരുമാനത്തിൽ പ്രത്യേകിച്ച് സ്തുത്യർഹമായ ഒന്നും തന്നെയുണ്ടായിരുന്നില്ല. പക്ഷേ, എനിക്കെന്റെ തീരുമാനം ഒരിക്കലും മാറ്റാനായില്ല. നമ്മൾ ജനിച്ചത് നമ്മുടെ ജോലി, നമ്മുടെ യുദ്ധങ്ങൾ, നമ്മുടെ പ്രേമബന്ധങ്ങൾ ഇവയിൽ ആനന്ദം കാണാൻവേണ്ടി മാത്രമാണെന്ന പൂർവ്വപിതാമഹന്മാരുടെ അറിവ് എന്റെ തലച്ചോറിൽ ശക്തമായി തളയ്ക്കപ്പെട്ടിരുന്നു.

എന്റെ വീമ്പുപറച്ചിൽ കേട്ടുകൊണ്ടിരുന്ന കസൻസോവിന്റെ കണ്ണുകളിലെ ഭയപ്പാട് ക്രമേണ ആരാധനാഭാവവുമായി ഇടകലർന്നു.

ക്രിസ്മസ് കാലത്ത് ഞങ്ങൾക്ക് ഭാഗ്യം കൈവന്നു. 'ഹാൽകോൺ' എന്ന് പേരായ ഒരു പ്രസിദ്ധീകരണശാലയുടെ ഉടമ ബെൻഡേഴ്സ്കി എന്ന അഭിഭാഷകൻ മോപാസാങ്ങിന്റെ കൃതികളുടെ പുതിയ പതിപ്പുകൾ പ്രസാധനം ചെയ്യാൻ തീരുമാനിച്ചു. അയാളുടെ ഭാര്യ റൈസ പരിഭാഷ ചെയ്യാൻ ഉദ്യമിച്ചെങ്കിലും അവളുടെ ഉന്നതാഭിലാഷത്തിനൊത്ത് അത് ഉയർന്നില്ല.

സ്പാനിഷ് പരിഭാഷകൻ എന്നനിലയിൽ അറിയപ്പെട്ടിരുന്ന കസൻസോവിനോട് റൈസ മിക്കലോവനയെ സഹായിക്കാൻ ആരെയെങ്കിലും ഏർപ്പാടാക്കിക്കൊടുക്കാൻ അഭ്യർത്ഥിച്ചപ്പോൾ അദ്ദേഹം അവരോട് എന്റെ പേര് നിർദ്ദേശിച്ചു.

അടുത്ത ദിവസം മറ്റാരുടെയോ കോട്ടും ധരിച്ച് ഞാൻ ബെൻഡേഴ്സ്കിയുടെയരികിലേക്ക് യാത്ര തിരിച്ചു. നെവസ്കി തെരുവിലെ ഒരു മൂലയിൽ ചുവന്ന നിറത്തിലുള്ള സ്തംഭങ്ങളും കൊത്തളങ്ങളുമുള്ള ഒരു ഭവനത്തിലായിരുന്നു അവർ വസിച്ചിരുന്നത്.

എവിടെനിന്നോ എത്തിപ്പെട്ട്, ജൂതമതം സ്വീകരിച്ച്, പട്ടാളത്തിന് സാമഗ്രികൾ വിറ്റ് ധനികരായി തീർന്നവരായിരുന്നു അവരുടെ പൂർവ്വികർ. കൊട്ടാരസദൃശമായ ഈ ബംഗ്ലാവുകൾ യുദ്ധത്തിന് മുമ്പേ സെന്റ് പീറ്റേഴ്സ് ബർഗിൽ അവർ പണികഴിപ്പിച്ചവയായിരുന്നു.

രണ്ടാംനിലയിലായിരുന്നു ബെൻഡേഴ്സ്കി ദമ്പതികൾ താമസിച്ചിരുന്നത്. വെള്ള തൊപ്പിധരിച്ച, ഉയർന്ന മാറിടങ്ങളുള്ള വേലക്കാരി വാതിൽ തുറന്നു. പുരാതന സ്ലാവ് രീതിയിൽ അലങ്കരിച്ച സ്വീകരണമുറിയിലേക്ക് അവൾ എന്നെ നയിച്ചു. ചരിത്രാതീതകാലത്തെ

ഭീകരജീവികളുടെ ചിത്രങ്ങൾ ചുവരിൽ തൂക്കിയിട്ടിരുന്നു. മൂലകളിലെ സ്റ്റാന്റുകളിൽ പൈതൃകമായ ദൈവരൂപങ്ങൾ സ്ഥിതിചെയ്തിരുന്നു.

ഉയർന്ന മാറിടങ്ങളുള്ള വേലക്കാരി സൗമ്യമായും ആകർഷകമായും ചലിച്ചു. അവൾക്ക് നല്ല രൂപഭംഗിയുണ്ടായിരുന്നു. പൊടുന്നനെ, ചിത്രപ്പണികൾ നിറഞ്ഞ വാതിൽവിരി വകഞ്ഞുമാറ്റിക്കൊണ്ട് കറുത്ത തലമുടിയും ഇളം ചുവപ്പ് നിറമുള്ള നയനങ്ങളുമായി ഒരു യുവതി കടന്നുവന്നു. ചെസ്നട്ട് മരങ്ങളും അക്കേഷ്യയും നിറഞ്ഞ ഐശ്വര്യ ഭരിതമായ കീവിൽനിന്നും പോൾട്ടാവിൽനിന്നും ഞങ്ങളുടെ നഗരത്തിലേക്ക്വന്ന ആകർഷണീയരായ ജൂതസ്ത്രീകളിൽ ഒരുവളായ റൈസബെൻഡേഴ്സ്കിയാണതെന്ന് മനസ്സിലാക്കാൻഎനിക്ക് ഒട്ടും തന്നെ ബുദ്ധിമുട്ടുണ്ടായില്ല. സമർത്ഥരായ അവരുടെ ഭർത്താക്കന്മാർ സമ്പാദിച്ച പണം ഈ സ്ത്രീകളുടെ വയറുകളിലും കഴുത്തിന്റെ പിൻവശത്തും ഉരുണ്ട ചുമലുകളിലും ഇളം ചുവപ്പുനിറത്തിലുള്ള മാംസഞൊറികളായി രൂപാന്തരപ്പെട്ടിരുന്നു. അവരുടെ നിഗൂഢമായ മയക്കുന്ന പുഞ്ചിരികൾ പ്രാദേശിക സൈനികകേന്ദ്രത്തിലെ ഓഫീസർമാരെ ഉന്മത്തരാക്കി മാറ്റി.

“മോപാസാങ്” റൈസ എന്നോടുപറഞ്ഞു. “എന്റെ ജീവിതത്തിലെ ഏക ആസക്തിയാണ്.”

തുള്ളിത്തുളുമ്പുന്ന തടിച്ച നിതംബത്തെ വരുതിയിൽ നിറുത്താൻ ശ്രമിച്ചുകൊണ്ട് അവൾ സ്വീകരണമുറിയിൽനിന്ന് അകത്തേക്ക് പോയി. ‘മിസ് ഹാരിയറ്റ്’ എന്ന കഥയുടെ പരിഭാഷയുമായി പുറത്തുവന്നു. അനർഗ്ഗളമായി പ്രവഹിക്കുന്ന മോപാസാങ്ങിന്റെ വാചകങ്ങളിലടങ്ങിയിരിക്കുന്ന വൈകാരിക സൗന്ദര്യത്തിന്റെ ഒരംശംപോലും അവളുടെ പരിഭാഷയിലുണ്ടായിരുന്നില്ല. സൂക്ഷ്മമായും വ്യക്തമായും എഴുതാൻ റൈസ ക്ലേശമനുഭവിച്ചിട്ടുണ്ടെങ്കിലും ഫലത്തിൽ അത് മുൻകാലങ്ങളിൽ ജൂതർ റഷ്യൻ ഭാഷ എഴുതിയിരുന്നപോലെ അയഞ്ഞതും ജീവനറ്റതുമായ ഒന്നായി മാറുകയാണ് ചെയ്തത്.

കൈയെഴുത്ത് പ്രതി ഞാൻ ഒപ്പം കൊണ്ടുവന്നു. കസൻസോവിന്റെ മുറിയിൽ, ഉറങ്ങിക്കിടന്നിരുന്ന സുഹൃത്തുക്കൾക്കിടയിലിരുന്ന് അവളുടെ ഗദ്യത്തിന്റെ കെട്ടുപിണഞ്ഞ കളകൾ വൃത്തിയാക്കിക്കൊണ്ട് ഞാൻ രാത്രി ചെലവഴിച്ചു. കരുതിയിരുന്നതുപോലെ അത് അത്ര മോശം സൃഷ്ടിയായിരുന്നില്ല. ഒരേസമയം നല്ലതും ചീത്തയുമായ ശൈലികൾ ഭൂമിയിൽ ജനിക്കുന്നു. നേരിയ, മുക്കാലും അദൃശ്യമായ ഒരു രൂപമാറ്റത്തിലാണ് രഹസ്യം അടങ്ങിയിരിക്കുന്നത്. ചൂടായിക്കൊണ്ടിരിക്കുന്ന നിറകോൽ നിങ്ങളുടെ കൈയിൽ ഉണ്ടായിരിക്കണം. എന്നിട്ട് അത് ഒരു പ്രാവശ്യം തിരിക്കണം. രണ്ടുതവണ അരുത്.

പിറ്റേന്ന് പ്രഭാതത്തിൽ തിരുത്തിയ കൈയെഴുത്തു പ്രതി ഞാൻ മടക്കിക്കൊടുത്തു. മോപാസാങ് അവളുടെ തീവ്രമായ വികാരമാണെന്ന് അവളെന്നോട് പറഞ്ഞത് നുണയായിരുന്നില്ല. ഞാൻ അത് അവൾക്ക്

വായിച്ചുകൊടുത്തപ്പോൾ കൈകൾകെട്ടി, ചലനരഹിതയായി അവൾ ഇരുന്നു. അവളുടെ നെറ്റി വിളറി വെളുത്തു. ഇടതിങ്ങിയ മാറിടങ്ങൾക്കിടയിലെ നാട ഇളകിയാടി.

"എങ്ങനെയാണ് താങ്കൾ ഇത് ചെയ്തത്?" ഞാൻ ശൈലിയെക്കുറിച്ച് സംസാരിക്കാൻ തുടങ്ങി. വാക്കുകളുടെ സൈന്യം. എല്ലാവിധ ആയുധങ്ങളും പ്രയോഗിക്കുന്ന സൈന്യം. ശരിയായ സ്ഥാനത്ത് ഇട്ട പൂർണ്ണവിരാമം പോലെ ഒരു കഠാരിക്കും ഹൃദയത്തിലേക്ക് ശക്തമായി കുത്തിക്കയറാൻ കഴിയില്ല.

ചായംതേച്ച ചുണ്ടുകൾ പാതിവിടർത്തി, മുഖംകുനിച്ചുകൊണ്ട് അവൾ ശ്രദ്ധിച്ചുകേട്ടു. വൃത്തിയായി ചീകി മിനുക്കിയ മുടിയിൽ ഒരു കറുത്ത ശോഭ പടർന്നു.

കാമാസക്തി നിറഞ്ഞ കണ്ണുകളുള്ള വേലക്കാരി ഒരു ട്രേയിൽ പ്രഭാതഭക്ഷണം കൊണ്ടുവന്നു.

സൂര്യന്റെ പ്രസന്നമായ രശ്മികൾ വിളറിയതും നിമ്നോന്നതവുമായ പരവതാനിയിൽ പതിച്ചു. മേശയ്ക്ക് മുകളിലെ അലമാരിയിൽ മോപാസാങ് രചിച്ച ഇരുപത്തിഒൻപത് ഗ്രന്ഥങ്ങൾ സ്ഥിതിചെയ്തിരുന്നു. സൂര്യൻ, തന്റെ അനിയന്ത്രിതമായ വിരലുകളാൽ മൊറോക്കോ ബയന്റ് ചെയ്ത ഗ്രന്ഥങ്ങളുടെ പിൻവശത്തെ ഒരു മനുഷ്യാത്മാവിന്റെ മഹത്തായ കല്ലറയെ സ്പർശിച്ചു.

നീലനിറമുള്ള കപ്പുകളിൽ കാപ്പി പകർത്തി ഞങ്ങൾ "ഐഡിൽ" പരിഭാഷപ്പെടുത്താൻ തുടങ്ങി. ചെറുപ്പക്കാരനും വിശന്ന് പൊരിഞ്ഞവനുമായ ശില്പി, മുലപ്പാൽ നിറഞ്ഞുവിങ്ങിയ തന്റെ തടിച്ച പോറ്റമ്മയ്ക്ക് ആശ്വാസമേകാൻ അവരുടെ മുല കുടിക്കുന്ന ഈ കഥ ഏവരും ഓർമ്മിക്കുന്ന ഒന്നാണ്. ചൂടുള്ള ഒരു ദിവസം ഉച്ച സമയത്ത് നൈസിൽ നിന്നും മാർസെല്ലിലേക്ക് പോയിരുന്ന ഒരു തീവണ്ടിയിൽ നടന്നതാണ് ഈ കഥ.

മുൻകൂറായി ലഭിച്ച ഇരുപത്തിയഞ്ച് റൂബിളുമായി ഞാൻ ബെൻഡേഴ്സ്കി ദമ്പതികളുടെ വീട്ടിൽനിന്നുമിറങ്ങി. അന്നു രാത്രി പെസ്കിയിലെ എന്റെ ചങ്ങാതിമാർ താറാവിൻ പറ്റങ്ങളെപ്പോലെ കുടിച്ചു മത്തരായി. അർദ്ധബോധാവസ്ഥയിൽ ഞാൻ ടോൾസ്റ്റോയിയെ ശകാരിക്കാൻ തുടങ്ങി.

"അയാൾ മഞ്ഞളിച്ചുപോയി. താങ്കളുടെ പ്രഭു, അയാൾ ഭയന്നു. അയാളുടെ മതാസക്തിയൊക്കെ വെറും പേടിയായിരുന്നു. തണുപ്പിനെയും വാർദ്ധക്യത്തെയും മരണത്തെയും അങ്ങേർ ഭയപ്പെട്ടു. അങ്ങനെ തന്റെ വിശ്വാസംകൊണ്ട് അയാൾ ചൂടുള്ള ഒരു കോട്ട് സ്വയം സൃഷ്ടിച്ചു."

"തുടരൂ, തുടരൂ...." തന്റെ കിളിത്തലയാട്ടിക്കൊണ്ട് കസൻസോവ് പ്രോത്സാഹിപ്പിച്ചു. സ്വന്തം കട്ടിലുകൾക്ക് താഴെ തറയിൽകിടന്ന് ഞങ്ങൾ ഉറക്കമായി. ഞാൻ കാത്യയെ സ്വപ്നംകണ്ടു. ഞങ്ങളുടെ ഒരു നില താഴെ താമസിച്ചിരുന്ന അലക്കുകാരിയായിരുന്നു അവൾ. ചൂടുവെള്ളത്തിനായി നിത്യവും ഞങ്ങൾ അവിടെ പോയിരുന്നു. ഞാനൊരിക്കലും

അവളുടെ മുഖം വ്യക്തമായി കണ്ടിട്ടില്ലെങ്കിലും എന്റെ സ്വപ്നത്തിൽ ദൈവകോപമുണർത്തുന്ന കൃത്യങ്ങൾ ഞങ്ങൾ ഇരുവരും ചെയ്തിട്ടുണ്ട്. പരസ്പരമുള്ള ചുംബനങ്ങളാൽ ഞങ്ങൾ മിക്കവാറും പാപികളായി മാറി. പിറ്റേന്ന് പ്രഭാതത്തിൽ ചൂടുവെള്ളത്തിനായി അവളുടെയരികിൽ പോകാനുള്ള തൃഷ്ണയെ എനിക്ക് സ്വയം നിയന്ത്രിക്കാനായില്ല. നെഞ്ചിന് വിലങ്ങനെ ഒരു ഷാൾ പുതച്ച, ചാര നിറത്തിലുള്ള മുടിയും ജോലിയെടുത്ത് തഴമ്പിച്ച വരണ്ട കൈകളുമുള്ള ക്ഷീണിതയായ ഒരു സ്ത്രീയെ ഞാൻ അവിടെ കണ്ടു.

അതിനുശേഷം ദിവസവും ഞാൻ ബെൻഡേഴ്സ്കിയുടെ വീട്ടിൽ നിന്നും പ്രഭാതഭക്ഷണം കഴിച്ചുപോന്നു. മുകളിലെ മുറിയിൽ പുതിയ ഒരു സ്റ്റൗവും ചോക്കളേറ്റും മാംസവും പ്രത്യക്ഷപ്പെടാൻ തുടങ്ങി. റൈസ അവളുടെ വാഹനത്തിൽ ദ്വീപുകളിലേക്ക് സവാരി പോയപ്പോൾ രണ്ടുപ്രാവശ്യം എന്നെയും കൂടെ കൊണ്ടുപോയി. എന്റെ കുട്ടിക്കാലത്തെക്കുറിച്ചുള്ള സകല കാര്യങ്ങളും അവളോട് തുറന്നു പറയാതിരിക്കാൻ എനിക്ക് കഴിഞ്ഞില്ല. എന്നെത്തന്നെ അതിശയിപ്പിച്ചുകൊണ്ട് അവയ ത്രയും ദുഷിച്ച ഒന്നായി മാറി. പരുത്തികൊണ്ടുള്ള ശിരോവസ്ത്രത്തിന ടിയിൽ നിന്നും അവളുടെ തിളങ്ങുന്ന, ചകിതമായ മിഴികൾ നിർന്നിമേഷ മായി എന്നെ നോക്കി. ഇടതിങ്ങിയ കൺപീലികൾ സഹാനുഭൂതിയാൽ വിറപൂണ്ടു.

ഞാൻ റൈസയുടെ ഭർത്താവിനെ പരിചയപ്പെട്ടു. കഷണ്ടിത്തലയും മഞ്ഞമുഖവുമുള്ള അരോഗദൃഢഗാത്രനായ ഒരു ജൂതൻ. റാസ്പുട്ടിനും അയാളും തമ്മിലുള്ള സൗഹൃദബന്ധത്തെക്കുറിച്ച് അപവാദങ്ങൾ പരന്നിരുന്നു. യുദ്ധോപകരണങ്ങൾ വിതരണം ചെയ്ത് നേടിയ വമ്പിച്ച ലാഭം സ്ഥിരമായ മതിവിഭ്രമങ്ങൾ ഉള്ള ഒരാളുടെ ഭാവഹാവാദികൾ അയാൾക്ക് നല്കിക്കൊണ്ട് അയാളെ മുക്കാലും ഭ്രാന്തനാക്കി മാറ്റിയിരുന്നു. അയാളുടെ കണ്ണുകൾ ഒരിക്കലും നിശ്ചലമായി നിന്നിരുന്നില്ല. യാഥാർത്ഥ്യബോധം എന്നേക്കുമായി അയാൾക്ക് നഷ്ടപ്പെട്ടുപോയി എന്ന് തോന്നിപ്പിച്ചിരുന്നു. ഭർത്താവിനെ തന്റെ പുതിയ സ്നേഹിതർക്ക് പരിചയപ്പെടുത്തുമ്പോഴെല്ലാം റൈസ പരിഭ്രാന്തയായിരുന്നത് ഞാൻ ശ്രദ്ധിച്ചു.

"ന്യൂ ഇയർ" കഴിഞ്ഞപ്പോൾ കീവിൽനിന്നും റൈസയുടെ രണ്ട് സഹോദരിമാർ വന്നെത്തി. ഒരു ദിവസം 'കൺഫെഷൻ' എന്ന കഥയുടെ കൈയെഴുത്ത് പ്രതിയുമായി റൈസയുടെ വീട്ടിലെത്തിയ ഞാൻ അവളെ കാണാതെ മടങ്ങിവന്നു. വൈകിട്ട് തിരികെ ചെന്നപ്പോൾ അവർ ഡിന്നർ കഴിക്കുകയായിരുന്നു. കുതിരയുടെ ചിനക്കൽ പോലുള്ള പൊട്ടിച്ചിരിയും ഉന്മത്തരായ പുരുഷന്മാരുടെ ശബ്ദവും മുറിയിൽനിന്ന് ഉയർന്നു. സാമ്പ്രദായിക ആചാരത്തിന് വിരുദ്ധമായി ധനിക ഭവനങ്ങളിലെ ഡിന്നർ എപ്പോഴും ശബ്ദകോലാഹലം നിറഞ്ഞതായിരിക്കും. നിശാവസ്ത്രം ധരിച്ച് റൈസ പുറത്തേക്ക് വന്നു. അവളുടെ പിറകുവശം നഗ്നമായിരുന്നു.

മിനുസമുള്ള തോൽചെരിപ്പുകൾ ധരിച്ചിരുന്ന അവളുടെ കാല്പാദങ്ങൾ നിലത്തുറയ്ക്കുന്നുണ്ടായിരുന്നില്ല.

‘‘ഞാൻ കുടിച്ചിട്ടുണ്ട്, ഡാർലിങ്’’ രത്നക്കല്ലുകൾ പതിച്ച വളകളണിഞ്ഞ കൈ എന്റെ നേർക്ക് നീട്ടി അവൾ പറഞ്ഞു.

സംഗീതത്തിനൊപ്പം നൃത്തംചെയ്യുന്ന ഒരു നാഗത്തെപ്പോലെ അവളുടെ ശരീരം ഇളകിയാടി. അവൾ തന്റെ തലമുടി പാറിപ്പറത്തിയിട്ടിരുന്നു. പൊടുന്നനെ പുരാതന റഷ്യൻ കൊത്തുപണികൾ നിറഞ്ഞ ഒരു കസേരയിൽ അവൾ കുഴഞ്ഞുവീണു. പൗഡർ പൂശിയ അവളുടെ പിറകുവശത്തെ മറുകുകൾ പ്രകാശിച്ചു.

തീൻമുറിയിൽനിന്നും സ്ത്രീകളുടെ പൊട്ടിച്ചിരി വീണ്ടും ഉയർന്നു. നേരിയ മേൽമീശയും ഉയർന്ന മാറിടങ്ങളും, റൈസയുടേതുപോലെ ഉരുണ്ട ശരീരവുമുള്ള അവളുടെ സഹോദരിമാർ മുറിയിലേക്ക് കടന്നുവന്നു. അവരുടെ മാറിടങ്ങൾ മുക്കാലും നഗ്നമായിരുന്നു. കറുത്ത തലമുടി പാറിപ്പറന്നിരുന്നു. ഇരുവരുടെയുമൊപ്പം അവരുടെ ഭർത്താക്കന്മാരുമുണ്ടായിരുന്നു. അല്പനേരം ചിരിയും ബഹളവുമായി കഴിഞ്ഞ് അവർ തിയേറ്ററിലേക്ക് യാത്രയായി.

“എനിക്ക് ജോലി ചെയ്യണം” നഗ്നമായ കൈകൾ എന്റെ നേർക്ക് നീട്ടിക്കൊണ്ട് റൈസ കെഞ്ചി. “ഒരാഴ്ച നമ്മൾ ഉഴപ്പിക്കളഞ്ഞു.”

തീൻമുറിയിൽനിന്ന് ഒരു കുപ്പിയും രണ്ട് ഗ്ലാസുകളും അവൾ കൊണ്ടുവന്നു.

“ഇത് വളരെ വിലപിടിച്ചതാണ്.” വൈൻ പകർത്തിക്കൊണ്ട് റൈസ മൊഴിഞ്ഞു. “മസ്കാറ്റെൽ 83. കണ്ടുപിടിച്ചാൽ എന്റെ ഭർത്താവ് എന്നെ കൊന്നുകളയും.’’

ഞാനൊരിക്കലും മസ്കാറ്റെൽ 83 കുടിച്ചിട്ടില്ല. ഒന്നുമാലോചിക്കാതെ ഒന്നിനുപിറകെ മറ്റൊന്നായി മൂന്ന് ഗ്ലാസുകൾ ഞാൻ കാലിയാക്കി. ഓറഞ്ച് നിറമുള്ള ജ്വാലകൾ നൃത്തംചെയ്യുന്ന സംഗീതസാന്ദ്രമായ ഒരു താഴ്വരയിലേക്ക് പൊടുന്നനെ അവയെന്നെ കൊണ്ടുപോയി.

‘‘ഞാൻ കുടിച്ചിട്ടുണ്ട് ഡാർലിങ്, ഇന്ന് നമ്മൾ എന്താണ് ചെയ്യുന്നത്?’’

“ഇന്ന്, ‘ദി കൺഫെഷൻ’ ആവട്ടെ..... ആഴ്ചയിൽ രണ്ടുതവണ സെലസ്റ്റെ എന്ന പെൺകുട്ടി ക്രീമും മുട്ടകളും കോഴിക്കുഞ്ഞുങ്ങളും വില്ക്കാനായി ചന്തയിലേക്ക് പോകും. വണ്ടിക്കാരൻ പോളിസ്റ്റെക്ക് പത്തു സൂ വെറുതെയും നാല് സൂ കൂലിയായും സെലസ്റ്റെ നല്കിപോന്നിരുന്നു. ഓരോ തവണയും ചുവന്ന മുടിയുള്ള സെലസ്റ്റെയെ നോക്കി പോളിസ്റ്റെ കണ്ണിറുക്കി ചോദിക്കും: “എന്നാണ് നമ്മൾ തമ്മിൽ അല്പം തമാശ നടത്തുക?’’

“എന്താണ് നിങ്ങൾ ഉദ്ദേശിക്കുന്നത് മോൺഷ്യർ പോളിസ്റ്റെ?” തന്റെ ഇരിപ്പിടത്തിൽ അങ്ങോട്ടുമിങ്ങോട്ടും ഇളകിക്കൊണ്ട് വണ്ടിക്കാരൻ

വിശദീകരിച്ചു.

"തമാശ നടത്തുകയെന്നുവച്ചാൽ.... എന്ത് നരകമോ!... ഒരു ആൺകുട്ടി ഒരു പെൺകുട്ടിയോട്... സംഗീതത്തിന്റെ ആവശ്യമില്ല."

"എനിക്കിത്തരം തമാശയൊന്നും ഇഷ്ടമല്ല മോൺഷ്യർ പോളിസ്റ്റെ" പാവാട നേരെയിട്ട് കണങ്കാലുകൾ മറച്ചുകൊണ്ട് സെലസ്റ്റെ മൊഴിഞ്ഞു.

എന്നാൽ ആ ചെകുത്താൻ പോളിസ്റ്റെ അട്ടഹസിക്കാനും ചുമയ്ക്കാനും തുടങ്ങി.

"ഹാ, ഒരുദിവസം നമുക്കിത്തിരി തമാശയാവാം."

അപൂർവ്വമായ മസ്കാറ്റെൽ '83 ഒരു ഗ്ലാസ് കൂടി ഞാൻ അകത്താക്കി. റൈസയും എന്നോടൊപ്പം കൂടി. തീക്ഷ്ണമായ കണ്ണുകളുള്ള വേലക്കാരി മുറിയിലൂടെ കടന്നുപോയി.

രണ്ടുവർഷത്തിനുള്ളിൽ സെലസ്റ്റെ 48 ഫ്രാൻസ് അവന് കൊടുത്തിരുന്നു. അതായത് അൻപതിന് രണ്ടു ഫ്രാൻസ് കുറവ്! രണ്ടാംവർഷാവസാനം വണ്ടിയിൽ അവർ തനിച്ചായപ്പോൾ യാത്ര പുറപ്പെടുംമുമ്പേ അല്പം ലഹരി ഉള്ളിലാക്കിയിരുന്ന പോളിസ്റ്റെ തന്റെ പതിവ് ചോദ്യം അവളോട് ചോദിച്ചു. "ഇന്ന് അല്പം തമാശയാവാമല്ലേ സെലസ്റ്റേ?"

മിഴികൾ താഴ്ത്തിക്കൊണ്ട് അവൾ മറുപടി പറഞ്ഞു:

"നിങ്ങളുടെ ഇഷ്ടംപോലെയാകട്ടെ മോൺഷ്യർ പോളിസ്റ്റെ..."

റൈസ ചിരിച്ച്ചിരിച്ച് മേശമേൽ കുഴഞ്ഞുവീണു. അവൾ ഒരു ഗ്ലാസ് വൈൻ നിറച്ച് എന്റെ നേർക്കുനീട്ടി. അത് അഞ്ചാമത്തേതായിരുന്നു.

"മോപാസാങ്ങിന്റെ നിത്യശാന്തിക്ക്!"

"ഇന്ന് അല്പം തമാശയാവാമല്ലേ?" ഞാൻ റൈസയുടെ അരികിലെത്തി അവളുടെ ചുണ്ടുകളിൽ ഉമ്മവെച്ചു.

അവ വിറപൂണ്ടു. "താങ്കൾ രസികനാണ്." പിൻവാങ്ങിക്കൊണ്ട് റൈസ മന്ത്രിച്ചു.

നഗ്നമായ കൈകളുയർത്തി അവൾ ചുവരിൽ ചാരിനിന്നു. അവളുടെ കൈകളിലെയും ചുമലിലെയും മറുകുകൾ തിളങ്ങാൻ തുടങ്ങി.

"ഇരിക്കാനുള്ള ദയവുണ്ടാകണേ, മോൺഷ്യർ പോളിസ്റ്റെ" സ്ലാവ് ശൈലിയിൽ പണിതീർത്ത ചാരുകസേര ചൂണ്ടിക്കാട്ടി റൈസ മൊഴിഞ്ഞു. തമ്മിൽ തമ്മിൽ പിണഞ്ഞ കടഞ്ഞെടുത്ത കമ്പികൾ കൊണ്ട് നിർമ്മിച്ച അതിന്റെ പിൻഭാഗം വർണ്ണഭംഗിയുള്ള ഞാലികൾ കൊണ്ടലങ്കരിച്ചിരുന്നു. ഞാൻ തപ്പിത്തടഞ്ഞ് അതിന്റെ നേർക്ക് നടന്നു.

എന്റെ ബുഭുക്ഷയൗവനത്തിന്റെ പാതയെ രാത്രിയും ഒരു കുപ്പി വൈനും ഇരുപത്തൊൻപത് പുസ്തകങ്ങളും അനുകമ്പയാലും പ്രതിഭയാലും വൈകാരികതയാലും സ്ഫോടനാത്മകമായ ഇരുപത്തൊൻപത് പുസ്തകങ്ങൾ-മറച്ചിരുന്നു. കസേര തട്ടിമറിച്ചിട്ട് ഞാൻ വേച്ച് വേച്ച് അലമാരിയിൽ ചാരിനിന്നു. ഇരുപത്തൊൻപത് പുസ്തകങ്ങളും തറയിൽ ചിതറി വീണു. അവയുടെ പേജുകൾ മലർക്കെ തുറന്നുകിടന്നു.

എന്റെ വിധിയുടെ വെള്ളക്കുതിര സാവധാനം ചലിക്കാൻ തുടങ്ങി.

''താങ്കൾ രസികനാണ്'' റൈസ ഞരങ്ങി. പതിനൊന്നിനും പന്ത്രണ്ടിനുമിടയ്ക്ക് സഹോദരിമാരും അവരുടെ ഭർത്താക്കന്മാരും തിയറ്ററിൽനിന്ന് വരുന്നതിനുമുമ്പായി ഞാൻ ആ വീട്ടിൽനിന്ന് ഇറങ്ങി. എനിക്ക് മത്തുപിടിച്ചിരുന്നു. എന്നാൽ വേച്ചുവേച്ച് നടക്കുക സന്തോഷ കരമായ ഒന്നായിരുന്നു. അങ്ങോട്ടുമിങ്ങോട്ടുമാടി, അപ്പോൾ കണ്ടുപിടിച്ച ഒരു ഭാഷയിൽ പാട്ടുംപാടിക്കൊണ്ട് ഞാൻ നടന്നു. തിളയ്ക്കുന്ന മതിലുകൾക്കപ്പുറത്തുനിന്ന് ഭീകരജീവികൾ അലറി. നിരത്ത്, അതിലൂടെ നടക്കുന്ന കാലുകളെ അറുത്തുമുറിച്ചു.

ഞാൻ വീട്ടിലെത്തിയപ്പോൾ സ്റ്റൗവിനരികിൽ 'ഡോൺ ക്യുക് സോട്ടി' ന്റെ 1624 ലെ പതിപ്പിനുമേൽ കുനിഞ്ഞിരുന്നുകൊണ്ട് കസൻ സോവ് ഉറങ്ങുകയായിരുന്നു. അദ്ദേഹത്തെ ഉണർത്താതിരി ക്കാനായി ഞാൻ ശബ്ദമുണ്ടാക്കാതെ കട്ടിലിനടുത്തേക്ക് പോയി. വിളക്ക് എന്റെ അടുത്തേക്ക് നീക്കിവെച്ചുകൊണ്ട് മോപാസാങ്ങിന്റെ ജീവിത ത്തെയും കൃതികളെയും കുറിച്ച് എഡ്വേർഡ് മാനിയാൽ രചിച്ച ഒരു ഗ്രന്ഥം വായിക്കാൻ തുടങ്ങി.

നോർമണ്ടിയിലെ ഒരു മാന്യന്റെയും ഫ്ളാബർട്ടിന്റെയും കസിൻലോ പോയ്ടെവിന്റെയും മകനായി 1850 ൽ മോപാസാങ് ജനിച്ചു. ആദ്യമായി സിഫിലിസ് പിടിപെട്ടപ്പോൾ അദ്ദേഹത്തിന് ഇരുപത്തഞ്ച് വയസ്സാ യിരുന്നു. അദ്ദേഹത്തിന്റെ ഉല്പാദനശേഷിയെ ഈ രോഗം മരവിപ്പിച്ചു കളഞ്ഞു. തുടക്കത്തിൽ തലവേദനയും മിഥ്യാരോഗ ഭീതിയും അദ്ദേഹത്തെ വേട്ടയാടി. പിന്നീട് അന്ധതയുടെ പിശാച് അദ്ദേഹത്തിന്റെ മുമ്പിൽ നില്പുറപ്പിച്ചു. മോപാസാങ്ങിന്റെ കാഴ്ചശക്തി കുറഞ്ഞു. എല്ലാവരേയും സംശയിക്കുന്ന, വഴക്കാളിയായ ഒരാളായി അദ്ദേഹം മാറി. ഒരു ചെറുകപ്പലിൽ മെഡിറ്ററേനിയൻ കടന്ന് ടൂണീസിലേക്കും മൊറോ ക്കോവിലേക്കും സെൻട്രൽ ഏഷ്യയിലേക്കും അദ്ദേഹം യാത്ര ചെയ്തു. ഇടതടവില്ലാതെ എഴുതി. മോപാസാങ് മഹായശസ്കനായി. നാല്പതാം വയസ്സിൽ അദ്ദേഹം സ്വന്തം കഴുത്തുമുറിച്ചു. ഒരുപാട് രക്തം പോയെ ങ്കിലും അദ്ദേഹം രക്ഷപ്പെട്ടു. പിന്നീട് അദ്ദേഹത്തെ മാനസിക രോഗാ ശുപത്രിയിൽ പ്രവേശിപ്പിച്ചു. അവിടെ അദ്ദേഹം കൈയും കാലുമുപ യോഗിച്ച് ഇഴഞ്ഞു. സ്വന്തം മലം വാരിവിഴുങ്ങി. 42-ാം വയസ്സിൽ അദ്ദേഹം മരിച്ചു. അദ്ദേഹത്തിന്റെ അമ്മ ജീവിച്ചിരിപ്പു ണ്ടായിരുന്നു.

ഞാൻ പുസ്തകം അവസാനംവരെ വായിച്ചുതീർത്ത് കിടക്കയിൽ നിന്നെഴുന്നേറ്റു. മൂടൽമഞ്ഞ് ജനലിനടുത്തേക്ക് കടന്നുവന്നു. പ്രപഞ്ചം എന്നിൽനിന്നും മറയപ്പെട്ടു. ഏതോ സുപ്രധാനസത്യം കൊച്ചുവിരലുകൾ കൊണ്ട് മുന്നറിയിപ്പെന്നോണം സ്പർശിച്ചപോലെ എന്റെ ഹൃദയം ചുരുങ്ങിപ്പോയി.

(ഇസാക്ക് ബാബേൽ 1894-1941). ഐറണിയും വൈകാരികതയും സമന്വയിപ്പിച്ചുകൊണ്ട് സൂക്ഷ്മമായ ഭാഷയിൽ കഥകൾ രചിച്ച

ബാബേൽ *റെഡ് കാവെൽറി, ഒഡേസാ ടെയിൽസ്* എന്നീ ചെറുകഥാ സമാഹാരങ്ങൾകൊണ്ട് മഹായശസ്കനായി. *പൊളിറ്റിക്കൽ കമ്മിസ്സാർ* എന്ന നിലയിലുള്ള അദ്ദേഹത്തിന്റെ യുദ്ധകാലാനുഭവങ്ങളാണ്. *റെഡ് കാവെൽറി, ഒഡേസാ കഥകളി*ലാവട്ടെ, യുദ്ധത്തിനുമുമ്പ് ഒരു ജ്യൂയിഷ് ഗെട്ടോവിൽ കഴിച്ചുകൂട്ടിയ ശൈശവകാലത്തെ ഓർമ്മകളാണ് ചുരുൾ നിവരുന്നത്. ഭരണാധികാരികളുടെ അപ്രീതിക്ക് പാത്രമായ ഇസാക്ക് ബാബേൽ 1930 കളുടെ അവസാനം അറസ്റ്റുചെയ്യപ്പെടുകയും അധികം വൈകാതെ സ്റ്റാലിന്റെ കോൺസെൻട്രേഷൻ ക്യാമ്പുകളിലൊന്നിൽവെച്ച് മരണമടയുകയും ചെയ്തു.)

പെൺചെന്നായ്

ജോവന്നി വെർഗ

ഒലിവ് നിറത്തിൽ, നീണ്ട്, ഉറച്ചതും ആകൃതിയൊത്തതുമായ മുലകളുള്ള അവളുടെ യൗവനം അസ്തമിച്ചിരുന്നു: മലേറിയ ബാധിച്ചപോലെ സദാസമയവും വിളറിവെളുത്തിരുന്ന അവളുടെ മുഖത്തെ വിശാലമായ നേത്രങ്ങളും ചുവന്ന അധരങ്ങളും അത്യന്ത വശീകരണ ശക്തിയുള്ളവയായിരുന്നു.

ഗ്രാമത്തിൽ ആളുകൾ അവളെ പെൺചെന്നായ് എന്ന് വിളിച്ചു പോന്നു. കാരണം അവൾക്ക് ഒരിക്കലും ഒന്നുംതന്നെ മതിയാകുമായിരുന്നില്ല. ഒരു കാട്ടുപന്നിയെപ്പോലെ ഏകയായി അവൾ സഞ്ചരിക്കുമ്പോൾ, വിശന്ന ചെന്നായയെപ്പോലെ പാത്തും പതുങ്ങിയും അവൾ നടക്കുന്നത് കാണുമ്പോൾ സ്ത്രീകൾ കുരിശ് വരയ്ക്കും. അവളുടെ ചുവന്ന അധരങ്ങൾകൊണ്ട് തങ്ങളുടെ ഭർത്താക്കന്മാരുടെയും ആൺമക്കളുടെയും രക്തം ഞൊടിയിടയിൽ അവൾ വലിച്ചുകുടിക്കും. പൈശാചികമായ ആ നയനങ്ങളുടെ ഒരിളക്കത്താൽ അവൾ അവരെ തന്റെ ഉടുപ്പിൻ ചരടിൽ കെട്ടിയിടും. വിശുദ്ധ അഗ്രിപ്പിനാപള്ളിയുടെ അൾത്താരയ്ക്ക് മുമ്പിൽ അവർ നില്ക്കുകയാണെങ്കിലും അവൾ അത് ചെയ്യും. ഭാഗ്യത്തിന് പെൺചെന്നായ് പള്ളിയിൽ പോവുക പതിവില്ല. ഈസ്റ്ററിനോ, ക്രിസ്മസിനോ, കുർബാനയ്ക്കോ, കുമ്പസാരത്തിനോ ഒന്നും അവൾ പോയിരുന്നില്ല. പള്ളി വികാരി ഫാ.അഞ്ജലീനോപോലും അവളുടെ വലയിൽ വീണു പോയിരുന്നു.

പെൺചെന്നായയുടെ മകളായി പിറന്നതിൽ മനംനൊന്ത് സാധുവും സല്സ്വഭാവിയുമായ മരീച്ചിയ രഹസ്യമായി കരഞ്ഞു. ഗ്രാമത്തിലെ മറ്റു പെൺകുട്ടികളെപ്പോലെതന്നെ ഭൂമിയും വസ്ത്രങ്ങളും സ്വന്തമായി

അവൾക്ക് ഉണ്ടായിരുന്നുവെങ്കിലും ആരും അവളെ വിവാഹം കഴിക്കാൻ തയ്യാറായില്ല.

പട്ടാളത്തിൽനിന്നും പിരിഞ്ഞുപോന്ന സുന്ദരനായ ഒരു ചെറുപ്പക്കാരനോട് ഒരുനാൾ പെൺചെന്നായയ്ക്ക് കടുത്ത പ്രേമം തോന്നി. നാട്ടുപ്രമാണിയുടെ പാടത്ത് അവൻ അവളോടൊപ്പം പണിയെടുത്തു. അവനോടുള്ള അവളുടെ പ്രേമം തീക്ഷ്ണമായിരുന്നുവെങ്കിലും അവനൊന്നും ശ്രദ്ധിക്കാതെ കൊയ്ത്ത് തുടർന്നു.

“എന്തു പറ്റി ഹനാ?” അവൻ ചോദിക്കും. വിശാലമായ വയലിൽ പുൽച്ചാടികളുടെ ശബ്ദം മാത്രമേ കേൾക്കാൻ കഴിഞ്ഞിരുന്നുള്ളൂ. സൂര്യൻ തലയ്ക്ക് മുകളിൽ എത്തിയിട്ടും അക്ഷീണയായി, പട്ടിണിയിൽ നിന്നും മുഖമൊന്നുയർത്താതെ, ഒരിക്കൽപോലും തണ്ടല്ലൊന്ന് നിവർത്താതെ, വെള്ളപ്പാത്രം ചുണ്ടോടടുപ്പിക്കാതെ, ഒന്നിന് പിറകെ ഒന്നായി കെട്ടുകണക്കിന് കറ്റകൾ അവൾ ശേഖരിച്ചു.

“നിനക്ക് എന്താ വേണ്ടത് ഹനാ?” ഇടയ്ക്കിടെ നാനി ആരായും

പകൽ മുഴുവൻ പണിയെടുത്ത് പണിക്കാർ ക്ഷീണിച്ചു മയങ്ങുന്ന, ദൂരെയായി ഗ്രാമത്തിൽ നായ്ക്കൾ ഓരിയിട്ടുകൊണ്ടിരുന്ന ഒരു സായംകാലത്ത് അവൾ അവനോട് പറഞ്ഞു.

“നിന്നെയാണ് എനിക്ക് വേണ്ടത്. നീ സൂര്യനെപോലെ തേജസ്സും തേൻപോലെ മധുരവുമുള്ളവനാണ്. എനിക്ക് നിന്നെ വേണം.”

“പകരം നിന്റെ കന്യകയായ മകളെ എനിക്കു വേണം.” നാനി ചിരിച്ചുകൊണ്ട് ആവശ്യപ്പെട്ടു.

കൈകൾ മുടിയിഴകളിലാഴ്ത്തി, കൈമുട്ട് മാന്തിക്കൊണ്ട് ഒരക്ഷരമുരിയാടാതെ പെൺചെന്നായ് നടന്നുപോയി. കൊയ്ത്ത് പാടത്ത് അവൾ പിന്നീട് പ്രത്യക്ഷപ്പെട്ടില്ല. എന്നാൽ, ഒക്ടോബർ മാസത്തിൽ ഒലിവ് എണ്ണയാട്ടുമ്പോൾ അവൾ വീണ്ടും നാനിയെ കണ്ടുമുട്ടി. അവളുടെ വീടിനടുത്തായിരുന്നു അവൻ ജോലി ചെയ്തിരുന്നത്. ആട്ടുയന്ത്രത്തിന്റെ ശബ്ദം രാത്രിയിൽ അവളുടെ ഉറക്കം കെടുത്തി.

“ഒലിവ് ചാക്കെടുക്കൂ” അവൾ തന്റെ മകളോട് പറഞ്ഞു. “എന്നിട്ട് എന്റെ കൂടെവാ”

“ഓഹീ” എന്ന ശബ്ദത്തോടെ കോവർകഴുതയെ നടത്തിച്ച് ഒരു തൂമ്പ കൊണ്ട് ഒലിവ് കുരുക്കൾ അരകല്ലിനടിയിലേക്ക് തള്ളിയിടുകയായിരുന്നു നാനി.

“നിനക്ക് എന്റെ മകൾ മരീച്ചിയയെ വേണോ?” ഹന അവനോട് ചോദിച്ചു. “നിന്റെ മകൾ മരീച്ചിയ്ക്ക് എന്ത് കൊടുക്കും?” നാനി ആരാഞ്ഞു.

“അവളുടെ അച്ഛന്റെ സ്വത്തെല്ലാം അവൾക്കുള്ളതാണ്. ഞാനെന്റെ വീടും അവൾക്ക് നല്കും. എനിക്ക് ഒരു വൈക്കോൽ മെത്തയിടാനുള്ള സ്ഥലം അടുക്കളമൂലയിൽ കിട്ടിയാൽ ധാരാളമായി.”

“അങ്ങനെയാണ് കാര്യമെങ്കിൽ നമുക്കിതേപ്പറ്റി ക്രിസ്മസിന്

സംസാരിക്കാം.''

നാനിയുടെ ദേഹമാകെ എണ്ണയും അഴുക്കും പറ്റിപ്പിടിച്ചിരുന്നു. അയാളെ മരീച്ചിയ്ക്ക് തീരെ പിടിച്ചില്ല. അവളുടെ അമ്മ അവളുടെ മുടിക്കുത്തിൽ പിടിച്ച് മുഖം അടുപ്പിലേക്ക് കാട്ടി പല്ലിറുമ്മിക്കൊണ്ട് പിറുപിറുത്തു. "അവനെ നീ കെട്ടിയില്ലെങ്കിൽ കൊന്നുകളയും നിന്നെ ഞാൻ.''

പെൺചെന്നായ് അസുഖം പിടിച്ചപോലെയായി. വയസ്സാവുമ്പോൾ പിശാച് സന്ന്യാസിയായി മാറുമെന്ന് പഴമക്കാർ പറയാറുണ്ട്. അവൾ അവിടെയുമിവിടെയും അലഞ്ഞുതിരിയാറില്ല. വശീകരിക്കുന്ന ആ കണ്ണുകളോടെ വാതിൽപ്പടിയിൽ വന്നുനില്ക്കാറില്ല. ആ കണ്ണുകൾ അവന്റെ മുഖത്തു തറയ്ക്കുമ്പോഴെല്ലാം അവളുടെ മരുമകൻ കുരിശുവരയ്ക്കാനായി ചിരിച്ചുകൊണ്ട് കൊന്തയിലെ ക്രൂശിതരൂപം പുറത്തെടുക്കും. കുഞ്ഞുങ്ങളെ പരിചരിച്ചുകൊണ്ട് മരീച്ചിയ വീട്ടിൽ തങ്ങി. അവളുടെ അമ്മ ആണുങ്ങളോടൊപ്പം പണിയെടുക്കാനായി വയലേലകളിലേക്ക് പോയി. പുരുഷന്മാരെപ്പോലെ അവൾ കിളയ്ക്കുകയും മെതിക്കുകയും കന്നുകാലികളെ തീറ്റുകയും ചെയ്തു.

''എണീക്കു'' വയൽവരമ്പിൽ മയങ്ങിക്കിടന്നിരുന്ന നാനിയെ പെൺചെന്നായ് ഉണർത്തി. "എണീക്കൂ. നിന്റെ തൊണ്ട തണുപ്പിക്കാൻ ഞാൻ കുറച്ച് വീഞ്ഞു കൊണ്ടുവന്നിട്ടുണ്ട്."

പാതിയുറക്കത്തിൽ ഉറക്കം തൂങ്ങുന്ന, മിഴികൾ വിടർത്തി നാനി നോക്കിയപ്പോൾ ഉയർന്ന മാറിടവും കരിനിറത്തിലുള്ള നയനങ്ങളുമായി അവൾ തന്റെയരികിൽ നില്ക്കുന്നത് അവൻ കണ്ടു. അവൻ കൈകൾ നിവർത്തി മൂരിനിവർന്നു.

"അരുത്, അന്തസ്സുള്ള സ്ത്രീകളാരും ഈ സമയത്ത് അലഞ്ഞ് നടക്കുക പതിവില്ല.''നാനി പറഞ്ഞു. ''കടന്നു പോ, കൊയ്ത്ത് പാടത്തേക്ക് ഇനി വരരുത്."

സമൃദ്ധമായ തലമുടി അഴിച്ചുകെട്ടിക്കൊണ്ട് പെൺചെന്നായ് നടന്നുപോയി. എന്നാൽ, അവൾ വീണ്ടും പാടത്തേക്ക് വന്നു. ഇപ്രാവശ്യം നാനി പരാതിയൊന്നും പറഞ്ഞില്ലെന്ന് മാത്രമല്ല. അവൾ വരാൻ വൈകുമ്പോഴൊക്കെ അവൻ ആളൊഴിഞ്ഞ വയൽ വരമ്പിൽ അവളെ കാത്തുനില്ക്കുക പതിവായി.

രാവും പകലും മരീച്ചിയ കരഞ്ഞു കഴിച്ചുകൂട്ടി. അവൾ അമ്മയെ തുറിച്ചുനോക്കി. വയലിൽനിന്നും അവളുടെ അമ്മ വിളറിവെളുത്ത്, മൂകയായി വീട്ടിലേക്ക് വന്നപ്പോഴെല്ലാം അവളുടെ നയനങ്ങളിൽ അസൂയ കത്തിയാളി.

"നീച, നീചയാണ് നിങ്ങൾ" അവൾ അമ്മയോട് പറഞ്ഞു.

"വാ മൂട്"

"കള്ളി കള്ളി"

"വാ മൂടാൻ"

"ഞാൻ പൊലീസ് ഏമാന്റെ അടുത്ത് പോകും."

"പൊയ്ക്കോളൂ."

തന്റെ കുഞ്ഞുങ്ങളെയും കൈക്ക്പിടിച്ച് നിർഭയമായി ഒരു തുള്ളി കണ്ണീർ പൊഴിക്കാതെ ഭ്രാന്തിയെപ്പോലെ അവൾ പോവുകതന്നെ ചെയ്തു. തന്നെ നിർബ്ബന്ധിച്ച് വിവാഹം കഴിപ്പിച്ച, എണ്ണയും അഴുക്കും ദേഹത്ത് പുരണ്ട അവളുടെ ഭർത്താവിനെ അവൾക്കിപ്പോൾ സ്നേഹമായിരുന്നു.

സെർജന്റ് നാനിക്ക് ആളെ വിട്ടു. അവനെ ജയിലിലയയ്ക്കുമെന്നും കഴുമരത്തിലേറ്റുമെന്നും അയാൾ ഭീഷണിപ്പെടുത്തി. നാനി കരയാനും തലമുടി പിടിച്ചുവലിക്കാനും തുടങ്ങി. അവൻ ഒന്നുംതന്നെ നിഷേധിച്ചില്ല. തന്റെ ഭാഗം ശരിയാണെന്ന് വാദിക്കാൻ ശ്രമിച്ചില്ല.

"ഇത് പ്രലോഭനമാണ്." അവൻ പറഞ്ഞു. "ഇത് നരകത്തിന്റെ പ്രലോഭനമാണ്.'' അവൻ സെർജന്റിന്റെ കാല്ക്കൽ വീണ് തന്നെ ജയിലിലേക്കയയ്ക്കാൻ യാചിച്ചു.

''ദൈവത്തെയോർത്ത് എന്നെയീ നരകത്തീന്ന് രക്ഷിക്കൂ ഏമാനെ...എന്നെ ജയിലിലിടൂ. ഇനിയും അവളെ കാണാൻ എന്നെ അനുവദിക്കരുത്. ഒരിക്കലും ഒരിക്കലും...."

''ഇല്ല'' പൊടുന്നനെ സെർജന്റിനോടായി പെൺചെന്നായ് പറഞ്ഞു." "എന്റെ വീട് അവന് സ്ത്രീധനമായി കൊടുത്തപ്പോൾ അടുക്കളയിലെ ഒരു മൂല ഞാൻ സ്വന്തമാക്കിയിരുന്നു. അതെന്റെ വീടാണ്. അതുപേക്ഷിക്കണമെന്ന് എനിക്കുദ്ദേശ്യമില്ല."

അല്പദിവസം കഴിഞ്ഞ് നെഞ്ചത്ത് കോവർകഴുതയുടെ ചവിട്ടേറ്റ് നാനി ഏതാണ്ട് മരണത്തിന്റെ വക്കോളമെത്തി. എന്നാൽ, പെൺചെന്നായ് വീട്ടിൽനിന്നും പുറത്ത് പോകാതെ താൻ ദിവ്യകർമ്മം നടത്താൻ വരില്ല എന്ന് പുരോഹിതൻ ശഠിച്ചു. പെൺചെന്നായ് സ്ഥലംവിട്ടു. ഒരു നല്ല ക്രിസ്ത്യാനിയായി ഇഹലോകവാസം വെടിയാനുള്ള തയ്യാറെടുപ്പോടെ അവൻ കുമ്പസരിച്ചു. മരണക്കിടക്കയ്ക്കരികിൽനിന്ന് അയൽ വാസികൾ കരഞ്ഞു. അന്ന് അവൻ മരിച്ചുപോവുകയായിരുന്നു നല്ലത്- പിശാച് തിരിച്ചുവന്ന് അവന്റെ ശരീരവും ആത്മാവും വീണ്ടും വിഷലിപ്തമാക്കുന്നതിലും ഭേദം അത് തന്നെയായിരുന്നു.

"എന്നെ തനിച്ച് വിടൂ" അവൻ പെൺചെന്നായിനോട് പറഞ്ഞു. ''കർത്താവിനെയോർത്ത് എനിക്ക് സമാധാനം താ... മരണത്തെ ഞാനെന്റെ സ്വന്തം കണ്ണുകൊണ്ട് കണ്ടു.... പാവം മരീച്ചിയ നിരാശയിലാണ്. നാടു മുഴുവൻ ഇതറിഞ്ഞു. തമ്മിൽ കണ്ടുമുട്ടാതിരിക്കയാണ് നമുക്ക് രണ്ടുപേർക്കും നല്ലത്."

പെൺചെന്നായയുടെ നയനങ്ങൾ ദർശിക്കാതിരിക്കാനായി തന്റെ കണ്ണുകൾ പിഴുതെറിയാൻ അവന് സന്തോഷമായിരുന്നു. കാരണം അവ തന്റെ കണ്ണിൽ തറച്ച സമയങ്ങളിലെല്ലാം അവന്റെ ആത്മാവും ശരീരവും

കളങ്കപ്പെട്ടു. ഈ ആഭിചാരത്തിൽനിന്നും രക്ഷപ്പെടാൻ എന്ത് ചെയ്യണമെന്ന് അവന് അറിയില്ലായിരുന്നു. ശുദ്ധീകരണ സ്ഥലത്തെ ആത്മാക്കൾക്ക് വേണ്ടിയുള്ള പ്രത്യേക പ്രാർത്ഥനയ്ക്കായി അവൻ പണം ചെലവഴിക്കുകയും പുരോഹിതനോടും സെർജന്റിനോടും സഹായമ ഭ്യർത്ഥിക്കുകയും ചെയ്തു. ഈസ്റ്ററിന് കുമ്പസാരിക്കാൻ പോവുകയും പാപപരിഹാരത്തിനായി പള്ളിമുറ്റത്തെ ചരൽകല്ലുകളിൽ മുട്ടുകുത്തി യിഴയുകയും ചെയ്തു. എന്നിട്ടും പെൺചെന്നായ് അവനെ വീണ്ടും പ്രലോഭിപ്പിക്കാനായി എത്തിച്ചേർന്നു.

"കേൾക്കൂ!" അവൻ അവളോട് പറഞ്ഞു. "കൊയ്ത്ത് പാടത്തേക്ക് ഇനി വരരുത്. വന്നാൽ കർത്താവിനാണെ നിന്നെ ഞാൻ കൊല്ലും!"

"എന്നെ കൊന്നോളൂ." പെൺചെന്നായ് മറുപടി പറഞ്ഞു. "ഞാൻ കാര്യമാക്കുന്നില്ല. എനിക്ക് നിന്നെ കൂടാതെ ജീവിക്കാൻ പറ്റില്ല."

പച്ചച്ച വയൽവരമ്പിലൂടെ ദൂരെനിന്ന് അവൾ നടന്ന് വരുന്നത് കണ്ടപ്പോൾ നാനി കിളയ്ക്കൽ മതിയാക്കി. മരത്തടിയിൽനിന്നും മഴു ഊരിയെടുത്തു. വിളറിവെളുത്ത് തുറിച്ച കണ്ണുകളോടെ വെയിലിൽ വെട്ടിത്തിളങ്ങുന്ന മഴുവുമായി അവൻ തന്റെ നേർക്ക് വരുന്നത് പെൺചെന്നായ് കണ്ടു. എന്നാൽ, ഒരടിപോലും പിറകോട്ടു മാറുകയോ, ഇമ താഴ്ത്തുകയോ ചെയ്യാതെ അവൾ അവന്റെ നേർക്ക് നടന്നു. അവളുടെ കൈനിറയെ ചുവന്ന പോപ്പി പുഷ്പങ്ങളുണ്ടായിരുന്നു. അവളുടെ കറുത്ത നയനങ്ങൾ അവനെ പൊതിഞ്ഞു. "ഫാ! നിന്റെ ആത്മാവ് തുലഞ്ഞുപോട്ടെ!" നാനി വിക്കി വിക്കി പറഞ്ഞു.

(ജോവന്നി വെർഗ (1840-1922)-ഇറ്റലിയിലെ കാറ്റാലിനയിൽ ജനിച്ച വെർഗ ഇറ്റാലിയൻ സാഹിത്യലോകത്തെ മുൻനിര എഴുത്തുകാരിൽ ഒരാളാണ്. സിസിലിയൻ ഗ്രാമീണ ജീവിതത്തിന്റെ തുടിപ്പുകൾ ഉൾക്കൊള്ളുന്നവയാണ് അദ്ദേഹത്തിന്റെ നോവലുകളും ചെറുകഥകളും. *ദി ഹൗസ് ബൈ ദ മെഡ്‌ലാർ ട്രീ. മാസ്ട്രോ-ഡോൺഗെട്സ് വാൾഡോ. ലിറ്റിൽ നോവൽസ് ഓഫ് സിസിലി* എന്നിവയാണ് പ്രധാന കൃതികൾ. ഡി എച്ച് ലോറൻസ് വെർഗയുടെ കൃതികൾ ഇംഗ്ലീഷിലേക്ക് പരിഭാഷപ്പെടുത്തി പ്രസിദ്ധീകരിച്ചതോടെ ജോവന്നി വെർഗ വിശ്വവിഖ്യാതനായി, നിരൂപകർ, ഇറ്റാലിയൻ സാഹിത്യത്തിലെ കുലപതിയായ മൻസോണിക്കൊപ്പമാണ് അദ്ദേഹത്തിന് സ്ഥാനം നല്കിയിട്ടുള്ളത്.)

വാൻഗോഗിന്റെ ചെവി

മോസിർ സ്ക്ലെയർ

ഞങ്ങൾ പതിവുപോലെ തകർച്ചയുടെ വക്കിലെത്തിയിരുന്നു. ചെറിയ ഒരു പലചരക്കുകടയുടെ ഉടമസ്ഥനായ എന്റെ അച്ഛൻ തനിക്ക് സാധനങ്ങൾ എത്തിച്ചുകൊടുത്തിരുന്നവരിൽ ഒരാളോട് ഗണ്യമായ ഒരു സംഖ്യക്ക് കടപ്പെട്ടിരുന്നു. കടം വീട്ടാൻ യാതൊരു മാർഗ്ഗവും അദ്ദേഹം കണ്ടില്ല.

പക്ഷേ, പണത്തിന് ഞെരുക്കമായിരുന്നുവെങ്കിലും ഭാവനയുടെ കാര്യത്തിൽ ഒരു കുറവും അദ്ദേഹത്തിനുണ്ടായിരുന്നില്ല. ബുദ്ധി ശക്തിയും പ്രസന്നമായ ഇച്ഛാശക്തിയുമുള്ള സംസ്കാര സമ്പന്നനായ ഒരാളായിരുന്നു അദ്ദേഹം. അച്ഛൻ സ്കൂൾ വിദ്യാഭ്യാസം പൂർത്തിയാക്കി യിരുന്നില്ല. വിധി അദ്ദേഹത്തെ എളിയ ഒരു പലചരക്ക് കടയിൽ തളച്ചിട്ടു. കടയിലെ ഭരണികൾക്കും മറ്റ് തളികകൾക്കും മദ്ധ്യേയിരുന്ന് ജീവിതത്തിന്റെ പ്രതിരോധങ്ങളെ സധൈര്യം അദ്ദേഹം നേരിട്ടു. പറ്റുവരവുകാർക്ക് അദ്ദേഹത്തെ ഇഷ്ടമായിരുന്നു. കാരണം സാധന സാമഗ്രികൾക്ക് പുറമെ കടംകൊടുക്കുന്ന പണം തിരിച്ചുവാങ്ങാൻ അദ്ദേഹമൊരിക്കലും കടുംപിടിത്തം പിടിച്ചിരുന്നില്ല. സാധനങ്ങൾ വിതരണം ചെയ്യുന്നവരെ സംബന്ധിച്ചാണെങ്കിൽ കഥ വ്യത്യസ്ത മായിരുന്നു. മനക്കരുത്തുള്ള ആ മാന്യന്മാർക്ക് അവരുടെ പണം ആവശ്യമായിരുന്നു.

മറ്റേതൊരു വ്യക്തിയായിരുന്നെങ്കിലും നൈരാശ്യത്തിൽ മുഴുകിപ്പോകുമായിരുന്നു. നാട് വിടാൻ തീരുമാനമെടുക്കുകയോ, സ്വയംഹത്യനടത്തുകപോലുമോ ചെയ്യുമായിരുന്നു. എന്നാൽ അച്ഛൻ അതൊന്നും ചെയ്തില്ല. എല്ലായ്പ്പോഴും ശുഭാപ്തി വിശ്വാസിയായിരുന്ന അദ്ദേഹത്തിന് താൻ ഒരു വഴി കണ്ടുപിടിക്കുമെന്ന ഉറപ്പുണ്ടായിരുന്നു.

"ആ മനുഷ്യന് ഒരു ദൗർബല്യം ഉണ്ടായിരിക്കണം." അദ്ദേഹം പറഞ്ഞു "അങ്ങനെയാണ് നമ്മൾ അയാളെ കൈയിലെടുക്കാൻ പോകുന്നത്. അവിടെയുമിവിടെയുമായി അന്വേഷണം നടത്തിയതിൽനിന്നും അച്ഛൻ ശുഭകരമായ എന്തോ കണ്ടെത്തി. കാഴ്ചയിൽ അപരിഷ്കൃതനും, ചുണകെട്ടവനുമായി തോന്നിച്ചിരുന്ന അയാൾക്ക് വാൻഗോഗിനോട് ഒരു രഹസ്യാഭിനിവേശമുണ്ടായിരുന്നു. മഹാനായ ആ ചിത്രകാരന്റെ രചനകളുടെ പുനഃസൃഷ്ടികൾ അയാളുടെ വീട് നിറയെ ഉണ്ടായിരുന്നു. കിർക്ക് ഡഗ്ലസ് നായകനായി അഭിനയിച്ച ചിത്രകാരന്റെ ദുരന്തജീവിത കഥയെ അവലംബിച്ച് നിർമ്മിച്ച ചലച്ചിത്രം ചുരുങ്ങിയത് അര ഡസൻ പ്രാവശ്യമെങ്കിലും അയാൾ കണ്ടിട്ടുമുണ്ടായിരുന്നു.

ലൈബ്രറിയിൽനിന്നും വാൻഗോഗിന്റെ ഒരു ജീവചരിത്രം കടംവാങ്ങി അച്ഛൻ വാരാന്ത്യം മുഴുവൻ അതിൽ മുഴുകി. പിന്നീട് ഒരു ഞായറാഴ്ച വൈകീട്ട് തന്റെ കിടപ്പുമുറിയുടെ വാതിൽതുറന്ന് വിജയാഹ്ലാദത്തോടെ അദ്ദേഹം പുറത്തുവന്നു.

" ഞാനത് കണ്ടെത്തി."

എന്നെ ഒരരികിലേക്ക് മാറ്റിനിറുത്തി. ഞാനദ്ദേഹത്തിന്റെ ആത്മമിത്രവും കാര്യനിർവ്വാഹകനുമായിരുന്നു. അദ്ദേഹം മന്ത്രിച്ചു. പന്ത്രണ്ടാം വയസ്സിൽ അദ്ദേഹത്തിന്റെ നയനങ്ങൾ പ്രകാശിച്ചിരുന്നു.

"വാൻഗോഗിന്റെ ചെവി, ആ ചെവി നമ്മെ രക്ഷപ്പെടുത്തും."

"എന്തിനെപ്പറ്റിയാണ് നിങ്ങൾ രണ്ടും കൂടി കുശുകുശുക്കുന്നത്?" അമ്മ ആരാഞ്ഞു. തന്റെ ഭർത്താവിന്റെ അരക്കിറുക്കുകളോട് അധികമൊന്നും പൊരുത്തപ്പെട്ടുപോകാൻ അവർക്ക് കഴിഞ്ഞിരുന്നില്ല.

"ഒന്നുമില്ല, ഒന്നുമില്ല" അച്ഛൻ മറുപടി പറഞ്ഞു. എന്നിട്ട് ശബ്ദം താഴ്ത്തി അദ്ദേഹം എന്നോട് പറഞ്ഞു:

"ഞാൻ പിന്നീട് വിശദീകരിക്കാം."

അദ്ദേഹം പറഞ്ഞുതന്നു. കടുത്ത ഭ്രാന്തിന്റെ ഒരു മുഹൂർത്തത്തിൽ വാൻഗോഗ് തന്റെ ചെവി മുറിച്ചെടുത്ത് അത് കാമുകിക്ക് അയച്ചു കൊടുത്തു. ഈ സത്യം ഒരു പദ്ധതി ആസൂത്രണം ചെയ്യാൻ അച്ഛനെ സഹായിച്ചു. തനിക്ക് കടംതന്ന ആളുടെ അടുത്തുചെന്ന്, വാൻഗോഗ് പ്രേമിച്ച പെൺകുട്ടിയുടെ കാമുകനായ തന്റെ മുതുമുത്തച്ഛൻ, തനിക്ക് ഒസ്യത്തായി തന്ന ചിത്രകാരന്റെ അഴുകാതെ സൂക്ഷിച്ച ചെവിയെക്കുറിച്ച് അയാളോട് സംസാരിക്കും. തന്റെ കടം എഴുതിത്തള്ളുന്നതിനും കൂടുതൽ പണം പറ്റുന്നതിനും പകരമായി ഈ അവശിഷ്ടം അച്ഛൻ അയാൾക്ക് നല്കും.

"നീയെന്ത് കരുതുന്നു?"

അമ്മ പറയുന്നത് ശരിയായിരുന്നു. അദ്ദേഹം മറ്റൊരു ലോകത്ത്, ഒരു മാന്ത്രികലോകത്ത് ജീവിച്ചു. എന്തായാലും പ്രധാന പ്രശ്നം അദ്ദേഹത്തിന്റെ ആശയത്തിന്റെ അർത്ഥശൂന്യതയായിരുന്നില്ല. പണത്തിന് അത്രമേൽ കഠിനമായ ഞെരുക്കത്തിലായിരുന്നു ഞങ്ങൾ.

"പക്ഷേ, ചെവി എവിടെനിന്ന് കിട്ടും?"

"ചെവി?" ഇക്കാര്യം ഒരിക്കലും തന്റെ മനസ്സിലുദിച്ചിരുന്നില്ല എന്ന മട്ടിൽ വിസ്മയത്തോടെ അദ്ദേഹം എന്നെ നോക്കി.

"അതെ" ഞാൻ പറഞ്ഞു "വാൻഗോഗിന്റെ ചെവി. ഈ ഭൂമിയിൽ എവിടെനിന്നാണ് താങ്കൾക്ക് അത് ലഭിക്കാൻ പോകുന്നത്?"

"ഹാ!" അദ്ദേഹം പറഞ്ഞു "പ്രശ്നമൊന്നുമില്ല. മോർച്ചറിയിൽ നിന്നും നമുക്കൊരെണ്ണം കിട്ടും. എന്റെ കൂട്ടുകാരിലൊരാൾ അവിടത്തെ സൂക്ഷിപ്പുകാരനാണ്, എനിക്കുവേണ്ടി അയാൾ എന്തും ചെയ്യും."

പിറ്റേന്ന് പുലർച്ചെ അദ്ദേഹം സ്ഥലംവിട്ടു. ഉച്ചയ്ക്ക് ഒരു പൊതിയും പിടിച്ച് പ്രസന്നനായി അദ്ദേഹം വീട്ടിലെത്തി. അദ്ദേഹം അത് ശ്രദ്ധയോടെ അഴിക്കാൻ തുടങ്ങി. സ്പിരിറ്റിൽ സൂക്ഷിച്ച കറുത്ത് നിർവ്വചനാതീതമായ ആകൃതിയിലുള്ള എന്തോ അടങ്ങിയ ഒരു ഫ്ളാസ്ക് ആയിരുന്നു അത്. "വാൻഗോഗിന്റെ ചെവി" അദ്ദേഹം വിജയോന്മാദത്തോടെ പ്രഖ്യാപിച്ചു.

ആർക്ക് പറയാൻ കഴിയും ഇത് അതായിരുന്നില്ല എന്ന്? എന്നിരുന്നാലും അദ്ദേഹം ഒരു ലേബൽ ഫ്ളാസ്കിന്റെ പുറത്ത് ഒട്ടിച്ചുവെച്ചു: വാൻഗോഗ്-ചെവി.

സായാഹ്നത്തിൽ ഞങ്ങൾ ഇരുവരും കടംകൊടുക്കാനുള്ള ആളുടെ വീട്ടിലേക്ക് നടന്നു. അച്ഛൻ അകത്തേക്ക് പോയി. ഞാൻ പുറത്ത് കാത്തുനിന്നു. അഞ്ച് മിനിറ്റ് കഴിഞ്ഞപ്പോൾ സംഭ്രമഭരിതനായി, ശരിക്കും ക്ഷുബ്ധനായി അദ്ദേഹം പുറത്തേക്ക് വന്നു. ആ മനുഷ്യൻ സമ്മാനം നിരാകരിക്കുകമാത്രമല്ല, അച്ഛന്റെ കൈയിൽനിന്ന് അത് തട്ടിപ്പറിച്ചെടുത്ത് ജനലിലൂടെ പുറത്തേക്ക് വലിച്ചെറിയുകകൂടി ചെയ്തു.

"മര്യാദകെട്ടത്!"

അയാളുടെ അഭിപ്രായംതന്നെയായിരുന്നു എനിക്ക്. അനിവാര്യമായ ഒരു ഫലപ്രാപ്തിപോലെ ഞാനതിനെ കണ്ടു. പ്രശാന്തമായ തെരുവിലൂടെ ഞങ്ങൾ നടക്കാൻ തുടങ്ങി. അച്ഛൻ തുടരെത്തുടരെ മന്ത്രിച്ചുകൊണ്ടിരുന്നു. "മര്യാദകെട്ടത്, മര്യാദകെട്ടത്" പൊടുന്നനെ അദ്ദേഹം തന്റെ നടത്തം നിറുത്തി എന്നെത്തന്നെ തുറിച്ചുനോക്കി.

"അത് വലത്തേതായിരുന്നോ, അതോ ഇടത്തേതോ?"

"ഏത്?" ഒന്നും മനസ്സിലാവാതെ ഞാൻ ആരാഞ്ഞു.

"വാൻഗോഗ് മുറിച്ചെടുത്ത ചെവി, അത് വലത്തേതോ അതോ ഇടത്തേതോ?"

"എനിക്കെങ്ങനെ അറിയാം?" നടന്നതോർത്ത് മുമ്പേതന്നെ ഈർഷ്യപിടിച്ചിരുന്ന ഞാൻ പറഞ്ഞു. "പുസ്തകം വായിച്ചയാൾ താങ്കളാണ്. താങ്കൾക്കാണ് അതേപ്പറ്റി അറിവ് വേണ്ടത്."

"പക്ഷേ, എനിക്കറിയില്ല." വിഷണ്ണനായി അദ്ദേഹം മൊഴിഞ്ഞു. ഞാൻ സമ്മതിക്കുന്നു..... എനിക്കറിയില്ല."

നിശ്ശബ്ദരായി ഞങ്ങളിരുവരും അല്പനേരം നിന്നു. നുള്ളി

നോവിപ്പിക്കുന്ന ഒരു സംശയത്തിന്റെ പിടിയിലമർന്നിരുന്നു ഞാനപ്പോൾ. ആ സംശയം സ്പഷ്ടമാക്കാനുള്ള ധൈര്യം എനിക്കുണ്ടായിരുന്നില്ല. കാരണം അതിന്റെ ഉത്തരം എന്റെ ബാല്യകാലത്തിന്റെ അന്ത്യം കുറിക്കുമെന്ന് എനിക്കറിയാമായിരുന്നു.

''ഫ്ളാസ്കിലുള്ള ചെവിയോ?'' ഞാൻ ചോദിച്ചു. ''അത് വലത്തേതോ അതോ ഇടത്തേതോ?''

സ്തബ്ധനായി അദ്ദേഹം എന്നെ തുറിച്ചുനോക്കി.

''എനിക്ക് ഒട്ടുംതന്നെ അറിയില്ല....'' തളർന്ന, ചിലമ്പിച്ച ഒരു ശബ്ദത്തിൽ അദ്ദേഹം പിറുപിറുത്തു.

വീടിനെ ലക്ഷ്യമാക്കി ഞങ്ങൾ യാത്ര തുടർന്നു. നിങ്ങൾ ശ്രദ്ധാപൂർവ്വം ഒരു ചെവി-വാൻഗോഗിന്റേതോ, മറ്റാരുടേതോ-നിരീക്ഷിക്കുകയാണെങ്കിൽ അത് ഒരു രാവണൻകോട്ട പോലെ മെനഞ്ഞെടുത്തതാണെന്ന് കാണാം. ഈ ദുർഘടമായ കോട്ടയിൽ ഞാൻ അകപ്പെട്ടു. അതിനുള്ളിൽനിന്നും പുറത്തുവരാനുള്ള മാർഗ്ഗം ഒരിക്കലും എനിക്ക് കണ്ടെത്താൻ കഴിയില്ല.

(ലാറ്റിൻ അമേരിക്കൻ സാഹിത്യലോകത്തെ പുതിയ തലമുറയിൽ പെട്ട മോസിർ സ്ക്ലെയർ 1937 ൽ ബ്രസീലിൽ ജനിച്ചു. ധാരാളം ചെറുകഥകളും ഒരു നോവലും പ്രസിദ്ധീകരിച്ചിട്ടുണ്ട്. ബ്രസീലിയൻ സാഹിത്യത്തിലെ കുലപതിയായ ജാവോഗിമാറോസ് റോസയുടെ മാന്ത്രിക സ്പർശം നിറഞ്ഞ കഥകളുടെ സ്വാധീനം സ്ക്ലെയറുടെ കഥകളിൽ ദർശിക്കാം)

മൊക്താറിന് ആയിരം ദിനങ്ങൾ

പോൾ ബൗൾസ്

തന്റെ കടയിൽനിന്ന് അല്പമകലെയായി കടലിനഭിമുഖമായുള്ള ഒരു കെട്ടിടത്തിലായിരുന്നു മൊക്താർ ജീവിച്ചിരുന്നത്. മുറിയിലെ കൊച്ചു ജനലിലൂടെ എന്തിവലിഞ്ഞു നോക്കിയാൽ ദൂരെയായി തിരമാലകൾ പാറക്കൂട്ടങ്ങളിൽ തട്ടിച്ചിതറുന്ന കാഴ്ച അയാൾക്ക് കാണാൻ കഴിയുമായിരുന്നു. കാറ്റും മഴയുമുള്ള രാത്രികളിൽ വാതിലും, ജനലുകളും കൊട്ടിയടച്ചാലും തിരമാലകളുടെ ശക്തിയായ ഇരമ്പം കേൾക്കാം. വർഷം മുഴുവൻ ഇതുപോലെ നിരവധി രാത്രികൾ കടന്നുപോയി. അത്തരം അവസരങ്ങളിൽ തന്റെ കൊച്ചുമുറിയിൽ ഏകനായി കഴിഞ്ഞു കൂടുന്നത് അയാൾക്ക് അസഹ്യമായി തോന്നിയിരുന്നു. ഭാര്യമരിച്ചതിന് ശേഷം പത്തുവർഷമായി തനിയെ കഴിയുന്ന അയാൾക്ക് തെളിഞ്ഞ, നക്ഷത്രങ്ങൾ പ്രകാശിച്ചിരുന്ന രാത്രികളിൽ ഏകാന്തതയുടെ ദുഃഖം അത്ര കണ്ട് അനുഭവപ്പെട്ടിരുന്നില്ല. എന്നാൽ മഴയുള്ള രാത്രികൾ അയാളുടെ ജീവിതത്തിലെ സന്തുഷ്ട ദിനങ്ങളെ ഓർമ്മിപ്പിച്ചു – കാറ്റും മഴയുമുള്ള രാത്രികളിൽ വാതിലും ജനലുമെല്ലാം വലിച്ചടച്ച് സുന്ദരിയായ ഭാര്യയോടൊപ്പം നേരം വെളുക്കുവോളം കഴിച്ചുകൂട്ടിയ നാളുകൾ. ആ കാര്യങ്ങൾ ഓർമ്മിക്കാൻ അയാൾ ഇഷ്ടപ്പെട്ടില്ല. അതിനാൽ ഗാസേ കഫേയിൽ പോയി മണിക്കൂറുകളോളം പാശി കളിയിൽ മുഴുകി സമയം ചെലവഴിക്കുകയായിരന്നു അയാളുടെ പതിവ്.

കാലക്രമേണ കഫേയിലെ സ്ഥിരം കളിക്കാർക്ക് മൊക്താറിന്റെ വരവ് പ്രവചിക്കാൻ കഴിഞ്ഞു. "അതാ മഴയുടെ ആരംഭമായി. മൊക്താറിനെ ഇപ്പോൾ കാണാം. നിന്റെ തൊട്ടടുത്ത ഇരിപ്പിടം അയാൾക്ക് കൊടുത്തേക്ക്." മൊക്താർ അവരെ ഒരിക്കലും നിരാശപ്പെടുത്തിയിരുന്നില്ല. ശാന്തനും സന്തുഷ്ടനുമായി അയാൾ എത്തിച്ചേരും.

അന്ന് രാത്രി ഗാസേ കഫേയിൽ ഇരുന്നിരുന്ന മൊക്താർ അസാധാരണമാംവിധം അസ്വസ്ഥനായിരുന്നു. മേശമേൽ കശക്കിയെറിയുന്ന ദന്തക്കുരുവിന്റെ ശബ്ദം അയാളെ അലോസരപ്പെടുത്തി. അകത്തെ മുറിയിൽനിന്നും വരുന്ന പഴയ ഗ്രാമഫോണിന്റെ കരകര ശബ്ദം അയാൾക്ക് അരോചകമായി തോന്നി. അകാരണമായ നീരസത്തോടെ മുറിയിലേക്ക് കടന്നുവരുന്ന ഓരോരുത്തരെയും അയാൾ നിരീക്ഷിച്ചു. പുറത്ത് വളർന്നുനില്ക്കുന്ന മുളച്ചില്ലകൾ കാറ്റത്ത് ശക്തിയായി ജനൽചില്ലകളിൽ വന്നടിച്ചുകൊണ്ടിരുന്നു.

"അത് പൊട്ടിപ്പോകും". മൊക്താർ പിറുപിറുത്തു.

"എന്ത്?" മുഹമ്മദ് സലോവി ആരാഞ്ഞു.

മൊക്താർ മറുപടിയൊന്നും പറയാതെ വെറുതെ ചിരിക്കുക മാത്രം ചെയ്തു. സമയംതോറും അയാളുടെ അസ്വസ്ഥതയും വർദ്ധിച്ചു. അകത്തെ മുറിയിൽ അവർ ഗ്രാമഫോൺ നിർത്തി കർണ്ണകഠോരമായ ഒരു ഗാനം ആലപിക്കുകയായിരുന്നു. അയാൾക്കൊപ്പമുണ്ടായിരുന്ന കുറച്ചുപേരും ഒപ്പം പാടാൻ തുടങ്ങി. കാറ്റിന്റെ ശബ്ദം ശ്രദ്ധിക്കാൻ അയാൾക്ക് കഴിഞ്ഞില്ല. കളി ഒരു തവണ പൂർത്തിയായപ്പോൾ തന്റെ പെട്ടെന്നുള്ള പിന്മാറ്റം മറ്റുള്ളവരിലെന്ത് പ്രതികരണമുളവാക്കും എന്നത് കണക്കിലെടുക്കാതെ 'ശുഭരാത്രി' നേർന്നുകൊണ്ട് അയാൾ ധൃതിയിൽ എഴുന്നേറ്റ് പുറത്തേക്കുപോയി.

പുറത്ത് മഴ ഏതാണ്ട് ശമിച്ചിരുന്നു. കടൽത്തീരത്തുനിന്ന് ആഞ്ഞടിച്ചുകൊണ്ടിരുന്ന കാറ്റിന് ചോരയുടെ ഗന്ധമുള്ളപോലെ. മുമ്പോട്ട് നടക്കവേ അയാൾ നിരത്തിലേക്ക് നോക്കി. ഓരോ കുപ്പത്തൊട്ടിക്കരികിലും പൂച്ചകളുണ്ടായിരുന്നു. കൂട്ടം കൂട്ടമായി അവ നിരന്തരം അയാൾക്ക് മുന്നിൽ ഓടിനടന്നു. തന്റെ വീട്ടു വാതില്ക്കലെത്തി താക്കോൽ പുറത്തെടുത്തപ്പോൾ വിധി തീർപ്പിന്റെ അർത്ഥസൂചനയടങ്ങിയ, അഖണ്ഡിതമായി എന്തോ പ്രവൃത്തിയാണ് ഉള്ളിലേക്ക് പ്രവേശിക്കുകയെന്നത് എന്നയാൾക്ക് തോന്നി.

എന്താണ് സംഭവിക്കുന്നത്? അയാൾ സ്വയം ചോദിച്ചു. താൻ മരിക്കാൻ പോവുകയാണോ? അയാൾക്കതിൽ തെല്ലും ഭയമുണ്ടായിരുന്നില്ല. വാതിൽ തുറക്കും മുമ്പായി അയാൾ കൈകാലുകൾ മടക്കി നിവർത്തി. എവിടെയും വേദനയില്ല. എല്ലാം സാധാരണ നിലയിൽതന്നെ. തന്റെ തലയ്ക്കാവും കുഴപ്പം - അയാൾ തീരുമാനിച്ചു. പക്ഷേ, തന്റെ മനസ്സിന് ഒരു പ്രശ്നവുമില്ലല്ലോ. ചിന്തകൾക്ക് അടുക്കുംചിട്ടയുമുണ്ട്. എന്നാൽ ഈ കണ്ടുപിടിത്തമൊന്നും അയാൾക്ക് ആശ്വാസമേകിയില്ല. എന്തോ കുഴപ്പമുണ്ടെന്ന് അയാൾക്ക് മനസ്സിലായി. വാതിൽ കുറ്റിയിട്ട് ഇരുട്ടിൽ അയാൾ കോണിപ്പടികൾ കയറാൻ തുടങ്ങി. മറ്റെന്തിനേക്കാളും വ്യക്തമായി ആ നിമിഷത്തിൽ അയാൾക്ക് ബോദ്ധ്യമായി. 'അരുത്' എന്ന ഒരു മുന്നറിയിപ്പോടെ ജീവിതത്തിന്റെ ഒരു പുതിയ മേഖലയിലേക്ക് താൻ പ്രവേശിക്കുകയാണെന്ന്. തനിക്ക് രഹസ്യങ്ങളോ, കെട്ടുപാടുകളോ,

ഭാവിയെക്കുറിച്ചുള്ള കണക്കുകൂട്ടലുകളോ ഒന്നുമില്ല - ചുമ്മാ ജീവിച്ചു. ഉറങ്ങാൻ കിടന്നപ്പോൾ അയാളുടെ അസ്വസ്ഥത പിന്നെയും വർദ്ധിച്ചു. കാറ്റ് ജനൽപ്പാളികളിൽ വന്നലച്ചു. മഴ പിന്നെയും പെയ്യാൻ തുടങ്ങി. മഴത്തുള്ളികൾ മേല്ക്കൂരയിൽ ശക്തിയായി പതിക്കുന്ന ശബ്ദം അയാൾ കേട്ടു. ഒടുങ്ങാത്ത ആർത്തിയോടെ കടൽഭിത്തികളിൽ വന്നടിക്കുന്ന തിരമാലകളുടെ ഇരമ്പം ശക്തമായി. തണുത്ത പുതപ്പിന്റെ ദുഃഖഭരിതമായ സ്പർശം അയാൾ അറിഞ്ഞു. ഇരുണ്ട ആ രാത്രിയിൽ വൈക്കോൽ പതിച്ച ചുവരിൽ സ്പർശിച്ചു. ''അല്ലാഹ്'' എന്ന് മന്ത്രിച്ചുകൊണ്ട് അയാൾ നിദ്രയിലാണ്ടു.

എന്നാൽ ഉറക്കത്തിലും അസ്വസ്ഥചിത്തനായിരുന്നു അയാൾ. ജാഗ്രതാവസ്ഥയുടെ കുഴഞ്ഞുമറിഞ്ഞ, ദയാരഹിതമായ ഒരു തുടർച്ചയായിരുന്നു അയാൾ കണ്ട സ്വപ്നങ്ങൾ. തെരുവുകളുടെയും, കടകളുടെയും ചിത്രങ്ങൾ അയാളുടെ കൺമുമ്പിൽ ചുരുൾ നിവർന്നു. ചന്തയുടെ പ്രവേശന മാർഗ്ഗത്തിൽ നില്ക്കുകയായിരുന്നു അയാൾ. മഴയിൽനിന്നു രക്ഷപ്പെടാനായി ഒരുപാട് ജനങ്ങൾ ഉള്ളിൽ തടിച്ചു കൂടിയിരുന്നു. ഉച്ച സമയമായിരുന്നെങ്കിലും ഇരുണ്ട ദിവസമായിരുന്നതിനാൽ സ്റ്റാളുകളിലെല്ലാം വൈദ്യുതി വെളിച്ചം നിറഞ്ഞു നിന്നിരുന്നു. "തന്റെ ഭാര്യക്ക് ഇതെല്ലാം കാണാൻ കഴിഞ്ഞിരുന്നെങ്കിൽ" അയാൾ സ്വയം പറഞ്ഞു. "അവൾ എന്തുമാത്രം സന്തുഷ്ടയായേനെ പാവം പെൺകുട്ടി. അവൾ ജീവിച്ചിരുന്ന കാലത്ത് ഇവിടെ എല്ലായ്പ്പോഴും ഇരുട്ടായിരുന്നു".

"അവൾ തന്നോടൊപ്പം ഭക്ഷിക്കാനിവിടെയില്ലാത്തപ്പോൾ മാംസം വാങ്ങിയിട്ടെന്ത് ചെയ്യാൻ?" കൂട്ടുകാരൻ അബ്ദുല്ലാബിൻ ബൗഷയുടെ കഴുത്തിൽ ശക്തിയായി വിരലമർത്തി അയാളെ ശ്വാസം മുട്ടിപ്പിക്കുന്നതിൽ ആഹ്ലാദം കൊള്ളുകയായിരുന്നു അയാൾ. ബൗഷയുടെ മുഖം കരിവാളിച്ചു. അയാൾ താഴെ വീണു. അയാളുടെ തിളങ്ങുന്ന കണ്ണുകൾ വലിയ പെരുന്നാൾ സദ്യക്ക് പാത്രത്തിൽ വിളമ്പിയ ആട്ടിൻതലയുടെ കണ്ണുകൾ പോലെ തുറിച്ചിരുന്നു.

ഭയാക്രാന്തനായി മൊക്താർ ഉറക്കമുണർന്നു. കാറ്റ് അപ്പോഴും വീശുന്നുണ്ടായിരുന്നു. പ്രഭാത നമസ്കാരത്തിനുള്ള ബാങ്ക് വിളി അന്തരീക്ഷത്തിൽ മുഴങ്ങിയപ്പോൾ അയാൾക്കല്പം ആശ്വാസമനുഭവപ്പെട്ടു. അയാൾ പിന്നെയും ഉറക്കത്തിൽവീണു.

പ്രഭാതം വിരസവും പ്രസാദരഹിതവുമായിരുന്നു. പതിവ് സമയത്ത് തന്നെ മൊക്താർ ഉറക്കമുണർന്നു. പള്ളിയിൽപോയി ദേഹശുദ്ധി വരുത്തി പ്രാർത്ഥിച്ച ശേഷം അയാൾ നേരെ തന്റെ കടയിലേക്ക് നടന്നു. താൻ കണ്ട സ്വപ്നത്തിന്റെ ഓർമ്മ അയാളെ അലോസരപ്പെടുത്തി. അയാളുടെ ചിന്ത വൃദ്ധനായ തന്റെ ചങ്ങാതിയെക്കുറിച്ചായിരുന്നു. ചന്തയിൽ ചെന്ന് അയാളെ സന്ദർശിക്കണമെന്ന അദമ്യമായ ഒരു ആഗ്രഹം മൊക്താറിന്റെ മനസ്സിൽ ഉദിച്ചു. എപ്പോഴുമെന്നപോലെ

അയാൾ അവിടെത്തന്നെ ഉണ്ടെന്നുള്ള ഉറപ്പ് സ്വയം വരുത്തിയാൽ മാത്രം മതി- മൊക്താർ മനസ്സിൽ പറഞ്ഞു. അയാൾ അവിടെ ഇല്ലാതിരിക്കാൻ ന്യായമൊന്നുമില്ല. പക്ഷേ, തന്റെ സ്വന്തം കണ്ണുകൊണ്ട് അയാളെ ഒന്നു കണ്ടാൽ തനിക്ക് തൃപ്തിയാകും.

ഉച്ചയ്ക്ക് മുമ്പേ, തന്റെ കടയുടെ മുൻവശം അടച്ച് മൊക്താർ ചന്തയിലേക്ക് തിരിച്ചു. കെട്ടിടത്തിലെ അരണ്ട വെളിച്ചത്തിൽ അയാൾ കണ്ട ആദ്യത്തെ മനുഷ്യൻ ബൗഷയായിരുന്നു. കൗണ്ടറിന് പിറകിലിരുന്ന് സാധാരണ ദിവസങ്ങളിലേത് പോലെ ഇറച്ചിവെട്ടി ചെറിയ കഷണങ്ങളാക്കുകയായിരുന്നു അയാൾ. അതിയായ ആശ്വാസത്തോടെ മൊക്താർ കൗണ്ടറിനരികിലേക്ക് ചെന്ന് അയാളോട് കുശലം ചോദിച്ചു. അയാളുടെ സംസാരത്തിലെ അതിവിനയം ഒരു പക്ഷേ, ബൗഷയെ ആശ്ചര്യപ്പെടുത്തിരിയിക്കണം. അമ്പരന്ന മുഖഭാവത്തോടെ മൊക്താറിന് നേർക്ക് നോക്കി അയാൾ തിടുക്കത്തിൽ പറഞ്ഞു.

“സുപ്രഭാതം! ഞാനിന്ന് തിരക്കിലാണ്.” അയാളുടെ പെരുമാറ്റത്തിലെ അസുഖഭാവം മൊക്താറിനെ ചിന്താകുഴപ്പത്തിലാക്കി. മൊക്താർ അയാളെ തുറിച്ചുനോക്കി തന്റെ ഭയം പിന്നെയും ഉള്ളിൽ നുരയുന്നത് അയാൾക്ക് അനുഭവപ്പെട്ടു.

“ശരി, ചങ്ങാതീ” സന്തുഷ്ടനായി മൊക്താർ മൊഴിഞ്ഞു.

“നിന്റെ വിഡ്ഢിച്ചിരിയേക്കാൾ എനിക്ക് തരാനുള്ള 22 ദിനാർ തരുന്നതായിരിക്കും കൂടുതൽ ഉപകാരം.” ബാഷ മുരണ്ടു.

“22 ദിനാറോ?”

“അതെ, കഴിഞ്ഞ വലിയ പെരുന്നാളിന് നീ വാങ്ങിയ ആട്ടിൻ തലയുടെ വില 22 ദിനാർ ഇതുവരെ തന്നിട്ടില്ല.”

അഗ്നിപോലെ തന്റെയുള്ളിൽ രക്തം പടർന്നു കയറുന്നതായി മൊക്താറിന് തോന്നി.

“കഴിഞ്ഞ മാസം ഞാനത് നിനക്ക് തന്നുവല്ലോ.”

“ഒരിക്കലുമില്ല” ബൗഷ ആവേശത്തോടെ അലറി.

‘‘എനിക്കും കണ്ണും തലയുമുണ്ട്. നടന്നതെന്തെന്ന് എനിക്ക് ഓർമ്മയുണ്ട്. പാവം പിടിച്ച താഹിരിയെ പറ്റിച്ചപോലെ എന്നെ വേല വെക്കാൻ നോക്കണ്ട”. വെട്ടുകത്തി അന്തരീക്ഷത്തിൽ വീശിക്കൊണ്ട് അയാൾ മൊക്താറിനെ തെറി വിളിക്കാൻ തുടങ്ങി.

വഴിയാത്രക്കാർ നടത്തം നിർത്തി താല്പര്യപൂർവ്വം ഈ സംസാരം ശ്രദ്ധിക്കുന്നുണ്ടായിരുന്നു. മൊക്താറിന്റെ ദേഷ്യം മൂർദ്ധന്യാവസ്ഥയിലെത്തിയിരുന്നു.

അസഭ്യവർഷത്തിനിടയിൽ ബൗഷ വിളച്ചുപറഞ്ഞ ഒരു തെറിവാക്ക് കേട്ടപ്പോൾ മൊക്താറിന്റെ സർവ്വ നിയന്ത്രണവും വിട്ടു. അയാൾ കൗണ്ടറിനടുത്തേക്ക് പാഞ്ഞുചെന്ന് ബൗഷയുടെ മേൽവസ്ത്ര ത്തിൽ ശക്തിയായി പിടിച്ചുവലിച്ചു.

‘‘എന്നെ വിടൂ” ബൗഷ അലറി. മൽപ്പിടിത്തം കാണാനായി

ജനങ്ങൾ തടിച്ചുകൂടിയിരുന്നു. "എന്നെ വിടൂ". ബൗഷ പറഞ്ഞു കൊണ്ടിരുന്നു. അയാളുടെ മുഖം സാവധാനം ചുവന്നു തുടുക്കാൻ തുടങ്ങി.

ഈ നിമിഷം. താൻ സ്വപ്നത്തിൽ ദർശിച്ച അതേ ദൃശ്യം പോലെ തന്നെയാണെന്ന് മൊക്താർക്ക് ബോദ്ധ്യമായി. അയാൾ അതിയായ ഭയത്തിലാഴ്ന്നു. കാണികൾക്ക് നേരെ തിരിഞ്ഞു അയാൾ ഉച്ചത്തിൽ വിളിച്ചു പറഞ്ഞു. "കഴിഞ്ഞ രാത്രിയിൽ ഞാനൊരു സ്വപ്നം കണ്ടു. ഇവിടെവന്ന് എന്റെ ചങ്ങാതിയായ ഈ മനുഷ്യനെ ഞാൻ വധിച്ചു വെന്ന്..... ഇയാളെ കൊല്ലാൻ എനിക്കാഗ്രഹമില്ല. ഞാനിയാളെ കൊല്ലില്ല. ശ്രദ്ധിച്ചു കണ്ടുകൊള്ളൂ. ... ഞാനിയാളെ ഉപദ്രവിക്കുന്നില്ല...."

ബൗഷയുടെ രോഷം അതിന്റെ പാരമ്യത്തിലെത്തിയിരുന്നു. ഒരു കൈകൊണ്ട് തന്റെ വസ്ത്രത്തിലമർന്ന മൊക്താറിന്റെ കൈവിരലുകൾ വിടർത്തി മാറ്റാൻ ശ്രമിക്കുകയും, മറുകൈയിൽ പിടിച്ചിരുന്ന വെട്ടുകത്തി ഭ്രാന്തമായി അന്തരീക്ഷത്തിൽ വീശുകയും ചെയ്തുകൊണ്ട് അയാൾ അലറി. "എന്നെ വിടൂ. ഞാൻ പോകട്ടെ".

ഏതു നിമിഷവും ബൗഷ തന്റെ കശാപ്പ് കത്തികൊണ്ട് മുറിവേല്പിക്കുമെന്ന് മൊക്താറിന് ബോദ്ധ്യമായിരുന്നു. അതിനാൽ കത്തി പിടിച്ചിരുന്ന കൈയിൽ മുറുകെ പിടിച്ച് അയാൾ ബൗഷയെ കൗണ്ടറിനകത്തേക്ക് തള്ളിമാറ്റി. അല്പനേരം അവർ ഉറക്കെ അലറിക്കൊണ്ട് മൽപ്പിടിത്തത്തിലേർപ്പെട്ടു. അവരുടെ കൈകളിൽ പറ്റിപ്പിടിച്ചിരുന്ന ഇറച്ചിക്കഷണങ്ങൾ ഇതിനിടെ വലിയ ശബ്ദത്തോടെ ഈർപ്പം നിറഞ്ഞ തറയിൽ പതിച്ചു. ബൗഷ ശക്തനാണെങ്കിലും പ്രായം ചെന്നവനായിരുന്നു. പൊടുന്നനെ അയാളുടെ കൈയിൽനിന്നും കത്തി താഴെ വീണു. ജനക്കൂട്ടം അന്യോന്യം പിറുപിറുത്തു. മൊക്താർ, ബൗഷയുടെ മേലുള്ള പിടിവിട്ട് അയാളുടെ മുഖത്തേക്ക് നോക്കി. ചുറ്റും തൂക്കിയിട്ടിരിക്കുന്ന ഇറച്ചിക്കഷണങ്ങളെപ്പോലെ അയാളുടെ മുഖവും വിളറി വെളുത്തിരുന്നു. വായ് തുറന്ന് സാവധാനം അയാൾ കടയുടെ മേൽത്തട്ടിലേക്ക് നോക്കി. പെട്ടെന്ന് ആരോ പിന്നിൽനിന്നും തള്ളിയിട്ട പോലെ അയാൾ മുമ്പോട്ടാഞ്ഞ് മാർബിൾ തറയിൽ കമിഴ്ന്നടിച്ചു വീണു. നിശ്ചലം കിടന്നു. അയാളുടെ മൂക്കിൽനിന്നും രക്തം ധാരധാരയായി ഒഴുകാൻ തുടങ്ങി. അയാൾ മരിച്ചുപോയി എന്ന് മൊക്താറിന് ബോദ്ധ്യമായി. വിജയഭാവത്തിൽ അയാൾ എല്ലാവരോടുമായി വിളിച്ചു പറഞ്ഞു. "ഞാനിത് സ്വപ്നം കണ്ടതാണ്..... ഞാൻ നിങ്ങളോട് പറഞ്ഞല്ലോ. ഞാൻ അയാളെ കൊന്നോ? ഞാൻ അയാളെ തൊട്ടോ? നിങ്ങൾ കണ്ടതാണല്ലോ?" ജനക്കൂട്ടം തലയാട്ടി സമ്മതിച്ചു.

"പൊലീസിനെ വരുത്തൂ". മൊക്താർ അലറി. "നിങ്ങളെല്ലാവരും എന്റെ സാക്ഷികളാവണം." പൊല്ലാപ്പിൽ അകപ്പെടേണ്ട എന്ന ആഗ്രഹത്താൽ കുറച്ചുപേർ സാവധാനം പിൻവാങ്ങി. എന്നാൽ ഭൂരിഭാഗം പേരും ഈ അസാധാരണമായ പ്രതിഭാസത്തെപ്പറ്റി അധികാരികളോട്

സംസാരിക്കാനുറച്ച് അവിടെ തന്നെ നില്പായി.

കോടതിയിൽ ഖാസി ദയാരഹിതനായാണ് പെരുമാറിയത്. അദ്ദേഹത്തിന്റെ കർക്കശ സ്വഭാവം മൊക്താറിനെ നടുക്കി. നടന്ന കഥ അതേപടി സാക്ഷികൾ രേഖപ്പെടുത്തിയിരുന്നു. എല്ലാവർക്കും മൊക്താറിന്റെ നിരപരാധിത്വം ബോദ്ധ്യപ്പെട്ടിരുന്നു.

"ചന്തയിൽ നടന്നതെല്ലാം സാക്ഷികളിൽനിന്നും ഞാനറിഞ്ഞു". അക്ഷമയോടെ ഖാസി പറഞ്ഞു. "അതേ സാക്ഷികളിൽനിന്ന്തന്നെ നീയൊരു നിന്ദ്യനായ മനുഷ്യനാണെന്നും എനിക്ക് മനസ്സിലായി. ഉത്തമനായ ഒരു മനുഷ്യന്റെ മനസ്സിൽ ഇമ്മാതിരി ഒരു പൈശാചിക സ്വപ്നം നടപ്പിൽ വരുത്തണമെന്നുള്ള ചിന്തയുദിക്കുക അസംഭവ്യമാണ്. നിന്റെ സ്വപ്നത്തിന്റെ ഫലമായാണ് ബൗഷ മരണമടഞ്ഞത്". മൊക്താർ ഇടയിൽ കയറി എന്തോ പറയാൻ ശ്രമിച്ചപ്പോൾ ഖാസി തടഞ്ഞു. "എനിക്കറിയാം നീയെന്താണ് പറയാൻ പോകുന്നതെന്ന്. നീയൊരു വിഡ്ഢിയാണ് മൊക്താർ. കാറ്റിനെയും രാത്രിയെയും, നിന്റെ നീണ്ട ഏകാന്തതയെയും നീ കുറ്റപ്പെടുത്തുന്നു. കൊള്ളാം ഇവിടെ ഞങ്ങളുടെ ഈ തടവറയിലെ ആയിരം ദിനരാത്രങ്ങളിൽ നീ കാറ്റിന്റെ ശബ്ദം കേൾക്കില്ല. പകലോ രാത്രിയോ നിനക്ക് തിരിച്ചറിയാൻ കഴിയില്ല. ഏകാന്തതയകറ്റാൻ കൂട്ട തടവു പുള്ളികൾ നിന്റെയൊപ്പമുണ്ടാകും.

ഖാസിയുടെ വിധി പ്രഖ്യാപനം നഗരവാസികളെ ഞെട്ടിപ്പിച്ചു. എന്നാൽ മൊക്താറിന് ജയിലിൽ കഴിയുന്ന കാര്യത്തിൽ അതൃപ്തിയൊന്നും തോന്നിയില്ല. ഓരോ രാത്രിയിലും തന്റെ ഏകാന്തമായ മുറിയെക്കുറിച്ച് സ്വപ്നം കാണാൻ തുടങ്ങുമ്പോഴെല്ലാം നാലു വശത്തുമുള്ള തടവുപുള്ളികളുടെ സാന്ത്വനമെന്നോണമുയരുന്ന കൂർക്കംവലിയുടെ ശബ്ദം അയാളെ ഉണർത്തും. ഗതകാലങ്ങളിലെ സന്തോഷകരമായ നിമിഷങ്ങളിലേക്ക് അയാളുടെ മനസ്സ് ഇപ്പോൾ വ്യാപരിക്കാറില്ല. ഇപ്പോൾ അയാൾ തികച്ചും സന്തോഷവാനാണ്. അവിടെയെത്തിച്ചേർന്ന ആദ്യദിവസംതന്നെ പരിപൂർണ്ണ വ്യക്തമായി അയാൾക്കോർമ്മ വന്നു. കൊടുക്കുവാനുദ്ദേശിച്ചിരുന്നുവെങ്കിലും ആട്ടിൻ തലയുടെ വിലയായ 22 ദിനാർ താനൊരിക്കലും ബൗഷയ്ക്ക് നല്കിയിട്ടില്ലെന്ന്.

(പോൾ ബൗൾസ് (1910-99)

നോവലിസ്റ്റ്, ചെറുകഥാകൃത്ത്, വിവർത്തകൻ, സംഗീതജ്ഞൻ എന്നീ നിലകളിലെല്ലാം അസാധാരണ സർഗ്ഗശേഷി പ്രകടിപ്പിച്ചിരുന്ന അമേരിക്കൻ എഴുത്തുകാരൻ. 1949 മുതൽ മൊറോക്കോവിൽ സ്ഥിരതാമസമാക്കിയിരുന്ന പോൾ ബൗൾസ് *ഷെൽട്ടറിങ് സ്കൈ* എന്ന നോവൽ രചിച്ചതോടെ വിശ്വവിഖ്യാതനായി. മൊറോക്കോവാണ് ബൗൾസിന്റെ ഭൂരിഭാഗം നോവലുകളുടെയും പശ്ചാത്തലം. *ലെറ്റ് ഇറ്റ് കം ഡൗൺ, ദ സ്പൈഡേഴ്സ് ഹൗസ്, എ തൗസന്റ് ഡെയ്സ് ഫോർ മൊക്താർ* എന്നിവ പ്രധാന കൃതികൾ.)

എന്റെ അച്ഛൻ ഇരുട്ടിൽ ഇരിക്കുന്നു

ജെറോം വീഡ്മാൻ

എന്റെ പിതാവിന് ഒരു പ്രത്യേക സ്വഭാവമുണ്ട്. ഏകനായി ഇരുട്ടത്ത് ഇരിക്കാൻ അദ്ദേഹം ഇഷ്ടപ്പെടുന്നു. ചിലപ്പോൾ ഞാൻ വീട്ടിൽ വളരെ വൈകിയെത്തും. വീട് ഇരുളിൽ മുങ്ങിയിരിക്കും. ഞാൻ സ്വയം ശബ്ദമുണ്ടാക്കാതെ അകത്തുകയറും. കാരണം അമ്മയെ ഉപദ്രവിക്കുവാൻ ഞാൻ ആഗ്രഹിക്കുന്നില്ല. അവർക്ക് ഉറക്കം കമ്മിയാണ്. ഞാൻ പെരുവിരലൂന്നി എന്റെ മുറിയിൽ കടന്ന് ഇരുട്ടിൽ വസ്ത്രം മാറും. സ്വല്പം വെള്ളം കുടിക്കാനായി ഞാൻ അടുക്കളയിലേക്ക് ചെല്ലും. എന്റെ നഗ്നപാദങ്ങൾ ശബ്ദമൊന്നും കേൾപ്പിക്കുന്നില്ല. അടുക്കളയിലേക്ക് കാലെടുത്തുവെക്കുന്ന ഞാൻ അച്ഛന്റെ മേൽ മുക്കാലും തടഞ്ഞുവീഴും. പൈജാമ ധരിച്ച് പൈപ്പും പുകച്ചുകൊണ്ട് അദ്ദേഹം ഒരു കസേരയിൽ ഇരിക്കുകയാണ്.

"ഹലോ, പപ്പാ" - ഞാൻ പറയും.

"ഹലോ, മകനേ".

"എന്തേ ഉറങ്ങാത്തത്, പപ്പാ?"

"ഉറങ്ങാം" - അദ്ദേഹം പറയും.

പക്ഷേ, അദ്ദേഹം അവിടെത്തന്നെയിരിക്കുന്നു. ഞാൻ ഉറക്കം പിടിച്ച് ഏറെനേരം കഴിഞ്ഞാലും പുകവലിച്ചുകൊണ്ട് അദ്ദേഹം അപ്പോഴും അവിടെ ഇരിപ്പുണ്ടെന്ന് എനിക്ക് ഉറപ്പാണ്.

പലപ്പോഴും ഞാൻ മുറിയിൽ വായിച്ചുകൊണ്ടിരിക്കും. അമ്മ രാത്രിയിലെ പണികളൊക്കെ തീർത്തുവെക്കുന്ന ശബ്ദം ഞാൻ കേൾക്കും. എന്റെ കൊച്ചനിയൻ ഉറങ്ങാൻപോവുന്നത് ഞാനറിയും. എന്റെ സഹോദരി മുറിയിൽ പ്രവേശിച്ച് മുടിചീകുന്നതും പാത്രങ്ങൾ അടുക്കിവെക്കുന്നതും ഞാനറിയും. അവസാനം അവളും നിശ്ശബ്ദ

യാകും. അല്പം കഴിഞ്ഞ് അമ്മ, അച്ഛന് 'ശുഭരാത്രി' നേരുന്നത് ഞാൻ കേൾക്കും. ഞാൻ വായന തുടരുന്നു. പൊടുന്നനെ എനിക്ക് ദാഹം അനുഭവപ്പെട്ടു. (ഞാൻ ഒരുപാട് വെള്ളം കുടിക്കും) വെള്ളം കുടിക്കാനായി ഞാൻ അടുക്കളയിലേക്ക് പോകുന്നു. വീണ്ടും മിക്കവാറും അച്ഛന്റെ മേൽ ഞാൻ തട്ടിവീഴുന്നു. പലപ്പോഴും ഇതെന്നെ അമ്പരപ്പിക്കാറുണ്ട് - ഞാൻ അദ്ദേഹത്തെപ്പറ്റി മറന്നുപോയെങ്കിലും അദ്ദേഹമതാ അവിടെ പുകവലിച്ച്, ആലോചനാനിമഗ്നനായി ഇരിക്കുന്നു.

"എന്തേ ഉറങ്ങാൻ പോകാത്തത് പപ്പാ?"

"ഉറങ്ങാം, മകനെ?"

പക്ഷേ, അദ്ദേഹം ഉറങ്ങുന്നില്ല. അദ്ദേഹം അവിടെയിരുന്ന് പുകവലിക്കുകയും ചിന്തിക്കുകയുമാണ്. അതെന്നെ വിഷമിപ്പിക്കുന്നു. എനിക്കത് ഉൾക്കൊള്ളാനാവുന്നില്ല. എന്തിനെക്കുറിച്ചായിരിക്കും അദ്ദേഹം ആലോചിക്കുന്നത്? ഒരിക്കൽ ഞാൻ അദ്ദേഹത്തോട് ചോദിച്ചു.

"എന്താണ് താങ്കൾ ആലോചിക്കുന്നത് പപ്പാ?"

"ഒന്നുമില്ല" - അദ്ദേഹം പറഞ്ഞു.

ഒരിക്കൽ അച്ഛനെ അവിടെവിട്ട് ഞാൻ ഉറങ്ങാൻപോയി. മണിക്കൂറുകൾ കുറെ കഴിഞ്ഞപ്പോൾ ഞാനുറക്കമുണർന്നു. എനിക്ക് ദാഹം തോന്നി. ഞാൻ അടുക്കളയിലേക്ക് പോയി. അവിടെ അദ്ദേഹമുണ്ടായിരുന്നു- അദ്ദേഹത്തിന്റെ പൈപ്പ് അണഞ്ഞിരുന്നു. എന്നാൽ അടുക്കളയുടെ ഒരു മൂലയിലേക്ക് തുറിച്ചുനോക്കിക്കൊണ്ട് അദ്ദേഹം അവിടെയിരുന്നു. സ്വല്പനേരം കഴിഞ്ഞ് ഇരുട്ടുമായി പൊരുത്തപ്പെട്ടപ്പോൾ ഞാൻ വെള്ളമെടുത്തു. അപ്പോഴും അദ്ദേഹം തുറിച്ചുനോക്കി ഇരുന്നു. അദ്ദേഹത്തിന്റെ ഇമകൾ ചിമ്മിയിരുന്നില്ല. എന്റെ സാമീപ്യം പോലും അദ്ദേഹം അറിഞ്ഞിരുന്നില്ല എന്ന് ഞാൻ കരുതി. ഞാൻ ഭയപ്പെട്ടു.

"എന്തേ ഉറങ്ങാൻ പോകാത്തത് പപ്പാ?"

"ഞാൻ പോകാം മകനെ"- അദ്ദേഹം പറഞ്ഞു: "എനിക്കുവേണ്ടി കാത്തിരിക്കേണ്ട."

"പക്ഷേ," ഞാൻ പറഞ്ഞു: "മണിക്കൂറുകളായല്ലോ താങ്കൾ ഇവിടെയിരിക്കുന്നത്. എന്താണ് പ്രശ്നം? എന്തിനെക്കുറിച്ചാണ് അച്ഛൻ ആലോചിക്കുന്നത്?"

"ഒന്നുമില്ല മകനെ" - അദ്ദേഹം പറഞ്ഞു: "ഈ ഇരിപ്പ് സുഖകരമാണ്."

അദ്ദേഹം പറഞ്ഞ രീതി ബോദ്ധ്യപ്പെടുത്തുംവിധമായിരുന്നു. അദ്ദേഹം ദുഃഖിതനായി കാണപ്പെട്ടിരുന്നില്ല. അക്ഷോഭ്യവും പ്രസാദഭരിതവുമായിരുന്നു അദ്ദേഹത്തിന്റെ സ്വരം - എപ്പോഴും അത് അങ്ങനെയാണ്. പക്ഷേ, എനിക്കത് ഉൾക്കൊള്ളാനായില്ല. പാതിരാത്രിയിൽ, ഇരുട്ടിൽ, സൗകര്യപ്രദമല്ലാത്ത കസേരയിൽ തനിച്ചിരിക്കുന്നത് എങ്ങനെ സുഖകരമാവും? എന്തായിരിക്കും അത്?

എല്ലാ സംഗതികളെക്കുറിച്ചും ഞാൻ ചിന്തിച്ചു. പണം ആവാൻ വഴിയില്ല. അതെനിക്കറിയാം. ഞങ്ങൾക്ക് അധികം പണമൊന്നുമി ല്ലെങ്കിലും പണത്തിന് മുട്ടുവരുമ്പോഴെല്ലാം അദ്ദേഹമത് തുറന്നു പറയാറുണ്ട്. അദ്ദേഹത്തിന്റെ ആരോഗ്യസ്ഥിതി ആവാനും വഴിയില്ല. അതേപ്പറ്റിയും അദ്ദേഹം മൗനം ഭജിക്കാറില്ല. കുടുംബത്തിലെ മറ്റാരുടെയെങ്കിലും അസുഖത്തെക്കുറിച്ചാവാനും സാദ്ധ്യതയില്ല. ഞങ്ങൾക്ക് പണത്തിന് അല്പം കുറവുണ്ട്. പക്ഷേ, ആരോഗ്യത്തിന്റെ കാര്യത്തിൽ ഞങ്ങൾ സമൃദ്ധരാണ്. (വീട്ടിത്തടി, എന്റെ അമ്മ പറയും) എന്തായിരിക്കും ഈ ആലോചന എന്ന് എനിക്കറിയില്ല.

ജന്മദേശത്തെ തന്റെ സഹോദരങ്ങളെക്കുറിച്ചോ, അമ്മയേയും രണ്ട് വളർത്തമ്മമാരെയുംപറ്റിയോ അല്ലെങ്കിൽ അദ്ദേഹത്തിന്റെ പിതാവിനെക്കുറിച്ചോ ആവാം അച്ഛൻ ചിന്തിക്കുന്നത്. പക്ഷേ, അവരെല്ലാം മണ്ണടിഞ്ഞുപോയി. അദ്ദേഹം അവരെക്കുറിച്ച് അങ്ങനെ ചിന്താമഗ്നനായി ഇരിക്കാറുമില്ല. ചിന്തയിലാണ്ടു എന്ന് ഞാൻ പറയുന്നു. പക്ഷേ, ശരിക്കും അത് സത്യമല്ല. അദ്ദേഹം ചിന്തിക്കുന്നില്ല. ചിന്തിക്കുകയാണെന്ന് തോന്നുന്നുപോലുമില്ല. അത്രമേൽ ശാന്ത നായാണ് അദ്ദേഹം കാണപ്പെടുന്നത്. അദ്ദേഹം പറയുംപോലെ ഒരു പക്ഷേ, അത് സുഖപ്രദമായിരിക്കാം. പക്ഷേ, അത് സംഭവ്യമായി തോന്നുന്നില്ല. എന്നെ അത് വിഷമിപ്പിക്കുന്നു.

എന്തിനെക്കുറിച്ചാണ് അദ്ദേഹം ചിന്തിക്കുന്നതെന്ന് അറിഞ്ഞാൽ മാത്രം മതി എനിക്ക്. അദ്ദേഹത്തെ സഹായിക്കാൻ എനിക്ക് കഴിയില്ലായിരിക്കാം. സഹായംപോലും അദ്ദേഹത്തിന് ആവശ്യമു ണ്ടാവില്ല. അദ്ദേഹം പറയുംപോലെ അത് സുഖകരമാവാം. എങ്കിലും ചുരുങ്ങിയപക്ഷം എനിക്കതോർത്ത് വിഷമിക്കാതിരിക്കാമല്ലോ.

എന്തുകൊണ്ടാണ് അദ്ദേഹം അവിടെ ഇരുട്ടിൽ വെറുതെ അങ്ങനെയിരിക്കുന്നത്? അദ്ദേഹത്തിന്റെ മനസ്സിന് തകരാറ് വല്ലതും സംഭവിക്കുകയാണോ? ഇല്ല, അതാവാൻ വഴിയില്ല. അദ്ദേഹത്തിന് അൻപത്തിമൂന്ന് വയസ്സേ ആയിട്ടുള്ളൂ. എന്നത്തേയുംപോലെ അദ്ദേഹം നർമ്മഭാഷിയാണ്. അദ്ദേഹം ഇപ്പോഴും ബീറ്റ് സൂപ്പ് ഇഷ്ടപ്പെടുന്നു. 'ടൈംസ്' ഇപ്പോഴും അദ്ദേഹം വായിക്കുന്നു. എല്ലാ നിലയിലും അദ്ദേഹം പഴയ ആൾ തന്നെയാണ്. അദ്ദേഹത്തെ കണ്ടാൽ അഞ്ച് വയസ്സേ കുറവേ തോന്നൂ. എല്ലാവരും അതുതന്നെ അഭിപ്രായപ്പെടുന്നു. "നല്ല മാന്യൻ"- അവർ പറയാറുണ്ട്. എന്നാൽ, രാത്രിയും അന്ത്യയാമങ്ങളിൽ ഇമ ചിമ്മാതെ, ഏകനായി ഇരുട്ടിൽ പുകവലിച്ചുകൊണ്ട് അദ്ദേഹം തുറിച്ചുനോക്കി ഇരിക്കുന്നു.

അദ്ദേഹം പറയുംപോലെ അത് സുഖപ്രദമാണെങ്കിൽ ഞാനത് കാര്യമാക്കില്ല. ഒരു വേള അങ്ങനെയല്ലെങ്കിലോ? എനിക്ക് ഉൾക്കൊള്ളാനാ വാത്ത എന്തെങ്കിലുമാവാം അത്. ഒരുപക്ഷേ, അദ്ദേഹത്തിന് സഹായമാവശ്യമായി വന്നേക്കാം. എന്തുകൊണ്ട് അദ്ദേഹം ഒന്നും

സംസാരിക്കുന്നില്ല? എന്തുകൊണ്ട് അദ്ദേഹം മുഖം ചുളിക്കുകയോ ചിരിക്കുകയോ കരയുകയോ ചെയ്യുന്നില്ല? എന്തിനാണ് അദ്ദേഹം വെറുതെ കുത്തിയിരിക്കുന്നത്?

അവസാനം എനിക്ക് ദേഷ്യം പിടിച്ചു. ശമനം ലഭിക്കാത്ത ഉൽക്കണ്ഠ കൊണ്ടാവാം. ഒരുപക്ഷേ, ഞാനല്പം വിഷമാവസ്ഥയിലായതുകൊണ്ടാവാം. എന്തായാലും ഞാൻ കോപാകുലനായി.

"പപ്പാ, എന്തെങ്കിലും കുഴപ്പമുണ്ടോ?"

"ഒന്നുമില്ല മകനേ, ഒന്നും തന്നെയില്ല."

എന്നാൽ ഇത്തവണ വിട്ടുകൊടുക്കാൻ ഞാൻ തീരുമാനിച്ചിരുന്നില്ല. ദേഷ്യത്തോടെ ഞാൻ ആരാഞ്ഞു.

"പാതിരാവിലെ ആലോചനയിലാണ്ട് പിന്നെന്തിനാണ് താങ്കളവിടെ ഒറ്റയ്ക്കിരിക്കുന്നത്?"

"ഇത് സുഖപ്രദമാണ് മകനേ, ഞാനിതിഷ്ടപ്പെടുന്നു."

ഞാനിവിടെയും എത്തിപ്പെടുന്നില്ല. നാളെ വീണ്ടും അദ്ദേഹം അവിടെയിരിപ്പുണ്ടാവും. ഞാൻ വിഷമാവസ്ഥയിലാവും, ഞാൻ ദുഃഖിതനാവും. ഞാനിപ്പോൾ നിറുത്താൻ പോകുന്നില്ല.

"എന്തിനെക്കുറിച്ചാണ് താങ്കളുടെ ആലോചന പപ്പാ? എന്താണ് അങ്ങയെ വിഷമിപ്പിക്കുന്നത്?

"ഒന്നുംതന്നെ എന്നെ വിഷമിപ്പിക്കുന്നില്ല കുഞ്ഞേ.... എനിക്കൊരു കുഴപ്പവുമില്ല. ഇത് സുഖപ്രദമാണെന്ന് മാത്രം. പോയി കിടന്നോളൂ മകനേ".

ദേഷ്യം എന്നെ കൈവിട്ടു. പക്ഷേ, ദുഃഖമെന്ന വികാരം എന്നിലപ്പോഴുമുണ്ട്. എനിക്കൊരു മറുപടി ലഭിക്കണം. എന്തുകൊണ്ട് അദ്ദേഹമെന്നോട് തുറന്നു പറയുന്നില്ലേ? മറുപടി ലഭിച്ചില്ലെങ്കിൽ ഞാൻ ഭ്രാന്തനായി മാറുമെന്ന വിചിത്രമായ ഒരു തോന്നൽ എനിക്കുണ്ടായി. ഞാൻ നിർബ്ബന്ധം പിടിച്ചു.

"പക്ഷേ, പപ്പാ, എന്തിനെക്കുറിച്ചാണ് താങ്കൾ ആലോചിക്കുന്നത്? എന്താണത്?"

"ഒന്നുമില്ല മകനേ, പൊതുവായ കാര്യങ്ങൾ മാത്രം. പ്രത്യേകിച്ച് ഒന്നുമില്ല..... ചുമ്മാ ഓരോ കാര്യങ്ങൾ...."

എനിക്ക് മറുപടി ലഭിക്കുന്നില്ല.

സമയം ഏറെ കഴിഞ്ഞു. തെരുവ് വിജനമാണ്. വീട് ഇരുളിലാണ്ടിരുന്നു. ശബ്ദമുണ്ടാക്കുന്ന പടികളിൽ ചവിട്ടാതെ ഞാൻ സാവധാനം കോണിപ്പടികൾ കയറുന്നു. വാതിൽതുറന്ന് നിശ്ശബ്ദം ഞാൻ അകത്തുകയറുന്നു. വസ്ത്രം മാറവെ എനിക്ക് ദാഹം തോന്നി. നഗ്നപാദനായി ഞാൻ അടുക്കളയിലേക്ക് നടക്കുന്നു. അവിടെയെത്തും മുമ്പേ ഞാൻ മനസ്സിലാക്കി അദ്ദേഹം അവിടെയിരിപ്പുണ്ടെന്ന്.

കുനിഞ്ഞിരിക്കുന്ന അദ്ദേഹത്തിന്റെ ഇരുണ്ടരൂപം എനിക്ക് കാണാൻ കഴിയും. അതേ കസേരയിൽ, കൈമുട്ടുകൾ മടിയിലൂന്നി,

സ്വർണ്ണനിറമുള്ള പൈപ്പ് ചുണ്ടിൽ തിരുകി, നിർന്നിമേഷമായ മിഴികൾ വിദൂരതയിലേക്ക് പായിച്ച് അദ്ദേഹം ഇരിപ്പുണ്ട്. ഞാൻ അവിടെ നില്പുണ്ടെന്ന് അറിഞ്ഞമട്ടില്ല അദ്ദേഹത്തിന്... ഞാൻ കടന്നുവന്നത് അദ്ദേഹം അറിഞ്ഞില്ല.

വാതിലിനരികിൽ നിശ്ചലം നിന്ന് ഞാനദ്ദേഹത്തെ വീക്ഷിച്ചു.

എല്ലാംതന്നെ ശാന്തമാണ്. എങ്കിലും രാവ്, കൊച്ചു കൊച്ചു ശബ്ദങ്ങളാൽ നിറഞ്ഞിരുന്നു. നിശ്ശബ്ദം അവിടെനിന്ന് ഞാനവ ശ്രദ്ധിക്കാൻ തുടങ്ങി. ഐസ് പെട്ടിയുടെ മുകളിലുള്ള ഘടികാരം മിടിക്കുന്ന ശബ്ദം. നിരവധി ഭവനങ്ങൾക്കകലെയുള്ള തെരുവിലൂടെ ഓടുന്ന മോട്ടോർ വാഹനത്തിന്റെ താഴ്ന്ന സ്ഥായിയിലുള്ള ശബ്ദം. തെരുവിൽ, ഇളം കാറ്റിൽ ചലിക്കുന്ന പത്രക്കടലാസുകളുടെ മർമ്മരം.... അസാധാരണമാംവിധം ആഹ്ലാദജനകമായിരുന്നു അത്.

എന്റെ തൊണ്ട വരണ്ടു. ഞാൻ നേരെ അടുക്കളയിലേക്ക് ചെന്നു.

"ഹലോ പപ്പാ" - ഞാൻ പറഞ്ഞു.

"ഹലോ മകനേ" -അദ്ദേഹം മൊഴിഞ്ഞു. താഴ്ന്നതും സ്വപ്ന തുല്യവുമായിരുന്നു അദ്ദേഹത്തിന്റെ സ്വരം. ഇരുന്നിടത്തുനിന്ന് അനങ്ങുകയോ ദൃഷ്ടി മാറ്റുകയോ ചെയ്തില്ല അദ്ദേഹം.

കതക് കണ്ടുപിടിക്കാൻ എനിക്കായില്ല. ജനലിലൂടെ കടന്നു വന്നിരുന്ന തെരുവുവിളക്കിന്റെ പ്രകാശത്തിന്റെ നേർത്ത നിഴൽ മുറിയെ ഒന്നുകൂടി ഇരുട്ടിലാഴ്ത്തി. മൂലയിലെ ചങ്ങലയിൽ പിടിച്ചു താഴ്ത്തി ഞാൻ ബൾബ് പ്രകാശിപ്പിച്ചു.

അടിയേറ്റിട്ടെന്നോണം ഒരു ഞെട്ടലോടെ അദ്ദേഹം ചാടിയെണീറ്റു.

"എന്താ കാര്യം പപ്പാ?" ഞാൻ ആരാഞ്ഞു.

"ഒന്നുമില്ല" - അദ്ദേഹം പറഞ്ഞു? "ഞാൻ വെളിച്ചം ഇഷ്ടപ്പെ ടുന്നില്ല."

"വെളിച്ചമുള്ളതുകൊണ്ട് എന്താ?" ഞാൻ ചോദിച്ചു : "എന്താണ് കുഴപ്പം?"

"കുഴപ്പമൊന്നുമില്ല" - അദ്ദേഹം പറഞ്ഞു : "എനിക്ക് വെളിച്ചം ഇഷ്ടമില്ല."

ഞാൻ ബൾബ് കെടുത്തി. സാവധാനം ഞാൻ വെള്ളം കുടിച്ചു. ഞാനിത് കാര്യമാക്കരുത്, ഞാൻ സ്വയം പറഞ്ഞു. ഈ പ്രശ്നത്തിന്റെ അടിത്തറ ഞാൻ കണ്ടെത്തേണ്ടതുണ്ട്.

"എന്തുകൊണ്ട് ഉറങ്ങാൻ പോകുന്നില്ല? ഇത്ര വൈകിയിട്ടും ഇവിടെ ഇരുട്ടത്ത് എന്തിനാണ് അങ്ങ് ഇരിക്കുന്നത്?"

"ഇത് സുഖമാണ്" - അദ്ദേഹം പറഞ്ഞു : "എനിക്ക് വെളിച്ചവുമായി പരിചയമില്ല... യൂറോപ്പിലെ എന്റെ ബാല്യകാലത്ത് ഞങ്ങൾക്ക് വെളിച്ചമുണ്ടായിരുന്നില്ല."

എന്റെ ഹൃദയം ഒന്നു തുള്ളി. ഞാൻ സന്തുഷ്ടിയോടെ ശ്വാസം കഴിച്ചു. ചിന്തിക്കാൻ തുടങ്ങിയ എനിക്ക് കാര്യം പിടികിട്ടി. ആസ്ട്രിയ

യിലെ അദ്ദേഹത്തിന്റെ കുട്ടിക്കാലത്തെക്കുറിച്ചുള്ള കഥകൾ ഞാൻ ഓർക്കുന്നു...... നല്ലപോലെ പ്രകാശമുള്ള മദ്യശാലയുടെ പിന്നിൽ ഇരിക്കുന്ന മുത്തച്ഛനെ ഞാൻ കാണുന്നു. നേരമേറെയായി. പതിവുകാർ പൊയ്ക്കഴിഞ്ഞു. മുത്തച്ഛൻ ഉറക്കം തൂങ്ങുകയാണ്. എരിയുന്ന കൽക്കരിയും അണയാൻ പോകുന്ന തീനാളങ്ങളുടെ ശബ്ദവും എന്റെ മനസ്സിൽ നിറയുന്നു. മുറി ഇരുട്ടിലാണ്ട് കഴിഞ്ഞിരുന്നു. ഇരുട്ട് വർദ്ധിച്ചു വന്നു. കൂറ്റൻ അടുപ്പിനരികിൽ കൂട്ടിയിട്ടിരിക്കുന്ന വിറകിൻ കൂമ്പാര ത്തിനു മുകളിൽ കുന്നുകൂടിയിരിക്കുന്ന ഒരു കൊച്ചുകുട്ടിയെ ഞാൻകാണുന്നു. അവന്റെ നക്ഷത്രക്കണ്ണുകൾ എരിഞ്ഞടങ്ങുന്ന തീജ്വാലകളുടെ അവശിഷ്ടങ്ങളിൽ തറഞ്ഞിരിക്കയാണ്. ആ കുട്ടി എന്റെ അച്ഛനാണ്.

അദ്ദേഹത്തെയും ശ്രദ്ധിച്ചുകൊണ്ട് വാതിലിനരികിൽ നിശ്ചലം നിന്ന ആ കുറച്ചു നിമിഷങ്ങളിലെ എന്റെ ആഹ്ലാദം ഞാനോർമ്മിക്കുന്നു.

''താങ്കൾ അർത്ഥമാക്കുന്നത് കുഴപ്പമൊന്നുമില്ലെന്നാണോ? ഇരുട്ടിൽ ഇങ്ങനെ വെറുതെയിരിക്കുന്നത് താങ്കളത് ഇഷ്ടപ്പെടുന്നതു കൊണ്ടാണോ പപ്പാ?"

സന്തോഷം കൊണ്ട് ഉറക്കെ അലറാനുള്ള ചോദനയെ പണിപ്പെട്ട് ഞാൻ അടക്കി.

"തീർച്ചയായും"- അദ്ദേഹം പറഞ്ഞു: "വെളിച്ചമുള്ളപ്പോൾ എനിക്ക് ചിന്തിക്കാൻ കഴിയില്ല."

ഗ്ലാസ് കമഴ്ത്തിവെച്ച് ഞാൻ എന്റെ മുറിയിലേക്ക് പോകാനായി തിരിഞ്ഞു.

"ഗുഡ് നൈറ്റ് പപ്പാ" - ഞാൻ പറഞ്ഞു.

"ഗുഡ് നൈറ്റ്".

ഞാനോർത്തു തിരിഞ്ഞുനിന്നു.

"എന്താണ് പപ്പാ ആലോചിക്കുന്നത്?" ഞാൻ ആരാഞ്ഞു.

ദൂരെനിന്ന് വരും പോലെ തോന്നിച്ചു അദ്ദേഹത്തിന്റെ ശബ്ദം. അത് വീണ്ടും മൃദുവും അക്ഷോഭ്യവുമാണ്.

''ഒന്നുമില്ല'' സാവധാനം അദ്ദേഹം മൊഴിഞ്ഞു: വിശേഷിച്ച് ഒന്നുമില്ല."

(1913 ൽ ന്യൂയോർക്കിൽ ജനിച്ച വീഡ്മാൻ നാഗരിക മൂല്യങ്ങളെ, വിശേഷിച്ചും ജൂതവംശജരുടെ മാനസിക വ്യാപാരങ്ങളെ, തന്റെ നോവലുകളിലൂടെയും കഥകളിലൂടെയും അപഗ്രഥിച്ച എഴുത്തു കാരനാണ്. *ഐ കാൻ ഗെറ്റ് ഇറ്റ് ഫോർ ഹോൾസെയിൽ*, ഐ വിൽ *നെവർ ഗോ ദെയർ*, *എനിമോർ യുവർ ഡോട്ടർ ഐറിസ്*, തുടങ്ങിയവ പ്രധാന നോവലുകൾ).

കടന്നൽ ചികിത്സ

ഇറ്റാലോ കാൽവിനോ

വാതരോഗത്തിന്റെ വേദനകളും ദുരിതങ്ങളുമവശേഷിപ്പിച്ച് തണുപ്പുകാലം യാത്രയായി. വിളറിയ മദ്ധ്യാഹ്നസൂര്യൻ പകലുകളെ ഉന്മേഷഭരിതമാക്കാൻ എത്തിച്ചേർന്നു. മാർക്കോവാൾഡോ ജോലി സ്ഥലത്തേക്ക് പുറപ്പെടും മുമ്പ് ഒരു ബഞ്ചിലിരുന്ന് ചെടികളെനോക്കി അല്പസമയം ചെലവഴിക്കാറുണ്ട്. കീറിപ്പറിഞ്ഞ ഓവർകോട്ട് ധരിച്ച മെലിഞ്ഞ ഒരു വൃദ്ധൻ അയാളുടെ അരികിൽ വന്നിരിക്കാറുണ്ട്. ഉദ്യോഗത്തിൽനിന്ന് പിരിഞ്ഞുപോയ സൈനോർ റിസോറി എന്ന് പേരുള്ള ഏകനായ അയാൾ പാർക്കിലെ ഒരു നിത്യസന്ദർശകനായിരുന്നു. ഇടയ്ക്കിടെ സൈനോർ റിസോറി ഞെട്ടിവിറച്ചുകൊണ്ട് നിലവിളിക്കും. 'ഹൗ!' എന്നിട്ട് ഒന്നുകൂടി കോട്ടിനുള്ളിലേക്ക് ചുരുണ്ടുകൂടും. സന്ധിവാതവും നടുവേദനയുംമൂലം കഷ്ടപ്പെട്ടിരുന്ന അയാളെ ആശ്വസിപ്പിക്കാനായി മാർക്കോവാൾഡോ തന്റെ സ്വന്തം വാതരോഗത്തെക്കുറിച്ചും ഭാര്യയുടെയും മൂത്ത പുത്രി ഇസോളിനയുടെ അസുഖങ്ങളെക്കുറിച്ചും അയാളോട് വിവരിക്കും.

മാർക്കോവാൾഡോ തന്റെ ഉച്ചഭക്ഷണപ്പാത്രം പത്രക്കടലാസിലായിരുന്നു നിത്യവും പൊതിഞ്ഞുകൊണ്ട് വന്നിരുന്നത്. ബഞ്ചിലിരുന്ന് പൊതിയഴിച്ച് ചുക്കിച്ചുളിഞ്ഞ പത്രകടലാസ്, "വാർത്ത എന്തൊക്കെയാണെന്ന് നോക്കട്ടെ" എന്ന് അക്ഷമയോടെ മൊഴിഞ്ഞുകൊണ്ട് കൈ നീട്ടിയിരിക്കുന്ന സൈനോർ സിസോറിക്ക് നല്കും. രണ്ടുകൊല്ലം പഴക്കമുള്ളതാണെങ്കിലും അയാളത് ഒരേ താല്പര്യത്തോടെ എല്ലായ്പ്പോഴും, വായിച്ചുപോന്നു.

അങ്ങനെയിരിക്കെ, ഒരുദിവസം തേനീച്ച വിഷംകൊണ്ട് വാതരോഗം

സുഖപ്പെടുത്തുന്നതിനെക്കുറിച്ചുള്ള ഒരു ലേഖനം അയാൾ വായിക്കാനിടയായി.

''തേനായിരിക്കും അവർ ഉദ്ദേശിച്ചത്'' എപ്പോഴും ശുഭാപ്തി വിശ്വാസിയാകാനിഷ്ടപ്പെട്ടിരുന്ന മാർക്കോവാൾഡേ, അഭിപ്രായപ്പെട്ടു.

''അല്ല'' റിസോറി പറഞ്ഞു. ''വിഷം, ഇവിടെ പറയുന്നുണ്ട്: കൊമ്പിലെ വിഷം'' തുടർന്ന് അയാൾ കുറച്ച് വാചകങ്ങൾ ഉറക്കെ വായിച്ചു. തേനീച്ചകളുടെ ഗുണഗണങ്ങളെക്കുറിച്ചും ഈ ചികിത്സയ്ക്ക് വരാവുന്ന ചെലവിനെക്കുറിച്ചുമെല്ലാം ഇരുവരും ദീർഘനേരം സംസാരിച്ചു.

അതിനുശേഷം വഴിയിലൂടെ നടന്നപ്പോഴെല്ലാം മാർക്കോവാൾഡോ ഓരോ മൂളലിനും കാതോർത്തു. ചുറ്റും പറക്കുന്ന ഓരോ പ്രാണികളെയും നിരീക്ഷിച്ചു. വയറ്റിൽ കറുപ്പും മഞ്ഞയും വരകളുള്ള ഒരു വലിയ കടന്നലിന്റെ മൂളിപ്പറക്കൽ വീക്ഷിച്ചുകൊണ്ടിരിക്കെ അതൊരു മരത്തിന്റെ പൊത്തിലേക്ക് പ്രവേശിക്കുന്നത് അയാൾ കണ്ടു. അവിടെനിന്നും ധാരാളം കടന്നലുകൾ പുറത്തേക്ക് വരുന്നുണ്ടായിരുന്നു. ഇരമ്പലും ബഹളവും പൊത്തിനുള്ളിലെ കടന്നൽക്കൂടിന്റെ സാമീപ്യം വിളംബരം ചെയ്തു. മാർക്കോവാൾഡോ തൽക്ഷണം തന്നെ തന്റെ വേട്ടയാരംഭിച്ചു. അടിയിൽ പഴച്ചാർ കട്ടിപിടിച്ചുകിടന്നിരുന്ന ഒരു ജാർ അയാളുടെ കൈവശമുണ്ടായിരുന്നു. മരത്തിനടുത്തായി അയാളത് തുറന്നുവെച്ചു. പൊടുന്നനെ ഒരു കടന്നൽ അതിനുചുറ്റും മൂളിപ്പറന്നശേഷം മധുരഗന്ധത്താൽ ആകൃഷ്ടനായി അതിനുള്ളിൽ പ്രവേശിച്ചു. മാർക്കോവാൾഡോ പെട്ടെന്ന് ജാർ ഒരു കട്ടിക്കടലാസുകൊണ്ട് അടച്ചു.

സൈനോർ റിസോറിയെ കണ്ട നിമിഷം പാത്രത്തിനുള്ളിൽ ബന്ധനസ്ഥനായ കടന്നലിനെ ചൂണ്ടിക്കാട്ടി അയാൾ പറഞ്ഞു. "വരൂ, ഞാൻ നിങ്ങളെ കുത്തിവെക്കാം".

വൃദ്ധൻ മടിച്ചു. പക്ഷേ, ഒരു കാരണവശാലും പരീക്ഷണം നീട്ടിവെക്കാതെ, അവിടെ അവരുടെ ബഞ്ചിൽത്തന്നെ വെച്ച് അത് നടത്തണമെന്ന് മാർക്കോവാൾഡോ നിർബ്ബന്ധം പിടിച്ചു. വസ്ത്രമഴിക്കേണ്ട കാര്യം പോലും രോഗിക്കുണ്ടായില്ല. ഭയവും പ്രത്യാശയും കലർന്ന ഒരു വികാരത്തോടെ തന്റെ ഓവർക്കോട്ടിന്റെ അടിവശമുയർത്തി, കീറിപ്പറിഞ്ഞ അടിവസ്ത്രം അല്പം മാറ്റി വേദനയെടുക്കുന്ന അരക്കെട്ടിന്റെ ഒരു ഭാഗം അയാൾ വെളിവാക്കി. മാർക്കോവാൾഡോ, ജാർ അവിടം അമർത്തിപ്പിടിച്ച് മൂടിപോലെ പ്രവർത്തിച്ചിരുന്ന കട്ടിക്കടലാസ് വലിച്ചെടുത്തു. തുടക്കത്തിൽ ഒന്നും സംഭവിച്ചില്ല. കടന്നൽ അനങ്ങിയതേയില്ല. അത് ഉറക്കമായോ? അതിനെ ഉണർത്താനായി മാർക്കോവാൾഡോ ജാറിന്റെ അടിയിൽ ഒരടിവച്ചുകൊടുത്തു. പ്രാണി മുമ്പോട്ടു കുതിച്ചു. അതിന്റെ കൊമ്പുകൾ സൈനോർ റിസോറിയുടെ അരക്കെട്ടിൽ കുത്തിയിറക്കി. വൃദ്ധൻ ഒരലർച്ചയോടെ ചാടിയെണീറ്റ്, ശാപവചസ്സുകളുരുവിട്ടുകൊണ്ട് പട്ടാളക്കാരൻ കവാത്ത്

നടത്തുംപോലെ അടിവെച്ചടിവെച്ച് നടന്നു.

മാർക്കോവാൾഡോ തികച്ചും തൃപ്തനായിരുന്നു. ഇത്രയും ചുറുചുറുക്കോടെയും ധൈര്യത്തോടെയും ഒരിക്കലും വൃദ്ധനെ കാണപ്പെട്ടിരുന്നില്ല. സമീപത്ത് നില്പുണ്ടായിരുന്ന ഒരു പൊലീസുകാരൻ വിടർന്ന കണ്ണുകളോടെ ഈ ദൃശ്യം ശ്രദ്ധിക്കുന്നുണ്ടായിരുന്നു. റിസോറിയുടെ കൈയും പിടിച്ച് മാർക്കോവാൾഡോ ചൂളമടിച്ചുകൊണ്ട് നടന്നുപോയി.

ജാറിനുള്ളിൽ മറ്റൊരു കടന്നലുമായി അയാൾ വീട്ടിലെത്തി. ഭാര്യയെ പറഞ്ഞു മനസ്സിലാക്കി കടന്നലിനെക്കൊണ്ട് കുത്തിക്കുകയെന്നത് എളുപ്പമുള്ള കാര്യമായിരുന്നില്ലെങ്കിലും അവസാനം അയാൾ വിജയിച്ചു.

മാർക്കോവാൾഡോ ഉത്സാഹത്തോടെ കടന്നലുകളെ ശേഖരി ക്കാൻ തുടങ്ങി. അയാൾ ഇസോളിനിക്ക് ഒരു 'ഇൻജക്ഷൻ' കൊടുത്തു. സെമീറിലിയെ രണ്ടാമതും കുത്തിവെച്ചു. കാരണം പടിപടിയായ ചികിത്സകൊണ്ടേ എന്തെങ്കിലും ഗുണം ലഭിക്കൂ. തുടർന്ന് സ്വയം കുത്തിവെക്കാൻ അയാൾ തീരുമാനിച്ചു. കുട്ടികളാകട്ടെ, "എന്നെയും എന്നെയും" എന്ന് പറഞ്ഞുകൊണ്ടിരുന്നു. എന്നാൽ, മാർക്കോവാൾഡോ കൂടുതൽ എണ്ണത്തെ ശേഖരിച്ച് അവയെ ജാറുകളിൽ സൂക്ഷിക്കാനാണ് താല്പര്യം കാണിച്ചത്.

മാർക്കോവാൾഡോവിനെയും തിരക്കി സൈനോർ റിസോറി അയാളുടെ വീട്ടിൽവന്നു. ഒപ്പം മറ്റൊരു വൃദ്ധനുമുണ്ടായിരുന്നു - കവാലിയർ ഉൾറിക്കോ. ഒരു കാൽ വലിച്ചിഴച്ചുകൊണ്ട് അപ്പോൾ തന്നെ ചികിത്സക്ക് സന്നദ്ധനായാണ് അയാൾ എത്തിച്ചേർന്നത്.

വാർത്ത നാട്ടിൽ പാട്ടായി. അരഡസനിലേറെ കടന്നലുകളെ വ്യത്യസ്ത ജാറുകളിലാക്കി അയാൾ അലമാരയിൽ നിരത്തിവെച്ചു. രോഗികളുടെ പിൻവശം ജാർ ഒരു സിറിഞ്ചുപോലെ അമർത്തിവെച്ചുകൊണ്ട് അയാൾ മൂടിവലിച്ചെടുക്കും. കടന്നൽ കുത്തേറ്റഭാഗം സ്പിരിറ്റിൽ മുക്കിയ. പഞ്ഞികൊണ്ട് പരിചയസമ്പന്നായ ഒരു ഭിഷഗ്വരന്റെ ഉദാസീനഭാവത്തോടെ അയാൾ അമർത്തി തുടയ്ക്കും. ഒറ്റമുറിയുള്ള ഒരു വീടായിരുന്നു അയാളുടേത്. കുടുംബാംഗങ്ങൾ മുഴുവൻ ഉറങ്ങിയിരുന്നത് അതിലായിരുന്നു. മാർക്കോവാൾഡോ അതിനെ ഒരു താല്ക്കാലിക മറകൊണ്ട് ഒരു ഭാഗം വെയിറ്റിംങ് റൂമും മറുഭാഗം പരിശോധനാമുറിയുമായും വിഭജിച്ചു. വെയിറ്റിംങ് റൂമിൽ മാർക്കോവാൾഡോവിന്റെ ഭാര്യ രോഗികളെ സ്വീകരിച്ചിരുത്തി ഫീസ് ശേഖരിച്ചു. ഒഴിഞ്ഞ ജാറുകൾ നിറയ്ക്കാനായി കുട്ടികൾ കടന്നൽകൂടിനടുത്തേക്ക് ഓടിപ്പോയി. ഇടയ്ക്കൊക്കെ ഒന്ന് രണ്ട് കടന്നലുകൾ അവരെ കുത്താറുണ്ടെങ്കിലും അവരത് കാര്യമാക്കിയില്ല. കാരണം അത് അവരുടെ ആരോഗ്യത്തിന് നല്ലതാണെന്ന് അവർക്ക് ബോദ്ധ്യമുണ്ടായിരുന്നു.

അക്കൊല്ലം വാതരോഗത്തിന്റെ വേദനകളും ദുരിതങ്ങളും ഒരു നീരാളിയുടെ കൈകളെപ്പോലെ ജനസഞ്ചയത്തെ വരിഞ്ഞുമുറുക്കി. മാർക്കോവാൾഡോയുടെ ചികിത്സ ഏറെ പ്രശംസനേടിയെടുത്തിരുന്നു. ശനിയാഴ്ച വൈകുന്നേരം തന്റെ ചെറുഭവനം സ്ത്രീകളും പുരുഷന്മാരുമടങ്ങുന്ന ഒരു ജനക്കൂട്ടം കൈയടക്കിയിരിക്കുന്നത് അയാൾ കണ്ടു. എളിയിൽ കൈയുമമർത്തിനില്ക്കുന്ന അക്കൂട്ടരിൽ യാചകരെപ്പോലെ തോന്നിപ്പിക്കുന്നവരും ഈ ചികിത്സയുടെ പുതുമയിലാകൃഷ്ടരായ വരേണ്യ വിഭാഗവുമുണ്ടായിരുന്നു.

“വേഗം” മാർക്കോവാൾഡോ തന്റെ മൂന്ന് ആൺമക്കളോടായി പറഞ്ഞു “ജാറുകളെടുത്ത് നിങ്ങൾക്ക് കഴിയുന്നത്ര കടന്നലുകളെ പിടിച്ചുകൊണ്ടുവാ”.

ചൂടുള്ള ദിവസമായിരുന്നു അന്ന്. പാതയിലൂടെ ധാരാളം കടന്നലുകൾ മൂളി പറന്നിരുന്നു. കൂട് സ്ഥിതിചെയ്തിരുന്ന മരങ്ങളുടെ അല്പം ദൂരം മാറിനിന്നാണ് കുട്ടികൾ പതിവായി ഒറ്റപ്പെട്ട കടന്നലുകളെ വേട്ടയാടാറ്. എന്നാൽ, അന്ന് സമയം ലാഭിക്കാനും കൂടുതൽ എണ്ണത്തെ ശേഖരിക്കാനുമായി മിക്കാലിനോ നേരെ കൂടിനടുത്തേക്ക് ചെന്നു. “ഇങ്ങനെയാണ് ഇത് ചെയ്യേണ്ടത്”. അവൻ സഹോദരങ്ങളോട് പറഞ്ഞു. തുടർന്ന് ജാറുകൊണ്ട് കടന്നലിനെ പിടിക്കാൻ ശ്രമിച്ചെങ്കിലും അത് കൂടിനടുത്തേക്ക് പറന്നകലുകയാണ് ചെയ്തത്. പൊത്തിലേക്ക് കടന്നയുടൻ മിക്കാലിനോ ജാർ കടന്നലിന്റെ മേലേക്ക് കമിഴ്ത്തവെ തന്നെ കുത്താനുള്ള തയ്യാറെടുപ്പോടെ രണ്ട് വലിയ കടന്നലുകൾ തന്റെ നേർക്ക് മൂളിവരുന്നത് അവൻ കണ്ടു. സ്വയം തടയാൻ ശ്രമിച്ചെങ്കിലും ഫലമുണ്ടായില്ല. വേദനയോടെ ഉറക്കെ കരഞ്ഞുകൊണ്ട് അവൻ ജാർ വലിച്ചെറിഞ്ഞു. പൊടുന്നനേ, താൻ ചെയ്ത പ്രവൃത്തിയോർത്തപ്പോൾ അവൻ വേദനയെല്ലാം മറന്നുപോയി. കടന്നൽക്കൂടിന്റെ പ്രവേശനദ്വാരത്തിലാണ് ജാർ ചെന്ന് വീണത്. അലറാൻപോലും ശക്തിയില്ലാതെ മിക്കാലിനോ ഒരടി പിറകോട്ടുവെച്ചു. അപ്പോൾ കൂട്ടിനുള്ളിൽനിന്നും കട്ടിയിൽ കറുത്ത മേഘങ്ങൾ പുറത്തേക്ക് പ്രവഹിച്ചു. ചെകിടടപ്പിക്കുന്ന മുരൾച്ചയോടെ രോഷാകുലരായ കടന്നലുകൾ മുഴുക്കെ പുറത്തേക്ക് വരുകയായിരുന്നു.

ജീവിതത്തിലൊരിക്കലും ഓടിയിട്ടില്ലാത്തവിധം അലറിക്കൊണ്ട് മണ്ടുന്ന മിക്കാലിനോവിന്റെ കരച്ചിൽ അവന്റെ സഹോദരങ്ങൾ കേട്ടു.

വഴിയാത്രക്കാർക്ക് ഈ ദൃശ്യമെന്താണെന്ന് മനസ്സിലാക്കാനുള്ള സമയം ലഭിച്ചില്ല. മേഘക്കൂട്ടമോ, മനുഷ്യജീവിയോ എന്ന് തിരിച്ചറിയാൻ കഴിയാത്ത ഒരു വസ്തു തെരുവിലൂടെ അലറിക്കൊണ്ട് ഓടുന്നു. ഒപ്പം കാതടപ്പിക്കുന്ന മുരൾച്ചയും.

മാർക്കോവാൾഡോ തന്റെ രോഗികളോട് പറയുകയായിരുന്നു. “ഒരു നിമിഷം ക്ഷമിക്കൂ കടന്നലുകൾ ഇപ്പോൾ എത്തിച്ചേരും” വാതിൽ തുറന്നപ്പോൾ തേനീച്ചക്കൂട്ടം മുറി കൈയടക്കി. മിക്കാലിനോവിനെ

കാണാൻപോലും അവർക്ക് കഴിഞ്ഞില്ല. അവൻ തന്റെ തല ഒരു പാത്രം വെള്ളത്തിൽ ആഴ്ത്തി. മുറിമുഴുവൻ കടന്നലുകളാൽ നിറഞ്ഞു. അവയെ ആട്ടിയോടിക്കാനായി രോഗികൾ തങ്ങളുടെ കൈകൾ നിഷ്ഫലമായി വീശി. വാതരോഗികൾ പ്രസരിപ്പിന്റെ അത്ഭുതങ്ങൾ കാഴ്ചവെക്കുകയും മരവിച്ച കാലുകൾ പ്രചണ്ഡവേഗതയിൽ ചലിക്കുകയും ചെയ്തു.

അഗ്നിശമനവിഭാഗം എത്തിച്ചേർന്നു; തുടർന്ന് റെഡ്ക്രോസും കടന്നൽ കുത്തേറ്റ് തിരിച്ചറിയാനാവാത്തവിധം വീർത്ത് വികൃതമായ മുഖവുമായി ആശുപത്രിമെത്തയിൽ കിടക്കവേ, വാർഡിലെ മറ്റ് കിടക്കകളിൽ നിന്നുയർന്നിരുന്ന തന്റെ രോഗികളുടെ ശാപവചനങ്ങൾക്ക് കാതോർക്കാൻ മാർക്കോവാൾഡോവിന് ധൈര്യമുണ്ടായിരുന്നില്ല.

(ഇറ്റാലോ കാൽവിനോ (1923-85))

ഇൻവിസിബിൾ സിറ്റീസ്, അവർ സ ആൻസ്റ്റേഴ്സ്, ആദം, വൺ ആഫ്റ്റർ നൂൺ തുടങ്ങി ഒരു ഡസനിലേറെ കൃതികൾ രചിച്ച ഇറ്റാലോ കാൽവിനോ ആധുനിക ഇറ്റാലിയൻ സാഹിത്യത്തിലെ മുൻനിര എഴുത്തുകാരിൽ ഒരാളാണ്.)

മൂന്ന് കറുത്ത രാജാക്കന്മാർ

വൂൾഫ് ഗങ് ബോർഷർട്ട്

നഗരപ്രാന്തത്തിലെ ഇരുണ്ട നടപ്പാതയിലൂടെ അയാൾ തപ്പിത്തടഞ്ഞു നടന്നു. ഇടിഞ്ഞുപൊളിഞ്ഞ തെരുവിന്റെ ഒരുവശത്തായിരുന്നു ഭവനങ്ങൾ സ്ഥിതി ചെയ്തിരുന്നത്. ചന്ദ്രൻ കാർമേഘപാളികൾക്കുള്ളിൽ മറഞ്ഞിരുന്നു. അസമയത്തെ കാലടിശബ്ദം നിരത്തിൽ മാറ്റൊലി കൊണ്ടു. വഴിയിൽ ഒരു പഴയ വിറകുമുട്ടി അയാൾ കണ്ടു. കാലുകൊണ്ട് ശക്തിയായി അതിലടിച്ചപ്പോൾ ഒരു കഷണം വിറക് അയാൾക്ക് കിട്ടി. ഇരുട്ടുപിടിച്ച തെരുവിലൂടെ തപ്പിത്തടഞ്ഞ് അയാൾ നടന്നു. നക്ഷത്രങ്ങൾ കാണ്മാനുണ്ടായിരുന്നില്ല.

വാതിൽ തുറന്നപ്പോൾ അത് കരച്ചിൽ ശബ്ദമുണ്ടാക്കി. ഭാര്യയുടെ ക്ഷീണിച്ച മുഖത്തെ വിളറിയ നീലമിഴികൾ അവളുടെ നേരേ ഉയർന്നു. തണുത്തമുറിയിൽ അവളുടെ നിശ്വാസവായു തങ്ങിനിന്നു. കുനിഞ്ഞ്, എല്ലിച്ച കാല് മുട്ടിലമർത്തി അയാൾ വിറകുകഷണം ഒടിച്ചതിൽനിന്നും ഹൃദ്യമായ സുഗന്ധം പരന്നു. അയാൾ ആ ക്ഷണം മണപ്പിച്ചുനോക്കി പറഞ്ഞു. "കേക്കിനെപ്പോലെ വാസനിക്കുന്നു"! അയാൾ ചിരിച്ചു. അവന്റെ ഭാര്യയുടെ കണ്ണുകൾ പറഞ്ഞു. "ചിരിക്കരുത്, മോൻ ഉറങ്ങുന്നു."

വിറകിൻ കഷണം അയാൾ തകരംകൊണ്ടുണ്ടാക്കിയ ചെറിയ അടുപ്പിലേക്ക് തിരുകി അവിടെ ഒരു തീജ്വാല ഉയർന്നുപൊങ്ങി. മുറിമുഴുവൻ പ്രകാശം പരന്നു. ചെറിയ ഒരു വട്ടമുഖത്തേക്ക് പ്രകാശം പതിച്ചു. സ്വല്പനേരം തങ്ങിനിന്നു. മണിക്കൂർ പ്രായമേ ആ മുഖത്തിനുണ്ടായിരുന്നുള്ളൂവെങ്കിലും ആ കണ്ണുകൾ സാമാന്യം വലുതാണെന്നു മനസ്സിലാക്കാൻ പ്രയാസമില്ലായിരുന്നു. തുറന്നവായിൽ നിന്നും സൗമ്യമായ ഒരു ശബ്ദം പുറത്തുവന്നിരുന്നു. ചെവികളും മൂക്കും

ചുവന്നിരുന്നു. ''അവന് ജീവനുണ്ട്.'' അമ്മ സ്വയം പറഞ്ഞു. ആ കുഞ്ഞുമുഖം ഉറങ്ങി.

"ഇത്തിരി ചുരുളപ്പം ബാക്കിയിരിപ്പുണ്ട്." അയാൾ പറഞ്ഞു. "അത് നന്നായി, തണുപ്പുണ്ട്." ഭാര്യ മൊഴിഞ്ഞു. അയാൾ കുറച്ച് വിറകുകൂടി കൈയിലെടുത്തു. അവൾക്ക് കുഞ്ഞു പിറന്നിരിക്കുന്നു. അത് തണുത്ത് മരവിച്ചിട്ടുണ്ടാവും. അടുപ്പിലെ വിറക് ആളികത്തിയപ്പോൾ പ്രകാശം പിന്നെയും ഉറങ്ങുന്ന മുഖത്ത് പതിച്ചു. സ്ത്രീ മൃദുവായി മൊഴിഞ്ഞു. "നോക്കൂ, ഒരു പരിവേഷം പോലെ....നിങ്ങൾ കാണുന്നില്ലേ?"

ആ സമയത്ത് വാതില്ക്കൽ മൂന്നുപേരുടെ കാല്പെരുമാറ്റം കേട്ടു. "ഞങ്ങൾ വെളിച്ചം കണ്ടു." അവർ പറഞ്ഞു. "ജനലിലൂടെ.. ഞങ്ങൾക്ക് ഒരു പത്തുനിമിഷം ഇവിടെ ഇരുന്നാൽ കൊള്ളാമെന്നുണ്ട്."

"പക്ഷേ, ഞങ്ങൾക്കൊരു കുഞ്ഞുണ്ട്", അയാൾ അവരോട് പറഞ്ഞു. കൂടുതലൊന്നും ഉരിയാടാതെ അവർ മൂവരും സൂക്ഷ്മതയോടെ കാലടികൾ വെച്ചുകൊണ്ട് അകത്തേക്ക് പ്രവേശിച്ചു. "ഞങ്ങൾ ഒന്നും ശബ്ദിക്കില്ല," അവർ മന്ത്രിച്ചു. അപ്പോൾ വെളിച്ചം അവരുടെമേൽ പതിച്ചു.

അവർ മൂന്നുപേരുണ്ടായിരുന്നു. മൂന്നുപേരും പഴകിയ യൂണിഫോമണിഞ്ഞിരുന്നു. ഒരാളുടെ പക്കൽ ഒരു കടലാസുപെട്ടിയും മറ്റേയാളുടെ കൈവശം ഒരു സഞ്ചിയുമുണ്ടായിരുന്നു. മൂന്നാമന്റെ ഇരു കൈകളും അറ്റുപോയിരുന്നു. "മരവിച്ചു ചാവാറായി", തന്റെ മേൽവസ്ത്രത്തിന്റെ കീശ വീട്ടുകാരനുനേർക്ക് അയാൾ കാണിച്ചു. പുകയിലയും കട്ടി കുറഞ്ഞ കടലാസും അതിലുണ്ടായിരുന്നു. അവർ സിഗരറ്റുകൾ ചുരുട്ടിയുണ്ടാക്കി. പക്ഷേ, സ്ത്രീ വിലക്കി, "അരുത്, കുഞ്ഞ്",

മൂവരും വാതിലിന് പുറത്തിറങ്ങിനിന്നു. അയാളും ഒപ്പം കൂടി. രാത്രിയിൽ അവരുടെ സിഗരറ്റുകൾ നാലു പൊട്ടുകൾപോലെ കാണപ്പെട്ടു. അവരിലൊരാളുടെ കാലുകളിൽ കട്ടിയിൽ തുണി ചുറ്റിയിട്ടുണ്ടായിരുന്നു. തന്റെ സഞ്ചിയിൽനിന്നും അയാളൊരു ചെറിയ മരത്തടി പുറത്തെടുത്തു. ''ഒരു കഴുത,''... അയാൾ പറഞ്ഞു. "ഏഴുമാസത്തോളമായി ഞാനിത് കൊത്തിയുണ്ടാക്കുന്നു... കുഞ്ഞിന്", ശില്പിയത് അയാൾക്ക് കൊടുത്തു. "നിങ്ങളുടെ കാലുകൾക്കെന്തു പറ്റി?"

''നീർക്കെട്ട്... വിശപ്പുമൂലം'' ശില്പി മറുപടി പറഞ്ഞു. "മറ്റേയാൾക്കോ?'' മൂന്നാമനെ നോക്കി അയാൾ ചോദിച്ചു. തന്റെ യൂണിഫോമിൽ വിറച്ചിരിക്കുകയായിരുന്നു അയാൾ.

''ഓ.... ഒന്നുമില്ല.'' അയാൾ പറഞ്ഞു. ''ഇത് എന്റെ ഞരമ്പ് തകർച്ചകൊണ്ടുമാത്രമാണ്. വെറുതെ ആവശ്യമില്ലാത്ത ഉൽക്കണ്ഠകളായിരുന്നു എനിക്ക്". അവർ സിഗരറ്റ് കെടുത്തി വീണ്ടും അകത്തേക്ക് പ്രവേശിച്ചു.

അവർ അകത്തുചെന്ന് ഉറങ്ങുന്ന കുഞ്ഞിനെ നിരീക്ഷിച്ചു. രണ്ടാമൻ

പെട്ടിയിൽനിന്നും മഞ്ഞ നിറത്തിലുള്ള രണ്ട് കൽക്കണ്ടം പുറത്തെടുത്തുകൊണ്ടു പറഞ്ഞു.

"ഇത് നിങ്ങളുടെ ഭാര്യക്ക്."

മൂന്ന് ഇരുണ്ട മനുഷ്യർ കുഞ്ഞിനെ പൊതിഞ്ഞിരിക്കുന്നതുകണ്ട സ്ത്രീ, തന്റെ തളർന്ന നീലനയനങ്ങൾ ഭയത്തോടെ വിടർത്തി. തത്സമയം കുഞ്ഞ് അതിന്റെ കാലുകൾ അവളുടെ നെഞ്ചിലമർത്തി ശക്തിയായി കരഞ്ഞു. മൂന്ന് ഇരുണ്ട മനുഷ്യർ അപ്പോൾ കാലടിശബ്ദം കേൾപ്പിക്കാതെ നിശ്ശബ്ദം പുറത്തേക്ക് കടന്നു. ഒരിക്കൽക്കൂടി പരസ്പരം നോക്കി തലകുലുക്കിയ ശേഷം അവർ രാത്രിയുടെ ഇരുളിൽ മറഞ്ഞു.

അയാൾ അവർ പോയ ഭാഗത്തേക്ക് നോക്കി നിന്നു. "വിചിത്രരായ പുണ്യവാളർ!" അയാൾ ഭാര്യയോട് പറഞ്ഞു. തുടർന്ന് അയാൾ വാതിലടച്ചു.

"നല്ല പുണ്യവാളർ തന്നെ അവർ," മന്ത്രിച്ചുകൊണ്ട് അയാൾ ചുരുളപ്പത്തെ നോക്കി.

"പക്ഷേ, കുഞ്ഞ് കരഞ്ഞു." സ്ത്രീ മൊഴിഞ്ഞു. "അത് വളരെ ശക്തിയായി കരഞ്ഞപ്പോൾ അവർ സ്ഥലവിട്ടു. നോക്കൂ. എന്തൊരു ചൊടിയാണവനെന്ന്." അഭിമാനപൂർവ്വം അവർ പറഞ്ഞു. കുഞ്ഞ് അതിന്റെ ചുണ്ടുകൾ വിടർത്തി കരഞ്ഞു.

"അവൻ കരയുകയാണോ?" അയാൾ ചോദിച്ചു. "അല്ല, എനിക്ക് തോന്നുന്നു അവൻ ചിരിക്കുകയാണെന്ന്." സ്ത്രീ മറുപടി പറഞ്ഞു.

"ശരിക്കും കേക്കുപോലെത്തന്നെ," മരത്തടി മണത്തുകൊണ്ട് അയാൾ പറഞ്ഞു, "കേക്കുപോലെ അത്ര സുന്ദരം!"

"ഇന്ന് .... ക്രിസ്മസാണ്." സ്ത്രീ പറഞ്ഞു.

"അതെ, ക്രിസ്മസ്" അയാൾ മന്ത്രിച്ചു. അടുപ്പിലെ വെളിച്ചത്തിന്റെ ഒരു തുള്ളി, ഉറങ്ങുന്ന കുഞ്ഞുമുഖത്തെ പ്രകാശമുറ്റതാക്കി.

കറുത്ത മഞ്ഞ്

സക്കറിയ താമർ

തെരുവിലേക്ക് നോട്ടമയച്ചുകൊണ്ട് യൂസഫ് ജനൽപ്പാളിയിൽ നെറ്റിയമർത്തി നിന്നു. മഞ്ഞിൽ മുങ്ങിയ ഒരു കറുത്ത റോസ് പുഷ്പം പോലെ പുറത്ത് രാത്രി.

യൂസഫിന്റെ ഉമ്മ സ്റ്റൗവിൽ ചായയ്ക്ക് വെള്ളം വെച്ചു. അത് നോക്കി പിതാവ് നിശ്ശബ്ദം ഇരിപ്പുറപ്പിച്ചു. ശോകത്തിന്റെയും അടക്കിയ വെറുപ്പിന്റെയും മുദ്രകൾ അദ്ദേഹത്തിന്റെ മുഖത്ത് കാണാമായിരുന്നു.

പൂച്ച തന്റെ കാലുകളിൽ മുട്ടിയുരുമ്മുന്നത് യൂസഫിനെ അലോസരപ്പെടുത്തി. വെറുപ്പോടെ അവൻ അതിനെ ചവിട്ടിമാറ്റി. അത് സ്റ്റൗവിനരികിൽ ചുരുണ്ടു കൂടി മയക്കത്തിലമർന്നു.

തണുത്ത ചില്ലിൽ നെറ്റിയമർത്തിനിന്ന യൂസഫിന്റെ മനസ്സിലേക്ക് ഒളിച്ചോടിപ്പോയ തന്റെ സഹോദരിയുടെ മുഖം കടന്നുവന്നു. എപ്പോഴും പുഞ്ചിരിക്കുന്ന ശാന്തമായ പെൺകുട്ടി. അവളെ കണ്ടെത്തിയാൽ ഞാനവളെ കൊല്ലും. അവളുടെ തലപൊളിക്കും.... അയാൾ തന്റെ മനസ്സിൽ കുറിച്ചിട്ടു.

"നിന്ന് ക്ഷീണിച്ചോ നീ.....?" വാപ്പ ചോദിച്ചു. മറുപടി പറയാതെ യൂസഫ് നിശ്ശബ്ദം നിന്നു. നിശ്ശബ്ദത ഭഞ്ജിച്ചുകൊണ്ട് ഉമ്മ തിടുക്കത്തിൽ അറിയിച്ചു.

"ഇന്നലെ നടന്ന കാര്യം ഞാൻ പറയാൻ മറന്നു. ഞാനവളെ കണ്ടു....."

യൂസഫ് ആശ്ചര്യത്തോടെ ഉമ്മയുടെ മുഖത്തേക്ക് നോക്കി. പഴകിയ വീടിന്റെ കൽമതിലുകളുടെ വിടവുകൾക്കുള്ളിൽ ഒളിച്ചു കഴിയുന്ന അണലിയെ അവർ കണ്ടിട്ടുണ്ടാവുമെന്ന് അയാൾക്ക് ഉടൻ മനസ്സിലായി. കറുത്ത, മിനുസ്സമുള്ള അണലി മുറ്റത്ത് ഇഴയുന്നത്

നിലാവിൽ മനക്കണ്ണാൽ അയാൾ കണ്ടു.

എന്തൊരു ഭംഗിയായിരുന്നു. അവൾക്ക്! ഒരു രാജ്ഞിയെപ്പോലെ ഉമ്മ പറഞ്ഞു. അയാളുടെ മനസ്സിൽ പഴയ ഒരു ക്രോധം ഉയർന്നു. വാപ്പയുടെ നേർക്കു തിരിഞ്ഞു. അയാൾ പറഞ്ഞു:

അവൻ നമ്മെ ഉപദ്രവിക്കും. നമുക്ക് അതിനെ ഒഴിവാക്കേണ്ടതുണ്ട്.

"ഞാൻ ജനിക്കുംമുമ്പേ അവളീ വീട്ടിലുണ്ട്. ശല്യപ്പെടുത്തുന്നവരെ മാത്രമേ അവൾ ഉപദ്രവിക്കൂ. ഒരാളെയും ഇതുവരെ ഉപദ്രവിച്ചിട്ടുമില്ല." അത് പറയുമ്പോൾ നിഗൂഢമായ ഒരാഹ്ലാദം അയാളുടെ കണ്ണുകളെ പ്രകാശഭരിതമാക്കിയിരുന്നു.

തന്റെ വെറുപ്പ് അണലി മനസ്സിലാക്കിയിട്ടുണ്ടാവുമെന്ന് യൂസഫി നുറപ്പായിരുന്നു. തന്റെ നേർക്ക് ഇഴഞ്ഞുവന്ന് തന്നെ നശിപ്പിക്കാനുള്ള ഒരവസരത്തിന് മാത്രമാണ് അത് കാത്തിരുന്നത്. സിമന്റും കമ്പിയും ഉപയോഗിച്ച് പണിത വെള്ളപൂശിയ പുതിയ ഒരു വീട്ടിലേക്ക് താമസം മാറാൻ പലപ്പോഴും അയാൾ വാപ്പയോട് പറഞ്ഞെങ്കിലും അദ്ദേഹമത് പിടിവാശിയോടെ നിരസിക്കും.

"ഞാൻ ഇവിടെയാണ് ജനിച്ചത്. മരിക്കുന്നതും ഇവിടെ തന്നെ....."

വെറുപ്പോടെ അയാൾ വാപ്പയുടെ മുഖം നിരീക്ഷിച്ചു. വൃദ്ധൻ ചുമച്ചുകൊണ്ട് ഗൂഢാർത്ഥം കലർത്തി പറഞ്ഞു: "നിനക്കു പറ്റുമെങ്കിൽ അവളെ കണ്ടെത്തി കൊന്നുകളയൂ...'' യൂസഫ് സ്വയം പറഞ്ഞു. "അവളെ ഞാൻ കണ്ടെത്തും. അവൾക്ക് എന്നിൽനിന്നും രക്ഷപ്പെടാനാവില്ല." രോഷത്തോടെ ജനലരികിലുള്ള ഒഴിഞ്ഞ കസേരയിലേക്കു അയാൾ കണ്ണയച്ചു. വൈകുന്നേരം അയാളുടെ സഹോദരി കളിചിരിയോടെ പൂച്ചയെ ലാളിച്ച് അതിലിരിക്കുക പതിവായിരുന്നു.... അവൾ ഇപ്പോൾ എവിടെയാണ്?

പുകവലിക്കാനുള്ള ആഗ്രഹം അയാളിലുയർന്നു. വാപ്പയുടെ സാന്നിദ്ധ്യത്തിൽ പുകവലിക്കാനുള്ള ധൈര്യമില്ലാത്തതിനാൽ അയാൾ പുറത്തേക്ക് പോകാൻ തിരിഞ്ഞു. വാപ്പ ആരാഞ്ഞു.

നീ എവിടെ പോവുന്നു?

ഞാൻ ക്ഷീണിച്ചു. കിടക്കാൻ പോകുന്നു.

പാവം പയ്യൻ! എങ്ങനെ ക്ഷീണിക്കാതിരിക്കും? ദിവസവും കല്ലുടയ്ക്കുന്നുണ്ടോ നീ? പറയൂ നിനക്ക് ഒരു ജോലി കണ്ടു പിടിച്ചുകൂടേ?

"അവനു സുഖമില്ല.... ഉമ്മ തടഞ്ഞു അവനെ നോക്കൂ.... എങ്ങനെ വിളറി അസുഖം ബാധിച്ചപോലെ അവനിരിക്കുന്നുവെന്ന്"

താൻ ഭയപ്പെട്ട നിമിഷം അടുത്തെത്തിയെന്ന് യൂസഫിന് മനസ്സിലായി.

''നിന്നെയാണ് ഞാൻ കുറ്റപ്പെടുത്തുന്നത്.'' വാപ്പ അലറി. "നീയൊരുത്തിയാണ് കുട്ടികളെ വഷളാക്കിയത്. ചെറുക്കന് ചുമ്മാ തീറ്റയും ഉറക്കവും.... പെൺകുട്ടി വീട്ടിൽനിന്നും ഓടിപ്പോവുക. ഭാര്യക്ക് അയൽപക്കക്കാരുമായി പരദൂഷണം പറയുക.... ഞാൻ ഞാനാവട്ടെ

കഴുതയെപ്പോലെ പണിയെടുക്കുന്നു."

"ഇങ്ങനെ അലറാതെ അയൽപക്കക്കാർ കേൾക്കും" ഭാര്യ അഭ്യർത്ഥിച്ചു.

"എന്റെ ഇഷ്ടംപോലെ ഞാൻ അലറും ഓ...പടച്ചവനേ .... അവസാനകാലത്ത് നാണംകെടാനായി ഞാനെന്ത് കുറ്റം ചെയ്തു?"

"അവർ പുറപ്പെട്ടു പോയത് പൊലീസിൽ അറിയിക്കാൻ ഞാൻ പറഞ്ഞതല്ലേ!" ഭാര്യ ചോദിച്ചു.

"അവളെ തനിച്ചാക്കാൻ നീ അനുവദിക്കരുതായിരുന്നു. വീടുവിട്ട് അയൽപക്കങ്ങളിലേക്ക് നീ പോയില്ലായിരുന്നുവെങ്കിൽ അവൾ പുറപ്പെട്ട് പോകില്ലായിരുന്നു. എന്ത് കൊണ്ട് നീ അവളെ ഒപ്പം കൂട്ടിയില്ല?"

"കൊള്ളാം പാവം കുട്ടി വീടുമുഴുവൻ തുടച്ച് വൃത്തിയാക്കി വശം കെട്ടിരുന്നു."

"പാവം കുട്ടി! പാവം കുട്ടിയുടെ കഴുത്ത് അരിയുകയാണ് വേണ്ടത്. അവളുടെ സ്വന്തക്കാരും ബന്ധുക്കളുമൊക്കെ അവൾ വീട്ടിലില്ലെന്ന് അറിയുമ്പോൾ അവരോട് നമ്മൾ എന്താണ് പറയാൻ പോകുന്നത്? അവളുടെ ഉമ്മ അയൽപ്പക്കത്തായിരുന്നപ്പോൾ തന്റെ സാധനങ്ങളെല്ലാം പെറുക്കിയെടുത്ത് വീട് വിട്ട് ഇറങ്ങിയെന്ന്. എവിടെയാണ് പോയതെന്ന് നമുക്ക് അറിയില്ലെന്നും പറയാനാണോ നീ ആഗ്രഹിക്കുന്നത്?"

അദ്ദേഹം യൂസഫിന്റെ നേർക്ക് തിരിഞ്ഞു. "നീ അവളെ അന്വേഷിക്കൂ. എത്ര പാട്പെട്ടും കണ്ടുപിടിച്ച് ആ പന്നിയുടെ കഴുത്ത് അറക്കൂ...."

കുട്ടിയായിരുന്നപ്പോൾ ഇറച്ചിക്കടയിൽ അറക്കുന്ന ആടിന്റെ ഭിതിപ്പെടുത്തുന്ന പിടച്ചിലും രക്തചൊരിച്ചിലും യൂസഫിന്റെ മനസ്സി ലേക്ക് കടന്നു വന്നു.

ഉമ്മ പൊട്ടിക്കരഞ്ഞുകൊണ്ട് പറഞ്ഞു. "അവൾ എന്റെ മകളാണ് എന്റെ .... നിങ്ങൾ രണ്ടുപേരും എന്നെയോ അവളെയോ വേണ്ടപോലെ നോക്കിയിട്ടില്ല...."

വാതിൽ തുറന്ന് യൂസഫ് പുറത്തുകടന്നു. തന്റെ മുറിയുടെ വാതിൽ കുറ്റിയിട്ടപ്പോൾ അസാധാരണമായ ഒര സുരക്ഷിതത്വബോധം അയാൾക്ക് അനുഭവപ്പെട്ടു. തിടുക്കത്തിൽ അയാൾ സിഗരറ്റ് കത്തിച്ചു. സിഗരറ്റ് ആഞ്ഞു വലിച്ചു. മുറിയിൽ അങ്ങോട്ടും ഇങ്ങോട്ടും അയാൾ നടന്നു. വസ്ത്രം മാറി വെളിച്ചമണച്ചു. അയാൾ കിടക്കയിൽ ചുരുണ്ടു കൂടി.

അണലി വീട്ടിൽ എവിടെയോ ഒളിഞ്ഞിരിക്കയോ, മുറിക്കുള്ളിൽ സാവധാനം ഇഴയുകയോ ചെയ്യുന്നുണ്ടാവുമെന്ന് യൂസഫിന് ബോദ്ധ്യമുണ്ടായിരുന്നു. അയാൾ കണ്ണുകളടച്ചു. സത്യത്തിൽ അയാൾ ഇപ്പോൾ അണലിയുടെ സാന്നിദ്ധ്യം ആഗ്രഹിച്ചു. വിഷബാധയേറ്റുള്ള മരണത്തിനായല്ല. അതിന്റെ തണുത്ത ദേഹത്തിന്റെ സ്പർശനത്തി നായി. സമയം നിശ്ചലമാകുംവരെ അത് തന്റെ കഴുത്തിൽ ചുറ്റി വരി

ഞ്ഞത്. വാപ്പ, ഉമ്മ, രക്തദാഹിയായ കഠാരി ഇവയിൽ നിന്നെല്ലാം തന്നെ രക്ഷപ്പെടുത്താൻ.

പക്ഷേ, അയാൾക്ക് നിരാശ തോന്നിയില്ല. സഹോദരിയെ താൻ അന്വേഷിക്കും. മഞ്ഞിലും മഴയിലും... കാറ്റും തണുപ്പും വകവെക്കാതെ പോക്കറ്റിൽ ഒളിപ്പിച്ച കഠാരയിൽ തിരുപ്പിടിച്ച്

ബന്ധുക്കളായ പെൺകുട്ടികളോടൊപ്പം സിനിമയ്ക്ക് പോകാൻ സഹോദരി വാപ്പയോട് അനുവാദം ചോദിച്ചതും അദ്ദേഹമവളെ ക്രൂരമായി മർദ്ദിച്ചതുമായ ദിവസം അയാൾ ഓർത്തു. അവളുടെ ദൈന്യതയാർന്ന നോട്ടവും, അടക്കിയ ഗദ്ഗദങ്ങളും അയാളൊരിക്കലും മറക്കില്ല.

വസന്തം വന്നു ചേർന്നു. മേഘങ്ങളില്ലാത്ത തെളിഞ്ഞ ആകാശം.... സൂര്യപ്രകാശത്തിൽ കുളിച്ചു നില്ക്കുന്ന പച്ചയാർന്ന മരങ്ങൾ. അയാൾ പച്ചക്കറിച്ചന്തയിൽ വില്പനക്കാരുടെ കോലാഹലം ശ്രദ്ധിച്ച് സാവധാനം നടന്നു. പൊടുന്നനെ തുണിസഞ്ചിയേന്തി കടക്കാരുമായി വിലപേശിക്കൊണ്ടിരിക്കുന്ന ഒരു സ്ത്രീയെ അയാൾ കണ്ടു. അത് അയാളുടെ സഹോദരിയായിരുന്നു.

തന്റെ കത്തിയിൽ തിരിപ്പിടിച്ചുകൊണ്ട് അയാൾ സഹോദരിയുടെ നേർക്കു നോട്ടമയച്ചു.... ക്ഷീണിതയായ ഒരു കൊച്ചു സ്ത്രീ.. സാധുവെങ്കിലും സന്തുഷ്ട. ഒരു ദിവസം വേദനയാൽ ഞരങ്ങിക്കൊണ്ട് അസുഖബാധിതനായി മയങ്ങുന്ന താൻ കണ്ണുതുറന്നപ്പോൾ നിശ്ശബ്ദം കരഞ്ഞുകൊണ്ട് തന്റെ അരികിൽനിന്നിരുന്ന പെങ്ങളുടെ മുഖം അയാൾ ഓർത്തു.

പച്ചക്കറികൾ നിറച്ച സഞ്ചിയുമേന്തി അവൾ തിടുക്കത്തിൽ നടന്നു. ടാക്സിക്കാരൻ അവളെ കണ്ടു നിർത്തിയെങ്കിലും അവൾ നിരസിച്ചു. 'പിശുക്കിയായ കൊച്ചു വീട്ടമ്മ' അയാൾ സ്വയം പറഞ്ഞു.

ഒരിടവഴിയിലേക്ക് അവൾ പ്രവേശിക്കുംവരെ യൂസഫ് അവളെ പിന്തുടർന്നു. ഒപ്പമെത്തിയപ്പോൾ തന്റെ സഹോദരനെ കണ്ട് അവൾ ഞെട്ടിത്തെറിച്ച് സ്തബ്ധയായി നിന്നു. അവളുടെ സഞ്ചി കൈയിൽ നിന്നും വഴുതി വീണു. ദുഃഖവും കാരുണ്യവും തളർച്ചയും നിറഞ്ഞ കണ്ണുകളോടെ അവൾ അയാളെ നോക്കി തന്റെ കൈകൾ നീട്ടി. യൂസഫ് മടിച്ച് മടിച്ച് കൈകൾ നീട്ടി. ഒരക്ഷരം ഉരിയാടാതെ അവർ നിന്നു. യൂസഫ് കുനിഞ്ഞുനിന്ന് സഞ്ചിയെടുത്ത് ചോദിച്ചു.

"നീ എങ്ങനെ കഴിയുന്നു?"

"ഞാനൊരു പാവപ്പെട്ട ചെറുപ്പക്കാരനെ വിവാഹം ചെയ്തു." യൂസഫിന് വാക്കുകൾ നഷ്ടമായി. അയാൾക്കെല്ലാം പിടികിട്ടി. ധനികനല്ലെങ്കിലും അന്തസ്സുള്ള ഒരു ചെറുപ്പക്കാരൻ, ജീവിക്കാനാഗ്രഹിച്ച ഒരു പെൺകിടാവ്. ദരിദ്രനായ ഒരുവന് തന്റെ മകളെ കൊടുക്കില്ലെന്ന് വാശിപിടിച്ച ഒരു പിതാവ്.

ഒരു പടിവാതിലിനടുത്തെത്തുംവരെ അവർ ഒരുമിച്ച് നടന്നു. "ഇതാണ് വീട്" സഹോദരി പറഞ്ഞു. ഒരു ചേരിപ്രദേശത്താണ് അവർ

ജീവിക്കുന്നതെന്ന് അവന് മനസ്സിലായി. അയാൾ സഞ്ചി താഴെവച്ചു. സഹോദരി വാതിൽ തുറന്നപ്പോൾ അയാൾ അതുമായി ഉള്ളിൽ പ്രവേശിച്ചു.

യൂസഫ് ഒരു കസേരയിലേക്ക് ചാഞ്ഞു. ഹോ! എന്തൊരാശ്വാസം! അയാളുടെ വിരലുകൾ പിന്നെയും കഠാരയെ സ്പർശിച്ചു. ചാടിയെഴുന്നേറ്റ് മൂർച്ചയേറിയ കഠാരകൊണ്ട് സഹോദരിയുടെ കഴുത്ത് മുറിക്കുന്ന ചിത്രം അയാൾ അകക്കണ്ണാൽ കണ്ടു.

തന്റെ കോട്ട് ഊരി സഹോദരി അയാളുടെ സമീപം നിന്നു. എന്തൊരു ഭംഗിയുള്ള വസ്ത്രമാണവൾ ധരിച്ചിരിക്കുന്നത്. സുന്ദരിയായ ഒരു വീട്ടമ്മയുടെ വേഷം. അവൾ ചോദിച്ചു.

''ഉമ്മ എങ്ങനെയിരിക്കുന്നു?'' യൂസഫ് നിശബ്ദം അവളെ വീക്ഷിച്ചു. പൊടന്നനെ കണ്ണീരൊഴുക്കിക്കൊണ്ട് അവൾ വിക്കി വിക്കി പറഞ്ഞു.

“ഇതെല്ലാം വാപ്പയുടെ കുറ്റമാണ്. ഞാനൊരിക്കലും അദ്ദേഹത്തിന് പൊറുത്തുകൊടുക്കില്ല. കാലങ്ങളായി അദ്ദേഹം നമ്മെ വേദനിപ്പിക്കയായിരുന്നു... നമ്മെ വേദനിപ്പിക്കയായിരുന്നു.”

കഠാരയിൽനിന്നും കൈ പിൻവലിച്ച് യൂസഫ് സഹോദരിയുടെ കണ്ണീരണിഞ്ഞ മുഖം കൈകളിലെടുത്തു. തൂവാലകൊണ്ട് അവളുടെ കണ്ണുകൾ അയാൾ ഒപ്പി. സ്നേഹത്തോടെ മൃദുവായി അയാൾ മൊഴിഞ്ഞു.

“കരയാതെ....” സഹോദരി പൊടുന്നനെ അവന്റെ കവിളിൽ ഉമ്മ വെച്ചു. പകയുടെ, പ്രതികാരദാഹത്തിന്റെ കനലുകൾ അയാളുടെ മനസ്സിൽ എരിഞ്ഞടങ്ങി.

തിരികെ വീട്ടിലെത്തിയപ്പോൾ മുറ്റത്ത് ചത്ത് മരവിച്ച് കിടക്കുന്ന അണലിയെ അയാൾ കണ്ടു. വാപ്പയുടെ ദുഃഖഭരിതമായ കണ്ണുകളിലേക്ക് വിജയഭാവത്തോടെ അയാൾ നോട്ടമയച്ചു.

ഉറങ്ങാൻ കിടന്നപ്പോൾ അയാളുടെ മനസ്സിൽ ശാന്തി നിറഞ്ഞു. അയാൾ ഗാഢനിദ്രയിലാണ്ടു. മുറ്റത്ത് പൂച്ച ദയനീയമായി കരഞ്ഞു. വീടുകളെയും തെരുവുകളെയും ജീവജാലങ്ങളെയും മഞ്ഞ് ഒരു വെള്ളവിരിപ്പുപോലെ പൊതിഞ്ഞു.

കഴുകന്മാർ

കാദർ അബ്ദുല്ല

ഒരു ശവപ്പറമ്പ് പോലെയാണ് എന്റെ ജന്മനാട്- ആരൊക്കെ എവിടെയെല്ലാം അന്ത്യവിശ്രമം കൊള്ളുന്നു എന്ന് ആർക്കുമറിയാൻ കഴിയാത്ത, ഉപേക്ഷിക്കപ്പെട്ട ഒരു ശവപ്പറമ്പ്.

പർവ്വതാരോഹകർ ഉപയോഗം കഴിഞ്ഞ് ബാക്കിയുള്ള ഭക്ഷണം അവിടെ ഉപേക്ഷിച്ചുപോകും. അവർ പോകുന്നതോടെ കഴുകന്മാർ കൂട്ടത്തോടെ അവയ്ക്ക് മേൽ പൊതിയും. ഈ ഗ്രാമങ്ങളിലൊന്നിലാണ് എന്റെ അച്ഛൻ ജനിച്ചത്. ഈ ഗ്രാമങ്ങളിലൊന്നിലാണ് എന്റെ സഹോദരന്റെ മൃതദേഹം അടക്കം ചെയ്യേണ്ടത്.

എങ്ങനെയാണ് ജ്യേഷ്ഠൻ മരണപ്പെട്ടതെന്ന് എനിക്കറിയില്ലായിരുന്നു. തലസ്ഥാന നഗരിയിലായിരുന്നു എന്റെ താമസം. സമഗ്രാധിപത്യത്തിനെതിരെ ശബ്ദമുയർത്തിയതിനാൽ ജന്മനാട്ടിലുള്ള ജയിലിലായിരുന്നു അവൻ.

"ഉടൻ പുറപ്പെടുക" അച്ഛൻ ടെലിഫോണിലൂടെ എന്നെ അറിയിച്ചു. ഉച്ചയ്ക്ക് ഒരു മണിക്കായിരുന്നു ഈ അറിയിപ്പ്. അപ്പോൾ തന്നെ ഞാൻ നാട്ടിലേക്ക് യാത്ര തിരിച്ചു. നാലരയ്ക്ക് ഞാൻ എത്തിച്ചേർന്നെങ്കിലും നല്ല ഇരുട്ടാവാതെ വീട്ടിലേക്ക് ചെല്ലുക അസാദ്ധ്യമായിരുന്നു.

ജനലിലൂടെ എന്നെ കണ്ട് അച്ഛൻ ധൃതിയിൽ പുറത്തുവന്നു. യാതൊരു ഭാവഭേദവും ആ മുഖത്ത് പ്രകടമായിരുന്നില്ല. പക്ഷേ, എനിക്കറിയാമായിരുന്നു. അദ്ദേഹത്തിന്റെ മനസ്സ് ഞാൻ ഭയപ്പെട്ടത് ആ കണ്ണുകളിൽ വായിച്ചു - സ്വന്തം മകന്റെ മൃതദേഹം മറവുചെയ്യാൻ ഒരു തുണ്ട് ഭൂമിയില്ലാത്ത ഒരു പിതാവിന്റെ ദുഃഖം.'അശുദ്ധി' നിറഞ്ഞതായതിനാൽ ഞങ്ങൾക്കത് പള്ളിപ്പറമ്പിൽ മറവ് ചെയ്യാൻ കഴിയില്ല. സ്വകാര്യമായി എന്നാൽ മതപരമായിതന്നെ ആ കൃത്യം നിർവ്വഹി

ക്കുകയും വേണം.

കടുംചുവപ്പ് നിറത്തിൽ ഒരു വാൻ അവിടെ കിടന്നിരുന്നു. താക്കോൽ എന്റെ കൈയിൽ തന്ന് അച്ഛൻ പറഞ്ഞു. ‘‘നമുക്ക് പോകാം.’’ വാനിനരികിൽ ചെന്ന് ഞാൻ പിൻവാതിൽ തുറന്നു. അവിടെ ഒരു വെള്ളവിരിപ്പിൽ ചുരുണ്ടുമടങ്ങി അവൻ കിടന്നിരുന്നു. നെറ്റിയിൽ വെടിയുണ്ടയേറ്റ അവന്റെ മുഖം മൂടിയിരുന്നു.

“നമുക്ക് പോകാം” അച്ഛൻ പറഞ്ഞു. വാതിലടച്ച് ഞാൻ വണ്ടിയിൽ ഇരുന്നു.

“നമ്മൾ മാർസെജറാനിലേക്ക് പോകുന്നു.” അച്ഛൻ പറഞ്ഞു.

“മാർ സെജറാനിലേക്കോ?” അത്ഭുതത്തോടെ ഞാൻ ആരാഞ്ഞു.

അത് അസാദ്ധ്യമായിരുന്നു. ആ ഗ്രാമവാസികൾ കടുത്ത വിശ്വാസികളായിരുന്നു, ഏകാധിപത്യ അനുകൂലികളും. ഞാൻ നിശ്ശബ്ദം വണ്ടിയോടിച്ചു. ഞങ്ങൾ ഗ്രാമത്തോടടുക്കാറായി. വീടുകളുടെ മങ്ങിയ ദൃശ്യങ്ങൾ എനിക്ക് കാണാൻ കഴിഞ്ഞു. അടുത്തെത്തിയപ്പോൾ അടുക്കളകളിൽനിന്നും പുക പൊങ്ങുന്നത് കണ്ടു - ജീവന്റെ ഏക അടയാളം.

പൊടുന്നനെ നായ്ക്കളുടെ കുര ഞങ്ങൾ കേട്ടു. ഉടൻതന്നെ ഞാൻ വാനിന്റെ വെളിച്ചമെല്ലാം അണച്ചെങ്കിലും പ്രയോജനമുണ്ടായില്ല. മരണത്തിന്റെ ഗന്ധം മണത്തറിഞ്ഞ് നായ്ക്കൾ മഞ്ഞിലൂടെ പാഞ്ഞു വരികയായിരുന്നു. കട്ടി വസ്ത്രങ്ങളണിഞ്ഞ മൂന്ന് മനുഷ്യർ വടികളുമായി വരുന്നത് ഞാൻ കണ്ടു.

“അല്ലാഹ്!” അച്ഛൻ നെടുവീർപ്പിട്ടു.

കുരച്ചുകൊണ്ട് നായ്ക്കൾ വഴി തടഞ്ഞുനിന്നു. ആളുകൾ ഞങ്ങളുടെ സമീപത്തെത്തി.

“വാനിലിരുന്നോളൂ” പുറത്തിറങ്ങിക്കൊണ്ട് അച്ഛൻ പറഞ്ഞു.

അദ്ദേഹം അവരോട് സംസാരിക്കുകയായിരുന്നു. ഗ്രാമത്തിലെ ഇമാമിന്റെ കൂട്ടുകാരനാണ് താനെന്ന് പറഞ്ഞുകൊണ്ട് കൈനീട്ടിയെങ്കിലും അവർ അത് ഗൗനിക്കാതെ വാനിന് നേർക്ക് വന്നു. ദേഷ്യഭാവത്തിൽ എന്നെ നോക്കി അവർ പിൻസീറ്റിന് നേർക്ക് വന്നു. അച്ഛൻ അവരുടെ നേർക്ക് പാഞ്ഞെത്തി. നായ്ക്കൾ പിന്നെയും കഠിനമായി കുരയ്ക്കാൻ തുടങ്ങി. ഞാൻ ധൃതിയിൽ പുറത്തിറങ്ങി. അച്ഛൻ പിൻവാതിൽ മറഞ്ഞു നിന്നു. അവരിലൊരാൾ അദ്ദേഹത്തിന്റെ കൈയിൽ പിടിച്ചു തള്ളിമാറ്റി. മറ്റുള്ളവർ വാതിൽ തുറന്നു. ഒരു നായ് വാനിനുള്ളിലേക്ക് ചാടിക്കയറി. പൊടുന്നനെ ഞാൻ ജാക്കിയെടുത്ത് നായയുടെ പിൻഭാഗത്ത് ശക്തിയായി അടിച്ചു. ദയനീയമായി മോങ്ങിക്കൊണ്ട് അത് ചാടിയിറങ്ങി. ക്ഷുബ്ധനായി ജാക്കിയുയർത്തിപ്പിടിച്ച് ഞാനവിടെ നില്പുറപ്പിച്ചു.

ജനങ്ങൾ എന്റെ മേൽ ചാടി വീണ് മർദ്ദിക്കാൻ തുടങ്ങി. അച്ഛൻ അവരെ പിടിച്ചുമാറ്റാൻ ശ്രമിച്ചു. കൂടുതൽ ആളുകൾ വരുന്നത് ഞാൻ

അറിഞ്ഞു. അവർ അക്രമികളിൽനിന്നും ഞങ്ങളെ സ്വതന്ത്രരാക്കി.

"അല്പം ഭൂമിക്ക് വേണ്ടി ഞാൻ യാചിക്കുന്നു..... എന്റെ മകന്റെ മൃതദേഹം വാനിലുണ്ട്." യാതൊരു പ്രയോജനവുമുണ്ടായില്ല. ജനങ്ങൾ ഞങ്ങളുടെ നേർക്ക് വന്നു.

"പൊയ്ക്കോളൂ പാപികളെ, നിങ്ങൾക്ക് ഭൂമി തരില്ല." അവരിലൊരാൾ അലറി.

"ഞാൻ യാചിക്കുന്നു....."

"കടന്നുപോ" അലറിക്കൊണ്ട് അച്ഛന്റെ നേർക്ക് വന്നു. ഞാൻ ജാക്കിയുയർത്തി. പക്ഷേ, അച്ഛൻ അത് എന്റെ കൈയിൽനിന്നും തട്ടിപ്പറിച്ചു കൊണ്ടു പറഞ്ഞു. "നമുക്ക് പോകാം."

ഞാൻ വാനിനടുത്തേക്ക് മടങ്ങി. എന്റെ കണ്ണിൽ നീർപൊടിഞ്ഞു. എന്നാൽ പിതാവിന്റെ മുമ്പിൽ ഞാൻ കരയാൻ പാടില്ല. പിടിച്ചുനിന്നേ തീരൂ. ഗ്രാമത്തിൽനിന്നും ഏറെ ദൂരെയെത്തിയപ്പോൾ ഞാൻ അച്ഛനെ നോക്കി. ഞാൻ ഞെട്ടിപ്പോയി. ഒരു തകർന്ന മനുഷ്യനെപ്പോലെ എന്റെ അരികിലിരിക്കയായിരുന്നു അദ്ദേഹം. എനിക്കത് സഹിക്കാൻ കഴിഞ്ഞില്ല. ഒരു ദീർഘനിശ്വാസമുതിർത്തുകൊണ്ട് അദ്ദേഹം പറഞ്ഞു. "അല്ലാഹു എന്നെ പരീക്ഷിക്കുകയാണ്." ഗാഢമായ ചിന്തയിലാണ്ടുകൊണ്ട് അദ്ദേഹം വിശുദ്ധ ഗ്രന്ഥം പുറത്തെടുത്ത് നിവർത്തി. വായിക്കാൻ വേണ്ട വെളിച്ചമുണ്ടായിരുന്നില്ലെങ്കിലും അതിന്റെ ആവശ്യമുണ്ടായിരുന്നില്ല അദ്ദേഹത്തിന് മനഃപാഠമായിരുന്നു. അല്പസമയം കഴിഞ്ഞ് ഗ്രന്ഥം തിരികെ കീശയിൽ തിരുകി ശാന്തമായി അദ്ദേഹം മൊഴിഞ്ഞു.

"നമ്മൾ സാരോഗിലേക്ക് പോകുന്നു."

എനിക്കതിനോട് യോജിക്കാൻ കഴിഞ്ഞില്ല. രക്ഷപ്പെട്ടുവന്ന ഗ്രാമത്തേക്കാൾ ഒട്ടുംതന്നെ ഭേദമായിരുന്നില്ല സാരോഗ്. മതാചാര പ്രകാരമുള്ള ഒരു അടക്കമാണ് അദ്ദേഹം ആഗ്രഹിച്ചത്. അത് അസാദ്ധ്യമായിരുന്നു. അദ്ദേഹം ആ സത്യം ഉൾക്കൊള്ളേണ്ടിയിരുന്നു.

സാരോഗിലെ ശ്മശാനം ഗ്രാമത്തിൽനിന്നും ഒരു മൈൽ ദൂരെയായിരുന്നു. തരിശായ മഞ്ഞുമൂടിയ പ്രദേശമായിരുന്നു അത്.

"നീ ഇവിടെ ഇരിക്ക്.... ഗ്രാമത്തിലേക്ക് ഞാൻ പോകാം" അച്ഛൻ പറഞ്ഞു.

ഞാൻ ഏകനായി കാത്തിരുന്നു. ചന്ദ്രൻ പ്രകാശിച്ചിരുന്നു. ഞാൻ ഗാഢമായി ചിന്തയിലാണ്ടു. ഇത്രവലിയ തടസ്സങ്ങളുണ്ടായിട്ടും മതാചാരപ്രകാരമുള്ള സംസ്കാരത്തിനായി പിതാവ് കടുംപിടുത്തം പിടിക്കുന്നതെന്തുകൊണ്ടാണെന്ന് എനിക്ക് പൊടുന്നനെ ബോദ്ധ്യപ്പെട്ടു. എന്തു വിലകൊടുത്തും സഹോദരന്റെ മൃതദേഹം സംരക്ഷിക്കണം. അവനെ ശരിയായ രീതിയിൽ സംസ്കരിക്കണം. ഏകാധിപത്യത്തിനെ,അടിച്ചമർത്തലിനെതിരെ എന്തുചെയ്തുവെന്ന് നാളെ എന്റെ മക്കൾ ചോദിച്ചാൽ ഞങ്ങൾക്ക് ആ ശ്മശാനം ചൂണ്ടിക്കാട്ടി സംസ്കാരത്തെക്കുറിച്ച് പറയണം. നാട്ടുകാരും നായ്ക്കളും തിരികെ

വരുമെന്ന ചിന്തയാൽ ജാക്കറ്റ് മുറുകെപിടിച്ച് ഞാൻ തയ്യാറായി നിന്നു.

വിളക്കുമേന്തി കുറച്ചുപേർ അച്ഛനോടൊപ്പം നടന്നുവരുന്നത് ഞാൻ കണ്ടു. വൃദ്ധരായിരുന്ന അവർ അച്ഛന്റെ സുഹൃത്തുക്കളായിരുന്നു. ഇവിടെയും ഞങ്ങൾക്ക് മറവുചെയ്യാൻ കഴിയില്ലെന്ന് അവരുടെ സംസാരത്തിൽനിന്നും മനസ്സിലായി.

“നിങ്ങൾ റഹ്മാനലിയെ കാണൂ... അദ്ദേഹത്തിന് മാത്രമേ നിങ്ങളെ സഹായിക്കാനാകൂ.”

അച്ഛൻ സമ്മതഭാവത്തിൽ തലയാട്ടി.

‘‘ജെറിയയിലേക്ക് പോകട്ടെ.’’ അച്ഛൻ പറഞ്ഞു. ‘‘നമുക്ക് റഹ്മാനലിയെ അന്വേഷിക്കാം” അച്ഛൻ പിറന്നു വീണ, മുത്തച്ഛൻ ജീവിച്ച് മരിച്ച മുതുമുത്തച്ഛന്മാരുറങ്ങുന്ന ജെറിയയുടെ മണ്ണിലേക്ക് ഞാൻ വണ്ടിയോടിച്ചു.

104 വയസ്സുള്ള വിശുദ്ധനായിരുന്നു റഹ്മാനലി. അദ്ദേഹത്തിന് മാന്ത്രികവിദ്യകളറിയാമെന്നും മരണമടഞ്ഞ കുഞ്ഞുങ്ങളെ ജീവിതത്തിലേക്ക് തിരിച്ചുകൊണ്ടുവന്നിട്ടുണ്ട് അദ്ദേഹമെന്നും ആളുകൾ പറയാറുണ്ട്.

“സ്വന്തം ജന്മദേശം ഒരാൾ ഉപേക്ഷിച്ച് പോകുമ്പോൾ അവിടെത്തന്നെ തിരിച്ചെത്തുമെന്ന് ആര് കരുതി?’’ അച്ഛൻ പറഞ്ഞു. “ജെറിയയുമായി എന്തെങ്കിലും തരത്തിൽ ബന്ധപ്പെടുമെന്ന് ഞാൻ കരുതിയിരുന്നില്ല. പക്ഷേ, ഇപ്പോൾ എനിക്ക് എന്റെ മകന്റെ മയ്യത്ത് ഇങ്ങോട്ട് കൊണ്ടു പോരേണ്ടി വന്നു....”

ഞങ്ങൾക്കായി ശ്മശാനം കണ്ടെത്താൻ റഹ്മാനലിക്ക് എങ്ങനെ സാധിക്കുമെന്ന് എനിക്ക് മനസ്സിലായില്ല. എനിക്ക് എന്ത് ചെയ്യാൻ കഴിയും? അല്ലാഹുവിന്റെ ഇച്ഛയ്ക്കായി കാത്തിരിക്കയല്ലാതെ?

ഗ്രാമമെത്താറായപ്പോൾ ഞാൻ വീണ്ടും ഹെഡ്‌ലൈറ്റുകൾ കെടുത്തി.

“ഞാൻ പോയി അദ്ദേഹത്തെ കണ്ടുപിടിക്കാം” ഞാൻ പറഞ്ഞു.

അവസാനത്തെ അവസരം നഷ്ടപ്പെടുത്താൻ ഞങ്ങൾ ആഗ്രഹിക്കുന്നില്ല. ഈ സ്ഥലത്തുള്ള എല്ലാവരും എന്റെ പിതാവിനെ അറിയും. അദ്ദേഹത്തെ അവിടെ കണ്ടാൽ പ്രശ്നമാണ്. ജയിലിൽവെച്ച് എന്റെ സഹോദരൻ വധിക്കപ്പെട്ട വിവരം എല്ലാവരുമറിയും. പൊയ്ക്കൊള്ളാൻ അച്ഛൻ അനുമതി തന്നു. പള്ളിക്കെതിരെയുള്ള കവലയിലെ ഒരു ചെറിയ കെട്ടിടത്തിലാണ് റഹ്മാനലി താമസിക്കുന്നതെന്ന് അദ്ദേഹം പറഞ്ഞു.

പള്ളി എവിടെയാണെന്ന് എനിക്കറിയാമായിരുന്നു. തെരുവും എന്റെ ഓർമ്മയിലുണ്ടായിരുന്നു. അവിടെയെത്താനുള്ള എളുപ്പവഴി പുഴയോരത്ത് കൂടെ നടക്കുന്നതാണ്. ആ വഴിയിലൂടെ അപകടംകൂടാതെ കവലയിൽ എത്തിച്ചേരാൻ കഴിയും.

എനിക്ക് തിടുക്കമുണ്ടായിരുന്നു. സമയവും തീരെ കുറവായിരുന്നു. മരവിച്ച ഭൂപ്രദേശത്ത് കൂടെ ഞാൻ ഓടാൻ തുടങ്ങി.കടുത്ത

തണുപ്പായിരുന്നു. ലോകം മുഴുവൻ മരവിച്ചതുപോലെ. നദി പൂർണ്ണമായും മഞ്ഞുമൂടി കിടന്നിരുന്നു. അച്ഛന്റെ വാക്കുകൾ മനസ്സിലോർത്തു ഞാൻ ഓട്ടമായി. "റഹ്മാനലി പ്രത്യക്ഷപ്പെട്ട്" നിന്നെ രക്ഷപ്പെടുത്തും. ശ്രദ്ധാപൂർവ്വം ഞാൻ ഗ്രാമത്തിലേക്ക് പ്രവേശിച്ചു. നാലഞ്ചു തെരുവുകൾ പിന്നിട്ടപ്പോൾ, ഞാൻ കവലയിലെത്തി ച്ചേർന്നപ്പോൾ നായ്ക്കൾ എന്നെ മണത്തറിഞ്ഞു. എന്റെ പിന്നിലായി അവറ്റകളിലൊന്ന് കുരയ്ക്കാൻ തുടങ്ങി. ഗ്രാമമപ്പാടെ ഉറക്കമുണർന്നു. ഞാനെന്ത് ചെയ്യും? രക്ഷയില്ലാതെ ഞാൻ ഓട്ടം തുടർന്നു.

ഗ്രാമത്തിലെ മുഴുവൻ നായ്ക്കളും ഓരിയിടാൻ തുടങ്ങി. ഒരു കൂറ്റൻ നായ് എന്റെ തൊട്ടുപിന്നിൽ ഞാൻ ഓട്ടത്തിന്റെ വേഗം വർദ്ധിപ്പിച്ചു. അമ്പരന്ന ഗ്രാമവാസികൾ എന്റെ പിന്നിൽ അണിനിരന്നു. ഒരുപറ്റം ആളുകൾ എന്നെ തടഞ്ഞുനിർത്താൻ ശ്രമിച്ചു. സകല ശക്തിയുപ യോഗിച്ച് അവരെ തള്ളിമാറ്റി ഞാൻ ഉറക്കെ അലറി വിളിച്ചു. "റഹ്മാനലീ! ..... എന്റെ കണ്ണുകൾ നിറഞ്ഞൊഴുകി. ഞാൻ കവലയുടെ നേർക്ക് ഓടി. "റഹ്മാനലീ.... രക്ഷിക്കൂ.....ഞാനെന്റെ സഹോദരന് വേണ്ടി അപേക്ഷി ക്കാനെത്തിയതാണ്."

നരച്ച് നീണ്ട താടിയുള്ള ഒരു വൃദ്ധൻ പൊടുന്നനെ പ്രത്യക്ഷനായി. വെളുത്ത് നീണ്ട ഒരു നിശാവസ്ത്രം അദ്ദേഹം ധരിച്ചിരുന്നു. പെട്ടെന്ന് ഞാൻ അദ്ദേഹത്തിന്റെ മുമ്പിൽ മുട്ടുമടക്കി ആ മെലിഞ്ഞ കാലുകൾ കെട്ടിപ്പിടിച്ചു.

''ശാന്തനായിരിക്കൂ കുട്ടീ.... നീ സുരക്ഷിതനാണ്.'' അദ്ദേഹം പറഞ്ഞു. നായ്ക്കൾ കുരനിർത്തി. തല താഴ്ത്തി, വാലാട്ടി അവ നില്പുറപ്പിച്ചു.

ഗ്രാമവാസികൾ വീടുകളിലേക്ക് തിരിച്ചുപോയി. അദ്ദേഹം എന്നെ തന്റെ ഭവനിലേക്ക് നയിച്ചു. കാര്യങ്ങൾ ഞാനദ്ദേഹത്തെ ധരിപ്പിച്ചു. പുറത്ത് വണ്ടി കിടപ്പുണ്ടെന്നും, അതിൽ എന്റെ അച്ഛൻ കാത്തിരി പ്പുണ്ടെന്നും ഞാൻ അറിയിച്ചു. അദ്ദേഹം കുതിരപ്പന്തിയിലേക്ക്ചെന്ന് കുതിരയെ സജ്ജമാക്കി.

അല്പം കഴിഞ്ഞ് ഗ്രാമത്തിലെ തെരുവിലൂടെ ഞങ്ങൾ സഞ്ചരിച്ച പ്പോൾ വീടുകളിലെ വിളക്കുകളെല്ലാം അണഞ്ഞിരുന്നു. ഗ്രാമം വീണ്ടും നിദ്രയിലേക്ക് വഴുതിവീണിരുന്നു.

അച്ഛൻ, നായ്ക്കളുടെ കുര കേട്ടിരുന്നു. റഹ്മാനലിയെ എന്റെയൊപ്പം കണ്ടപ്പോൾ അദ്ദേഹം ധൃതിയിൽ ഞങ്ങളുടെ നേർക്ക് വന്ന വൃദ്ധനെ ആലിംഗനം ചെയ്തു.

"നമുക്ക് പുറപ്പെടാം." റഹ്മാനലി പറഞ്ഞു. "നേരം വെളുക്കാറായി"

പിൻവാതിൽ തുറന്ന് സഹോദരന്റെ ജഡം ഞാൻ തോളിലേറ്റി. അച്ഛൻ എന്നെ സഹായിക്കാൻ ഓടിവന്നു. കുതിരപ്പുറത്ത് ഞങ്ങൾ അവനെ കിടത്തി.

വാനിൽനിന്ന് പിക് ആക്സും തൂമ്പയുമെടുത്ത് ഞാൻ

പിൻവാതിലടച്ചു.

"നമുക്ക് പോകാം" റഹ്മാനലി പറഞ്ഞു.

കുതിര പർവ്വതനിരകൾക്ക് നേർക്ക് നടന്നു. അച്ഛൻ അത്ഭുതത്തോടെ എന്നെ നോക്കി.

"എങ്ങോട്ടാണ് നമ്മൾ പോകുന്നത്?"

നിലാവെളിച്ചത്തിൽ അദ്ദേഹത്തിന്റെ കണ്ണുകളിൽനിന്നും ഈ ചോദ്യം ഞാൻ വായിച്ചെടുത്തു.

എന്തെങ്കിലും പറയാൻ ഒരുങ്ങും മുമ്പായി ചിറകടി ശബ്ദം ഞാൻ കേട്ടു. ഞാൻ മുകളിലേക്ക് നോക്കി. ഒരു പറ്റം കഴുകന്മാർ ഞങ്ങളുടെ നേർക്ക് പറന്നു വരുന്നുണ്ടായിരുന്നു.

(കാദർ അബ്ദുല്ല - 1954 ൽ ഇറാനിൽ ജനിച്ച കാദർ അബ്ദുല്ല വിദ്യാർത്ഥി പ്രസ്ഥാനത്തിലൂടെ രാഷ്ട്രീയരംഗത്തേക്ക് കടന്നുവന്നു. ഖൊമെനിയുടെ ഭരണത്തെ നിശിതമായി വിമർശിച്ച് എഴുയതിനാൽ സ്വരാജ്യത്തുനിന്ന് നിഷ്കാസിതനായി. 1985 ൽ നെതർലാന്റിൽ അഭയം തേടേണ്ടി വന്നു. *മൈ ഫാദേഴ്സ് നോട്ട്ബുക്ക്, ദ ഹൗസ് ഓഫ് ദി മോസ്ക്* എന്നിവയാണ് വിശ്വപ്രസിദ്ധനായ അദ്ദേഹത്തിന്റെ കൃതികൾ.

9 789387 842441

Printed by Libri Plureos GmbH in Hamburg,
Germany